# பேரழிவுகள் - 2
## (நீர்)

ஜெகாதா

**Title**
Peralivugal - 2
(Water)
Jakatha
ISBN: 978-93-6666-786-7

Title Code : Sathyaa - 132

*நூல் தலைப்பு*
பேரழிவுகள் - 2
(நீர்)

*நூல் ஆசிரியர்*
ஜெகாதா

*முதற்பதிப்பு*
டிசம்பர் 2024

விலை : ₹ 240

பக்கம் : 190

Printed in India

**Published by**
**Sathyaa Enterprises**
No.134, First Floor,
Choolaimedu high road, Choolaimedu,
Chennai - 600 094.
044 - 4507 4203

Email
sathyaabooks@gmail.com

# உள்ளே...

1. கடவுளும் கடல் வெள்ளமும் — 5
2. இயற்கைப் பேரழிவு — 18
3. புவிப்பரப்பில் நீர் — 34
4. தொன்ம மொழி உணர்த்தும் புவியின் வரலாறு — 57
5. மானுடத்தின் தொன்மையான வரலாறு — 65
6. குமரிக்கோடும் கொடுங்கடல் கொள்ள! — 70
7. ஆழிப்பேரலை உணர்த்தும் செய்திகள் — 74
8. உலக சுனாமி விழிப்புணர்வு நாள் — 83
9. பாகிஸ்தான் வெள்ளம் 2022 — 87
10. 99 பெருவெள்ளம் — 93
11. தெற்காசிய பெருவெள்ளம் 2021 — 98
12. பல்வேறு நாடுகளில் ஏற்பட்ட வெள்ளப்பெருக்கு — 100
13. பனிச்சரிவுகளின் உருவாக்கமும் ஆபத்துக்களும் — 104
14. ராட்சத பனிப்பாறை — 112
15. கால்டூர் பனிச்சரிவு — 115

| | | |
|---|---|---|
| 16. | புதையுண்டவர்களை மீட்கும் பனிச்சரிவு தண்டு | 119 |
| 17. | வானிலை ஆய்வில் பொலிவு | 124 |
| 18. | அலைகள் சீற்றம் | 130 |
| 19. | நீர்க்கோளம் | 132 |
| 20. | சூரியகாந்தி நட்சத்திர பேரழிவு | 135 |
| 21. | பிரேசிலில் பென்குயின்கள் இறப்பு | 141 |
| 22. | ஈரான் எண்ணெய் கப்பல் மோதி 32 பேர் பலி | 143 |
| 23. | பனிச்சரிவு மீட்பும் பாதுகாப்பும் | 145 |
| 24. | படகு விபத்துகள் | 171 |
| 25. | தெற்காசிய பெருவெள்ளம் 2022 | 175 |
| 26. | வானிலை வரலாறும் தாக்கமும் | 178 |
| 27. | இயற்கை பேரழிவும் பேரிடர் மீட்பும் | 183 |
| 28. | பேரிடர்களை வெல்வது எப்படி? | 187 |

1. கடவுளும் கடல் வெள்ளமும்

இன்று நாம் அறியும் உலக வரைபடம் கி.மு 12,000 ஆண்டுகளில் அறியப்பட்டது தான் என்றும், அதற்கு முன்பிருந்த உலக நிலை வேறொன்றாக இருந்தது என்றும் புவியியலார் கூறுகின்றார்.

தோன்றிய முதலான உலகத்தை ஊழிப் பெருவெள்ளம் ஒன்று தோன்றி அழித்து விட்டதாக அனைத்து சமயங்களும் ஒருமித்த குரலில் கூறுகின்றன.

வெள்ளம் பெருக்கெடுத்து உலகை அழித்த செய்திகளை இன்றைய அறிவியல் உறுதிப்படுத்துவதோடு அந்நிகழ்வுக்கான பல்வேறு காரணிகளையும் அறிவியல் சார்ந்த புவியியல், ஆழ்கடலியல், வானியல் போன்ற துறைகளும் விளக்குகின்றன.

பண்டைய குமரிக்கண்டம், ஆழிப்பேரவையில் அழிந்ததற்கான சான்றுகளை இலக்கிய வரிகளில் ஆராய்ச்சி செய்த காலம் கடந்து புவியியல் ஆழ்கடலியல் போன்ற துறைவழிச் சான்றுகள் இன்று வரத் துவங்கி விட்டன.

ஆழிப் பெருவெள்ளத்தில் உலகம் அழிந்து புதிய உலகம் உருவான மூலக்கதை கால வரிசைப் பட்டியலில் ஆய்வாளர்களுக்கு கண்ணாமூச்சி விளையாட்டு காட்டுகிறது.

வெள்ள காலத்திற்குப் பின் புதிய உலகின் தந்தையாக முன்னிறுத்தப் படுகின்ற நோவா எனும் ஒரு மனிதன் ஒவ்வொரு சமயத்தின் வரலாற்றிலும் ஒவ்வொரு பெயருடன் வலம் வருகிறான். ஆயினும் அவனது கதையும், வெள்ள நிகழ்வுகளும் மூலக்கருவினை யொட்டியே கட்டமைக்கப்பட்டுள்ளது என்பது ஆராயத்தக்கது.

நோவா என்ற அந்த மனிதனை முன்னிலைப்படுத்தியே மெசபத்தோமிய, பாபிலோனிய, அசீரிய, எபிறேய சமயங்கள் அந்த பேரழிவு நிகழ்வுகளையும் புதிய உலகின் தோற்றம் குறித்தும் பேசுகின்றன.

பிற்காலத்திய சமயமான ஆரிய சமயமும் அதனையொட்டியே கருப்பொருளை கையாண்டிருப்பது போல் தெரிகின்றது.

மெசபத்தோமியக் கதையான 'கில்கா மேசு', சுமேரியக்கதையான 'சேய் சூத்திரன்', எபிரேயக் கதையான 'நோவா,' அரபுக் கதையான 'நூஹ்' ஆரியக் கதையான 'மனு' யாவற்றின் கதைக்கருவும் இதுதான்.

கடவுள் இவ்வுலகைப் படைத்தார். மக்களைப் படைத்து தனக்கு சார்புடன் இருக்க உத்தரவிட்டார். ஆனால் கடவுள் அளித்த நன்மைகளையெல்லாம் ஏற்றுக் கொண்டு மக்கள் கடவுளை மறந்து போய் விட்டனர்.

உலகில் தீமைகளும், தீய ஒழுக்கங்களும் தலை விரித்தாடின. பாலியல் நுகர்வு தொடர்பான தீய ஒழுக்கம், கெட்ட நிகழ்வுகள் சமூகத்தில் பெருகின. எங்கு பார்த்தாலும் கொலை, கொள்ளை, திருட்டு, மோசடி, துரோகம் என தீயவர்கள் எண்ணிக்கை உலகெங்கும் நிரம்பி வழிந்தது. உலகைப் படைத்த கடவுளுக்கு மிகுந்த சினம் உண்டாயிற்று.

அந்த மக்கள் கூட்டத்தில் ஒரே ஒருவன் மட்டும் கடவுளுக்கு அஞ்சி சான்றோனாக வாழ்ந்து வந்தான்.

கடவுள் அவன் முன்னே தோன்றினார். உலகெங்கும் நீக்கமற தீமை நிறைந்து விட்டதால் இந்த உலகத்தை ஆழிப் பெருவெள்ளத்தால் அழிக்க முடிவு செய்து விட்டதாக கடவுள் கூறினார்.

மிகவும் நல்ல மனிதனாகிய அவனை மட்டும் அந்த வெள்ளத்திலிருந்து காப்பதற்கு முடிவு செய்திருப்பதாக அறிவித்தார்.

மிகப்பெரிய மரக்கலம் ஒன்றைக் கட்டிக் கொள்ளுமாறு பணித்தார். உலகிலுள்ள உயிரினங்களில் ஒவ்வோர் இணையை அம்மரக் கலத்தில் ஏற்றிக் கொள்ளுமாறு கட்டளையிட்டார்.

அந்த மனிதனும் அவ்வாறே செய்து கொள்ள கடவுள் மழையைப் பெய்வித்து பெருவெள்ளத்தை உருவாக்கினார். அம்மனிதனும் இல்லத்தாரும் வெள்ளத்தினின்றும் காப்பாற்றப்பட்டனர்.

வெள்ளம் வடிந்ததும் மரக்கலத்தை திறந்து விடுமாறு கடவுள் பணித்தார். மனிதனும், விலங்குகளும், பறவைகளும் வெளியே வந்து தன்னைக் காத்த கடவுளுக்கு நன்றி கூறினர். புதிய தலைமுறையோடு புதிய உலகம் உருவாயிற்று. தீமைகள் அழிந்தன.

இந்த மூலக்கதையைத் தழுவியே பல சமயங்களிலும் உலகம் வெள்ளத்தால் அழிந்த கதை உருவாக்கப்பட்டுள்ளது.

அத்தனை சிறப்புகளுக்குரிய புதிய உலகின் தந்தையென கூறப்படுகின்ற நோவா என்ற அந்த மனிதனைப் பற்றிய ஆய்வுகள் இன்றளவும் தொடர்ந்து கொண்டு தான் இருக்கின்றன.

தொன்மக் கதைகள் அறிவியல் பார்வைக்கு கட்டுப்படாதவைகள் என்றாலும் கூட, அவைகளிலும் பல வரலாற்றுச் செய்திகள் பொதிந்து கிடப்பதை மறுப்பதற்கில்லை.

தொன்மக் கதைகள் என்று ஒதுக்கப்பட்ட பகுதிகளில் தான் ஆதாம், நோவா போன்றோரின் நிகழ்வுகள் இடம் பெற்றுள்ளன.

நோவா ஒரு வரலாற்று மாந்தனா அல்லது கற்பனைப் படைப்பா என்ற கேள்விக்கு இன்று வரை எவரும் விடை கூறவில்லை நோவா தனியொரு மனிதனா அல்லது ஒரு இனத்தின் உருவகமா என்பதற்கும் விடையில்லை.

தோரா, விவிலியம், குர்ஆன் ஆகிய மூன்று சமய நூல்களும் ஒன்றுக்கொன்று தொடர்பு கொண்டவை. பல்வேறு செய்திகளையும் ஒன்று போலவே கூறுகின்றன.

இன்று உலகில் வாழும் மக்களில் பெரும்பாலோர் மேற்கண்ட மூன்று சமயங்களைப் பின்பற்றி வருவதால் தான் 'நோவா' என்ற பிரளய (வெள்ளம்) காலத்து புதிய மனிதனைப் பற்றிய செய்திகளை உலகில் பலரும் அறிந்திருக்கிறார்கள்.

தோரா யூதரின் சமய நூலாகும். விவிலியம் கிறிஸ்துவின் கொள்கைகள் மற்றும் தோரா பற்றி கூறும் சமய நூலாகும். குர்ஆன் தோரா மற்றும் இயேசுவின் கொள்கைகள் மற்றும் நபிகள் நாயகத்தினால் அருளப் பட்ட கொள்கைகளைக் கொண்ட சமய நூலாகும்.

உலகை அழித்த வெள்ளம் உண்மையில் ஏற்பட்டதா? உலகின் ஒரு பகுதியை மட்டும் அழித்ததா அல்லது பெரும் பகுதிகளைக் காவு கொண்டதா? எக்காலத்தில் அந்நிகழ்வு நடைபெற்றது?

இதுபோன்ற கேள்விகளுக்கு இன்றைய ஆய்வுகளும், அறிவியல் விளக்கங்களும் இடையறாத பயணத்தை மேற்கொண்டிருப்பதை காண முடிகின்றது.

உலகின் படைப்புக்காலம் பற்றிய சமய இலக்கிய கதைகள் அனைத்தும் ஒன்று போலவே காணப்படுவதால் அலைகள் ஏதேனும் ஒரு மூலக்கதையின் தழுவலாக இருக்கும் வாய்ப்பு அதிகமாக தென்படுகிறது.

ஆதாம் முதலான படைப்புக்காலம் தொடங்கி நோவா வரையிலான வெள்ளக் காலங்களில் சொல்லப்பட்ட செய்திகளை தோரா, விவிலியம், குர்ஆன் ஆகிய மூன்று சமய நூல்களும் அப்படியே ஏற்றுக் கொண்டுள்ளன. ஏனெனில் அச்செய்திகள் கடவுளால் சொல்லப்பட்டதாகவே கருதப்பட்டதால் அதற்கு எதிராக கருத்துக்கள் ஆய்வுக்களங்களில் ஏற்றுக் கொள்ளப்படவில்லை.

படைப்பதிகாரம் என்ற ஆதி ஆகமத்தில் ஆதாம் முதல் நோவா வரையிலான கால நிகழ்வுகளை தொன்மக் கதைகளாக அறிவித்து விட்டனர்.

நோவா கதை என்பது வரலாற்றுக் கண்ணோட்டத்தில் நிறுவ இயலாத ஒன்று என்பதை விவிலிய ஆய்வாளர்களே ஏற்றுக் கொண்டுள்ளனர்.

உலகின் முதன்மொழி எதுவென்பதை ஆய்வு செய்ய முற்படும் போது நோவா என்பவனை விலக்கி விட்டு ஆய்வுகள் மேற்கொள்ள இயலாது என்பது உண்மை.

அது போன்றே உலகில் நாகரீகம், பண்பாடு, கல்வி, நுண்கலை, வேளாண்மை, தொழில்நுட்பம் போன்ற பழங்காலத்து துறைகளை ஆய்வு செய்பவருக்கு நோவா என்ற மனிதனை கடந்து போக முடியாது.

நோவா என்ற சொல் எம்மொழிச் சொல்? அவன் வாழ்ந்திருந்த நாடு எது? அவன் பேசிய மொழி என்ன? அவன் உண்மையிலேயே வரலாற்று மனிதன்தானா என்ற ஆய்வுகள் புதிய புதிய தகவல்களை தந்து கொண்டே இருக்கின்றன.

கி.மு. 3500 ஆண்டுகளில் வாழ்ந்திருந்த சுமேரியர் இனம் மெசபத்தோமியாவின் நாகரீக வளர்ச்சிக்கு வித்திட்டது.

சுமேரியருக்கு முன்பிருந்த மெசபத்தோமியர்கள் நாகரீக வளர்ச்சி யின் எந்த ஒரு தடயத்தையும் அங்கே பதித்ததாக அறிய இயல வில்லை. மெசபத்தோமியரும், சுமேரியரும் தங்களுக்கென வழிபாட்டு முறைகளைக் கொண்டிருந்தனர் என அறிய முடிகிறது.

கி.மு. 2000 ஆண்டுகளில் மெசபத் தோமியாவில் எபிரேயர் என்ற யூத இனத்தார் மோசே என்பவர் தலைமையில் ஒரு புதிய சமயத்தை தங்களுக்கென உருவாக்கிக் கொண்டனர்.

அச்சமயத்தின் விதிமுறைகளையும், வழிபாட்டு முறைகளையும் யூதரின் கடவுளே மோசே என்பவருக்கு அறிவித்துக் கொடுத்தார் என்று தோரா எனும் யூத சமயநூல் கூறுகிறது.

யூத சமயம் இன்றும் பலராலும் பின்பற்றப்பட்டவரும் உயிரோட்டமுள்ள மதமாக இருந்து வருகிறது.

யூத மரபில் தோன்றிய இயேசு கிறிஸ்து யூத சமயத்தின் கொள்கை களில் பல மாற்றங்கள் செய்து தமது புதிய கொள்கைகளையும் இணைத்துக் கொடுத்தார்.

இயேசுவின் தொண்டர்கள் பரப்பிய சமயம் கிறித்துவம் எனப்படு கின்றது. கிறிஸ்துவ சமயத்தின் நூலான விவிலியம், மோசே - இயேசு ஆகியோரின் கொள்கைகளை அடக்கிய நூலாகும்.

யூத சமய நூலான தோரா, கிறித்துவர்களின் வணக்கத்துக்குரிய நூலாக ஏற்கப்பட்டு அது பழைய ஏற்பாடு என்ற பெயரால் விவிலியத்தின் முதல் பகுதியாக விளங்கி வருகின்றது.

இயேசுவுடன் ஏற்பட்ட முரண்பாடுகள் காரணமாக யூதர்கள் விவிலிய நூலை ஏற்பதில்லை.

உலகம் தோன்றியது முதல் வெள்ளக்காலம் வரையிலான கதையை எபிரேய மொழி இலக்கியமான தோரா கூறுகிறது.

படைப்புக்காலம் முதல் வெள்ளக்காலம் வரையில் ஒரு பகுதி யாகவும், வெள்ளக் காலத்திற்குப் பிறகு தோன்றிய புது உலகம் இரண்டாவது பகுதியாகவும் அறியப்படுகின்றன. இந்த இரண்டாவது பகுதியின் தொடர் நிகழ்வுகளே விவிலியம் என்ற நூலில் விளக்கப் பட்டுள்ளன.

படைக்கப்பட்ட முதல் மனிதன் ஆதாமும் புதிய உலகின் முதல் மனிதன் நோவாவும் தோரா மற்றும் விவிலிய நூல்களில் சிறப்பாக பேசப்படுகின்றனர்.

எபிரேய மக்கள் கடவுளால் தெரிந்து கொண்ட மக்கள் என்று சொல்லப்படுவதால் கடவுள் படைத்த முதல் மனிதன் ஆதாமும், அவன் வழிவந்தவர்களும் தங்களுடைய இனமே என உறுதிப் படுத்திக் கொள்வதில் எபிரேயர்கள் ஆர்வம் கொண்டிருந்தனர்.

அதனடிப்படையில் படைப்புக் கதையை தங்களது தோரா நூலில் முதல் பகுதியாக இணைத்துக் கொண்டனர். மேலும் தோராவைத்

தொகுத்த ஆசிரியர் படைப்புக் கதை மெசபத்தோமியப் பகுதிகளி லேயே நிகழ்வுற்றது போன்ற தோற்றத்தை ஏற்படுத்தியுள்ளார்.

உண்மையில் கடவுளால் படைக்கப்பட்ட முதல் மனிதன் ஆதாம் வாழ்ந்திருந்த நாடும் அவனது மரபினரும் பேசிய மொழி பற்றி தெளிவான விளக்கங்களை தோரா கொடுக்கவில்லை.

ஆதாம் முதல் நோவா வரையிலான மரபில் நோவா பத்தாவது தலைவனாக அறியப்படுகிறான். சுமேரியா மெசபதோய கதைகளும் பத்து தலைமுறைகளைக் கூறுகின்றன.

விவிலியமும் தோராவும் கூறும் வெள்ள நிகழ்வும் நோவா பற்றிய கதையும் இதுதான்:

தன்னால் படைக்கப்பட்ட மாந்தனின் சிந்தனைகள் யாவும் குற்றங் களை கொண்டிருந்ததைக் கண்டு மனம் வருந்தினார் கடவுள். தீமையின் கூடாரங்களில் அவர்கள் யாவரும் குடியிருந்தது கண்டு கோபம் கொண்டார்.

அதன் காரணமாக தான் படைத்த மனித இனத்தை அடியோடு அழித்திட முடிவு செய்தார். மக்களை மட்டுமல்லாது மக்களின் நலனுக்காக படைக்கப்பட்ட விலங்குகள், பறவைகள் யாவற்றை யும் அழிக்க முடிவு செய்தார்.

அச்சமயம் நோவா என்பவன் மட்டுமே நல்லொழுக்கமும், இறை சிந்தனை மிக்கவனுமாக இருந்தான்.

அவனைக் கண்டு கொண்ட கடவுள் அவனை அழைத்தார். நான் பெருவெள்ளத்தை ஏற்படுத்தி உலகிலுள்ள அனைத்து உயிரினங் களையும் அழிப்பேன்.

உன்னுடன் நான் செய்து கொள்ளப் போகும் உடன்பாட்டின்படி நீயும், உன் மக்களும், மனைவியும் காப்பாற்றப்படுவீர்கள்.

காட்டிலுள்ள பெருமரத்தால் ஒரு பெரிய மரக்கலத்தை கட்டிக் கொள். அதில் பல்வேறு அறைகளை உருவாக்கி அவற்றின் மேலும், கீழும் ஒழுகாதவாறு பூசிக் கொள். மரக்கலத்தின் நீளம் 300 கூபித்து களும், அகலம் 50 கூபித்துகளும், உயரம் முப்பது கூபித்துகளுமாக

இருக்கட்டும். சூரியஒளி படுமாறு ஒரு திறப்பை ஏற்படுத்திக் கொள். பக்கவாட்டில் ஒரு வழியை உருவாக்கு. அடித்தளம், இடைத்தளம், மேல்தளம் என்றவாறு மூன்றடுக்கில் அம்மரக்கலம் இருக்கட்டும்.

உன்னுடன் நான் செய்து கொள்ள இருக்கும் உடன்பாட்டின் படி நீயும், உன் மனைவி, மக்களும் அந்த மரக்கலத்தினுள்ளே செல்லுங்கள்.

உலகிலுள்ள உயிரினங்களில் ஒவ்வொரு இணையையும் உயிருடன் எடுத்துக்கொள். உனக்கும், உனது மனைவி, மக்களுக்கும், உயிரினங்களுக்கும் தேவைப்படும் உணவுப் பொருட்களையும் சேர்த்து வைத்துக் கொள் என்று கடவுள் நோவாவைப் பார்த்து கூறினார்.

இன்றிலிருந்து ஏழாம் நாளில் உலகில் மழையையும், பெருவெள்ளத்தையும் உருவாக்கப் போவதாகவும், நாற்பது இரவும், பகலும் அவ்வெள்ளம் நீடிக்குமென்றும், இறுதியில் உலகிலுள்ள அனைத்து உயிரினங்களும் துடைத்தெறியப்படும் என்றும் கடவுள் நோவாவைப் பார்த்து கூறினார்.

கடவுள் கூறியவாறே நோவாவும், அனைத்தையும் செய்து முடித்த பின் அந்த ஏழாம் நாளில் நோவாவும் மரக்கலத்திலேறி கதவைச் சார்த்திக் கொண்டான்.

நாற்பது நாள் அளவில் வெள்ளம் பெருக்கெடுத்து உலகைச் சூழ்ந்தது. வெள்ளத்தில் உலகத்தின் அனைத்து உயிரினங்களும் மாண்டு போயின. நாற்பதாம் நாளில் நோவா ஒரு காக்கையை அனுப்பி வெள்ளம் வடிந்து விட்டதா என்று பார்த்தான்.

அது சென்ற சில பொழுதில் திரும்பி விட்டது. பிறகு ஒரு புறாவை அனுப்பினான். அதுவும் உட்கார நிலமின்றி திரும்பி வந்தது.

ஏழு நாள் சென்ற பின் மீண்டும் அப்புறாவை அனுப்பினான். அன்று மாலை அப்புறா தனது அலகில் ஒளி விளக்கொன்றைப் பிடித்துக் கொண்டு திரும்பி வந்தது.

வெள்ளம் வடிந்து போனதை அறிந்த நோவா தரையிறங்க விரும்பினான். அவனுடைய மரக்கலம் அராரத் என்ற மலை முகட்டில் நிலை

கொண்டிருந்தது. இறுதியாக கடவுள் நோவாவை மரக்கலத்தை விட்டு வெளியேறுமாறு கட்டளையிட்டார். தரையில் இறங்கிய நோவா கடவுளுக்கு தனது நன்றியைக் காட்ட தீ மூட்டி காவு கொடுத்தான்.

இதன் மணத்தை நுகர்ந்த கடவுள் இனியொரு காலத்திலும் உலகை அழிக்கப் போவதில்லை என்றார்.

கடவுள் நோவாவையும், அவனது மனைவி மக்களையும் வாழ்த்தி இப்புதிய உலகில் உங்கள் மரபு பல்கிப் பெருக்கட்டும் என்றார்.

●

அராபியக் கதையிலும் பிரலியம் எனும் பெருவெள்ளம் உலகை அழித்த நிகழ்வு கூறப்படுகிறது.

வெள்ளம் ஏற்பட்டதையும் அவ்வெள்ளத்திலிருந்து நூஹ் நபி காக்கப்பட்டதையும், அல்லாவை மறந்தவர்கள் வெள்ளத்தில் மூழ்கடிக்கப்பட்டதையும் நபிகள் நாயகத்துக்கு அல்லா விளக்கிய தாக திருக்குர்ஆன் தெரிவிக்கிறது.

இதன் மூலம் நூஹ்நபி (நோவா) என்ற மனிதன் இருந்ததையும் அவன் வெள்ளத்திலிருந்து காக்கப்பட்டதையும் மற்ற மக்கள் மூழ்கடிக்கப்பட்டதையும் உண்மையான நிகழ்வென்றே தெரிவிக் கின்றது. யூத சமய இலக்கியமான தோராவும் அது உண்மை நிகழ் வென்றே கூறுகிறது.

மரக்கலம் தயார் செய்வதற்கு அடிபெருத்த மரம் என்றும் நீர்க் கசிவுக்கு உள்ளாகாத மரம் என்றும் அரேபியக் கதையில் கூறப்படுவது பலா மரத்தையே என்கிறார்கள்.

வெள்ளம் வடிந்த பின் மரக்கலம் அல்-ஜீடி என்ற மலையில் நிலை கொண்டதாகக் கூறப்படுகிறது.

அல்ஜீடி என்பது விவிலியக் கதையில் கூறப்படும் அராரத் என்ற மலைதான் என்று கூறப்படுகிறது.

இம்மலைத் தொடர் ஆர்மீனியாவிற்கும், மெசபத்தோமியா விற்கும் இடையில் உள்ளதாகும். இன்றைய துருக்கியின் தென் கிழக்கிலும் ஈராக் மற்றும் சிரியாவுக்கு கிழக்கிலும் உள்ளது.

அந்த மரக்கலத்தில் உடைந்த மரத்துண்டு அராரத் மலைப்பகுதி யில் கண்டெடுக்கப்பட்டதாக நம்புகின்றனர்.

●

மகா பிரளயம் எனும் பெருவெள்ளம் குறித்த செய்திகள் பாபிலோனை அகழாய்வு செய்தபோது ஏராளமாகக் கிடைத் துள்ளன. அசீரிய மன்னன் ஆசூர் பனிபால் என்பவனுடைய நூல் நிலையம் ஒன்றும் அண்மையில் கண்டறியப்பட்டது.

அங்குதான் மெசபத்தோமியா வெள்ளக்கதை பற்றிய குறிப்புகள் கிடைத்தன. இக்குறிப்புகள் கி.மு. 3500 ஆண்டுகளுக்கு முற் பட்டவையென ஆய்வாளர்கள் கருதுகின்றனர். இவையன்றி வேறு சில குறிப்புகளும் கண்டெடுக்கப்பட்டுள்ளன. இவற்றுள் சிறப்புக் குரியதாக கருதப்படுவது கில்காமேஷ் என்ற பாட்டிலக்கியமாகும்.

கிர்காமேஷ் என்பவன் சூரிபாக் என்ற நாட்டின் மன்னனாவான். இவனுக்கு சேய் சூத்திரன் என்ற பெயரும் உண்டு. இவன் இறவா வரம் பெற்றவன். அதனால் கர்வம் கொண்டு குடிமக்களை கொடூர மாக துன்புறுத்தி வந்தான்.

கொடிய விலங்குகளுடன் வாழ்ந்து வந்த எங்கிடு என்பவனுடன் கில்காமேஸ் நட்பு கொண்டான். இரண்டு கொடியவர்களும் இணைந்து இன்னும் கொடுமைகள் அதிகம் செய்யத் தலைப் பட்டனர். இதன் காரணமாக இவர்களை அழித்திட முடிவு செய்த கடவுள் எங்கிடுவைக் கொன்றார்.

தன்னையும் கடவுள் கொன்று விடுவார் என அச்சப்பட்ட கில் காமேஷ் சாவினின்றும் தப்பிக்க இருக்கிறதா என்று ஆராய்ந்தான்.

அப்போது வெள்ளத்தினின்றும் உலகில் உயிர் பிழைத்த உட்நா பிஷ்டிம் என்பவனை மிகுந்த முயற்சி செய்து சந்திக்கிறான் கில்காமேஷ்.

உட்நா வெள்ளம் எவ்வாறு தோற்றுவிக்கப்பட்டது மரக்கலம் எவ்வாறு கட்டப்பெற்றது கடவுள் தன்னை எவ்வாறு காப்பாற்றினார் என்பதை கிர்காமேஷுக்கு விளக்கிக் கூறினான்.

●

**மெ**சபத்தோமியக் கதையில் வரும் அனைத்து நிகழ்வுகளும் சுமேரிய இலக்கியத்தில் காணப்படுகின்றன.

கில்காமேஷ் பெயரும் அவனுடைய மற்றொரு பெயரான சேய் சூத்ரா என்ற பெயரும் சுமேரிய இலக்கியத்தில் காணப்படுகின்றன.

கருப்பாக் என்ற நகரில் வாழ்ந்து வந்த சேய் சூத்ரா தில்மண் என்ற கதிரவன் தோன்றும் நாட்டில் வாழ்ந்ததாக சுமேரியம் கூறுகிறது.

மெசபத் தோமியாவின் தென்பகுதியான பாபிலோனில் குடியேறியவர்களாக சுமேரியர் கருதப்படுகின்றனர். இவர்கள் பாரசீக வளைகுடா வழியே வந்து பாபிலோனை வென்று அங்கு நிலையான ஆட்சியை ஏற்படுத்தியவர்கள்.

●

**ஆ**ரிய சமயத்திலும் மிகப் பெரிய ஜலப்பிரளயம் ஏற்பட்டது குறித்து கதைகள் கூறப்படுகின்றன. மனு என்பவன உலகின் முதல் மாந்தன் என்று புராணங்கள் கூறுகின்றன.

மனுஸ்மிருதி என்ற நூல் மனு என்பவனால் எழுதப்பட்டதாக கூறுவர். அந்நூலில் பதினான்கு வேறுபட்ட மனிதர்களை மனு என்ற பெயரில் அழைத்ததாகக் குறிப்பிட்டுள்ளது.

இவ்வுலகில் தோன்றிய முதல் மனுவைச் சுயம்பு என்று கூறி அவன் யாராலும் படைக்கப்படாமல் தன்னிலே தோன்றியவன் என்று விளக்கப்பட்டுள்ளது.

அவனிடமிருந்து தோன்றியவர்களை மனு ஜாதி மக்கள் என்றும் கூறுவர். ஏழாவது மனுவே வெள்ளத்தோடு தொடர்புடையவனாவான். இவனே இரண்டாவது உலகத்தின் உயிரினத் தோற்றத்துக்கு உரியவனாவான். இந்த மனுவை சமஸ்கிருத ஆய்வாளர்கள் விவிலியத்தின் நோவா என்பவனுடன் ஒப்பிடுகின்றனர்.

இந்த மனு ரிக்வேத ஆசிரியர்களில் ஒருவன் என்றும் கூறுப்படு கின்றான். சூரியனுக்கு யமன் மற்றும் மனு இருவரும் பிள்ளைகளாவர்.

இவனை வைவஸ்தா என்று அழைத்தனர். அயோத்தியை உருவாக்கிய முதல் மன்னன் இவனே.

வைவஸ்வதன் குலம்தான் சூரியகுலம் என்று கூறப்படுகிறது. இராமன் இம்மரபில் தோன்றியவனே.

ஏழாவது மனுவாகிய வைவஸ்வதன் காட்டில் தவமிருந்து வந்தான். ஒரு நாள் காலையில் உணவுண்ட பின் கை கழுவ பக்கதிலிருந்த ஆற்றுக்கு சென்றான்.

இரு கைகளாலும் நீரை அள்ளிய போது ஒரு மீன் குஞ்சு அந்நீரில் இருந்தது. அதனை மீண்டும் நீரில் விட்டுவிட எண்ணிய போது அம்மீன் பேசியது.

தன்னை எடுத்துச் சென்று வளர்க்குமாறு கேட்டுக் கொண்டது. அவ்வாறு வளர்த்து காப்பாற்றினால் எதிர்காலத்தில் உலகம் வெள்ளத்தால் அழிக்கப்படும் போது மனுவைக் காப்பதாக உறுதி கூறியது.

மனுவும் அம்மீனை தன் குடிலுக்கு எடுத்து வந்து ஒரு குடத்திலிட்டு வளர்த்து வந்தான். அது நாளும் வளர்ந்து பெரிய மீனாக வளர்ந்தது. அதன் வளர்ச்சிக்கேற்றவாறு குளம், ஏரி, ஆறு, கடல் என்றவாறு விட்டு வளர்த்து வந்தான்.

சில ஆண்டுகளில் மலையைப் போன்ற உருவத்துடன் அம்மீன் காணப்பட்டது. ஒரு நாள் மீன் அவனைப் பார்த்து கூறியது.

இந்த உலகைப் பெருவெள்ளம் ஒன்று அழிக்கப் போகின்றது. ஒரு பெரிய மரக்கலத்தை செய்து கொள். அம்மரக்கலத்தில் உலகத்தி லுள்ள ஜீவராசிகளையெல்லாம் ஏற்றிக்கொள்.

வெள்ளம் தோன்றும் காலத்தில் ஒரு வலிமையான கயிற்றால் மரக் கலத்தை பிணைத்து அதன் மறு நுனியை எனது மூக்கில் கட்டிவிடு. வெள்ளக்காலம் முழுவதும் உன்னையும், ஜீவராசிகளையும் நான் காத்து வருவேன். வெள்ளம் வடிந்தவுடன் நீ வெளியேறி விடலாம்.

மீன் கூறியபடியே மனு பெரிய மரக்கலம் ஒன்றைக் கட்டிக் கொண்டான். ஒரு நாளில் வெள்ளம் சூழ்ந்த போது மீன் குறிப்பிட்டவாறே உலகின் உயிரினங்களை அம்மரக்கலத்தில் ஏற்றிக் கொண்டான்.

மரக்கலத்தை கட்டியிருந்த கயிற்றை தனது மூக்கின் எலும்பால் பற்றிக் கொண்ட மீன் வெள்ளம் வடியுமட்டும் மரக்கலத்தை காத்து வந்தது. வெள்ளம் வடிந்து விட்டதா என்பதை அறிய பறவை யொன்றை மனு அனுப்பி பார்த்தான். அது மீண்டும் வராததால் வெள்ளம் வடிந்து விட்டதை அறிந்து மரக்கலத்திலிருந்து இறங்கினான்.

உயிரினங்களையும் இறக்கி விட்டான். மீனுக்கு நன்றி செலுத்தி னான். அந்த மீன் மகாவிஷ்ணு என்றும் பிரம்மா என்றும் புராணங்கள் கூறுகின்றன. சித்தர் புராணங்களிலும் மகா பிரளயம் குறித்த செய்திகள் பதிவு செய்யப்பட்டுள்ளன.

🌢

**2. இயற்கைப் பேரழிவு**

இயற்கையாக நிகழும் இடையூறுகளால் சுற்றுச்சூழலுக்கு ஏற்படும் பாதிப்புகளைக் குறிப்பதாகும். (எடுத்துக்காட்டாக, வெள்ளப்பெருக்கு, எரிமலை வெடிப்பு, சூரிய கிளர் கற்றைகள், சூறாவளி, நிலநடுக்கம், மண்சரிவு, சுனாமி, பனிச்சரிவு, வெள்ளம் போன்றவை), இந்தப் பேரழிவால் மிகையான அளவில் பொருட் சேதம், உயிர்ச்சேதம், ஏற்படுவதுடன் சுற்றுச்சூழலும் விவரிக்க இயலாத அளவிற்கு சேதமடைகிறது. இதனால் ஏற்படும் பெரும் நட்டத்தை தாங்கிக் கொள்வது சுலபமல்ல, அதன் சுவடுகள் வாழ் நாள் முழுதும் பாதிப்படைந்தவர்களை துன்பத்திலும், துயரத்திலும் ஆழ்த்தினாலும், ஒரு வகையில் இந்தக் கஷ்ட நஷ்டங்களைத் தாங்கி மீள்வதற்கான செயல்பாடுகளை அந்நாட்டு மக்களும், சமூகமும் எடுக்கும் விரைவான நடவடிக்கைகளை மிகவும் சார்ந்தே, சுற்றுப்புற சூழ்நிலைகளை பழைய நிலைமைக்கு கொண்டு வருவதற்கான மிகச்சிறந்த, தெளிவான வழியாகும்.

அது மட்டுமின்றி, பேரழிவில் இருந்து மீண்டும் எழுவதற்கும், அதைத் துணிந்து போராடுவதற்கும், மக்கள் தன்னம்பிக்கையுடன்

அதைப் புத்தியுடன் துணிந்து செயல்படுவது மிகவும் முக்கிய மாகும். மக்களின் ஆதரவு, அவர்கள் திறமையுடனும் விரைவாகவும் எடுக்கும் ஆக்கபூர்வமான செயல்பாடுகள், பதட்டப்படாமல் ஒற்றுமையுடன் செயல்படுதல், நேரம் காலம் பாராமல் அனைவரும் தமது பங்கை அளித்து சிரமங்களைப் பாராமல் செயல்படுவதால் நிலைமையை ஓரளவிற்கு கட்டுப்பாட்டிற்குள் வைத்துக் கொள்ள சாத்தியமாகும், மேலும் நஷ்டங்களையும், பாதிப்புகளையும், ஓரளவிற்கு குறைக்கவும் வழி செய்யலாம்.

நாம் முக்கியமாக புரிந்து கொள்ள வேண்டிய அடிப்படையான கூற்று இதுவேயாகும். காற்றானது சீற்றமடைந்து ஆலமரத்தையே வேரோடு சாய்ப்பது போலவே, அளவு கடந்த இடர்பாடுகள் ஒரே நேரத்தில் தொடர்ச்சியாக நிகழும் பொழுது, அதுவே பேரழிவாக ஊறுபட்டு பேரழிவுகளுக்கு வித்திடுகிறது. இயற்கையாக எழும் இடர்பாடுகள் சில பாதிப்படையக்கூடிய இடங்களில் மிகையாக நிகழும்போது மட்டுமே பேரழிவிற்கு வழிவகுப்பதாகக் காணப்படு கிறது, இதற்கு எடுத்துக்காட்டாக குறிப்பிடுவது என்னவென்றால், மக்கள் வசிக்காத இடங்களில் கடுமையான நில நடுக்கம் ஏற்படுவ தில்லை. இவ்விடத்தில் இயற்கை என்ற சொல்லே பிற்பாடு விவாதத் திற்குரியதாக உள்ளது, ஏன் என்றால் அழிவுச் சம்பவங்கள், இடையூறுகள் அல்லது இடர்ப்பாடுகள் அனைத்துமே மனிதர்கள் சம்பந்தப்பட்டு இருந்தால் மட்டுமே அர்த்தமுடையதாயிருக்கும், என்ற விவாதமே. சொல்லப் போனால், மக்கள் வசிக்காத இடங் களில் நடைபெறும் சம்பவங்களைக் குறித்து மனிதர்கள் தெரிந்து கொள்ளாமலும், அக்கறை காட்டாமலும் இருக்கலாம்.

ஓர் இயற்கை இடையூறு என்பது, அதைச் சார்ந்த மக்களையும், சுற்றுச் சூழலையும் எதிர்மறை விளைவுகளுடன் பாதிக்கும் தன்மை யுடைய அபாயங்களை அல்லது அச்சுறுத்தல்களைக் குறிக்கும் ஒரு நிகழ்வாகும். பல இயற்கையான இடையூறுகள் ஒன்றுடன் ஒன்று என தொடர்பு கொண்டவையாகும், உதாரணமாக, நிலநடுக்கம் காரணமாக சுனாமி உருவாகலாம், வறட்சியின் விளைவாக நேரடியாக பஞ்சம், பஞ்சமும் அதனுடனேயே சேர்ந்து கொள்ளை

நோய், கொள்ளை நோயும் தொற்றலாம். 1906 ஆம் ஆண்டில் ஸான் பிரான்ஸிஸ்கோவில் நிகழ்ந்த நிலநடுக்கம் ஓர் பேரழிவாகும், ஆனால் பொதுவாக நடைபெறும் நிலநடுக்கங்கள் இடையூறாக அமைவதே பேரழிவிற்கும், இடர்ப்பாட்டிற்கும் இடையே நிலவும் பாகுபாட்டை விளக்கும் ஒரு வலுவான எடுத்துக்காட்டாகும். இடையூறுகள் பிற்பாடு வரப்போகும் எதிர்கால நிகழ்ச்சிகளோடு தொடர்பு கொண்டிருக்கும், பேரழிவுகள் கடந்த காலத்துச் சம்பவங்கள் அல்லது நடப்புச் சம்பவங்களோடு தொடர்பு கொண்டிருக்கும்.

**பனிச்சரிவு**

குறிப்பிடத்தகுந்த பனிப்பாறை சரிவுகள் பின்வருவனவாகும்.

- 1910 ஆம் ஆண்டு வேல்லிங்க்டன் பனிப்பாறை சரிவு
- 1954 ஆம் ஆண்டு ப்லோன்ஸ் பனிப்பாறை சரிவு
- 1970 ஆம் ஆண்டு ஆன்காஷ் நிலநடுக்கம்
- 1999 ஆம் ஆண்டு கால்டுர் பனிப்பாறை சரிவு
- 2002 ஆம் ஆண்டு கொல்கா-கர்மடோன் பாறை பனி சரிவு

**நிலநடுக்கங்கள்**

புவி ஓட்டில் திடுமென எதிர்பாராமல் ஏற்படுகின்ற அசைவே நில நடுக்கமாகும். அதன் அலை அதிர்வுகள் பரும அளவில் மாறுபடும். நிலநடுக்கத்திற்கு காரணமாக அமைந்த நிலத்தின் அடியிலான (கீழான) பிறப்பிடத்தினை 'குவியம்' என்றழைப்பர். அந்த குவியத்தின் நேர் மேலுள்ள முனையினை 'அதிர் மையம்' என்றழைப்பர். அவ்வாறு நில நடுக்கங்கள் ஏற்படும் பொழுது மக்களையோ அல்லது விலங்குகளையோ அது பாதிப்பதில்லை.

நிலநடுக்கத்தின் காரணமாக, இரண்டாம் பட்ச நிகழ்வுகளான கட்டிடங்கள் பாழடைந்துச் சரிதல், காட்டுத்தீ பரவுதல், சுனாமி உருவாகுதல், எரிமலை வெடித்தல் போன்ற நிகவுகளின் பின்னணி யில் மக்களுக்கு பேரழிவுகளுடன் பேரிழப்பும் நேரிடுகிறது. பலமான கட்டிடங்களைக் கட்டுவது, சிறப்பான பாதுகாப்பு

முறைகளை செயல்படுத்துவது, ஆரம்ப காலத்திலேயே எச்சரிக்கை செய்வது, முன்னதாகவே மக்களை இடம் பெயருவதற்கான முன்னேற்பாடுகளை திட்டமிட்டு செயல்படுத்துவது, ஆகிய சீரான நடவடிக்கைகள் மூலம் இதுபோன்ற பேரழிவு இடர்பாடுகளில் இருந்து ஓரளவிற்கு தடுக்கவோ அல்லது தவிர்க்கவோ முனையலாம். எனவே இயற்கையல்லாத பேரழிவு என்ற கூற்று சட்டப்படி வாத ஆதாரமற்ற ஏற்றுக்கொள்ள முடியாத கூற்றாகும்.

நிலவியல் குறைபாடுகள் ஒன்று சேர்ந்து ஒரே இடத்தில் குவிந்து விட, அவை யாவற்றையும் ஒரே நேரத்தில் உடனுக்குடன் வெளியேற்றும் இயற்கை நிகழ்வுகளால் நில நடுக்கங்கள் ஏற்படு கின்றன.

*சமீப காலங்களில் நிகழ்ந்த மிகக் குறிப்பிடத்தக்க நிலநடுக்கங் களாவன:*

- *2004 ஆம் ஆண்டில் நிகழ்ந்த இந்தியப் பெருங்கடல் நிலநடுக்கம் வரலாற்றில் இரண்டாம் மிகப்பெரிய நிலநடுக்கமாக, குறித்த தருணத்தில் 9.3 என்ற அளவில் பதிவானது. இந்த நிலநடுக்கம் தூண்டிவிட்ட பெரும் சுனாமி ஆழிப் பேரலை காரணமாக 229,000க்கும் மேற்பட்ட மக்கள் மரணமடைந்தார்கள்.*
- *2005 ஆம் ஆண்டு காஷ்மீர் நிலநடுக்கம், அதன் அளவு 7.6-7.7 என்றிருக்க, பாகிஸ்தானில் 79,000 பேர்கள் அகால மரண மடைந்தார்கள்.*
- *7.7 பருமனளவு கொண்ட ஜூலை 2006 ஆம் ஆண்டு ஜாவா நிலநடுக்கம், சுனாமி ஆழிப் பேரலைகளை முடுக்கிவிட்டது.*
- *அதேபோல் 7.9 பருமனளவில் மே 27, 2008 அன்று சிசுவான் நிலநடுக்கம் சீனாவில் சிசுவான் பிரதேசத்தில் நிகழ்ந்தது. மே 27, 2008 அன்று 61,150க்கும் மேற்பட்டவர்கள் மாண்டார்கள்.*

**லாஹர்ஸ்**

லாஹர் என்பது ஒரு எரிமலைச் சேற்றுப் பெருக்கமாகும் அல்லது நிலச்சரிவாகும். அதனால் நிலச்சரிவும் நிகழ்வதுண்டு. 1953ஆம் ஆண்டில் 'டாங்கிவாய் பேரிழப்பு' ஒரு லாஹாரால் நிகழ்ந்தது. அதே

போல் ஆர்மிரோ பெருந்துன்பம் என்ற பேரழிவின் போது ஆர்மிரோ நகரம் முழுதும் புதையுண்டதுடன் 23000 பேர்கள் அதில் சிக்கி மடிந்தனர்.

### நிலச்சரிவுகளும் சேற்றுப் பெருக்கமும்

இவை கலிபோர்னியா பகுதிகளில் கனமழை பெய்து முடிந்த காலத்தில் தவறாமல் அடிக்கடி நிகழ்பவையாகும்.

### எரிமலை வெடித்துச் சிதறுதல்

எரிமலை வெடித்துச் சிதறும் நிகழ்வே பேரழிவாகலாம், அல்லது அக்கினிப் (தீப்பாறைகள்) பாறைகள் வீழ்வதும் பேரழிவாக உள்ளது. அப்படி மிகையானவை வெடித்துச் சிதறியதும் பற்பல விளைவுகள் தோன்றிட அது மானிட வாழ்க்கைக்கு ஊறுபயக்கின்றது.

ஒரு எரிமலை வெடித்து பேரழிவாக சிதறும்போது 'லாவா' தீக்குழம்பு வெளிப்படும். அதில் மிகையான வெப்பத்துடன் கூடிய உள்ளிருக்கும் பாறைகளும் இருக்கும். அதனுள் பல்வேறு வேறு பட்ட வடிவங்கள் மென்மைத் துகளாகவும், பிசு பிசுப்பாகவும் இருக்கும். இது எரிமலையில் இருந்து சிதறும் போது எதிரில் காணும் கட்டடங்கள் மற்றும் தாவரங்கள் எல்லாவற்றையும் பொசுக்கி அழித்து விடும்.

எரிமலை சாம்பல் - என பொதுவாக பொருள்படுவது- குளிர்ந்த படி சாம்பல் மேகமாக வடிவு எடுக்கும், அருகிலுள்ள பகுதிகளில் அடர்ந்து தங்கிவிடும். நீருடன் கலந்தவுடன் 'திண்காறை' போல ஒரு கட்டியான பொருளாகி விடும். போதுமான அளவில் இத்தகைய சாம்பல் அதன் எடையால் மேல் கூரையையே நொறுக்கிவிடும். சிறிதளவு சுவாசித்தாலே போதும், உடல் ஆரோக்கியத்தை முழுமை யாக பாதித்து விடும். அந்த சாம்பலில் பொடித்த கண்ணாடித்தூள் கலந்து உள்ளதால் எஞ்சின் போல அசையும் உள்பகுதிகள் உராய்ந்து பாதிப்படையும்.

உன்னத அக்கினி மலைகள் : டோபா பேரழிவு கோட்பாட்டின்படி 70 முதல் 75 ஆயிரம் வருடங்கள் முன்னர் டோபா ஏரியில் நிகழ்ந்த

உன்னத எரிமலை சீற்றம் காரணமாக மக்கள் தொகை பத்தாயிரம் மக்கள் அல்லது ஆயிரம் உற்பத்தி ஜோடிகள் என்று குறுகியதால் மனித படிமலர்ச்சியில் ஒரு இக்கட்டான நிலை உருவானது. அது வட கோளரங்கத்திலுள்ள முக்கால் வாசி அளவு தாவர இனங்களை யும் அழித்தது. உன்னத அக்கினி மலை கக்கும் சாம்பல் அதிவிரை வாக கார்மேகம் போல் படர்ந்து உலகெங்கும் தட்ப வெப்ப சீதோஷ்ண நிலையில் பல நூற்றாண்டுகளுக்கு பாதிக்கும் தன்மை கொண்டதாகும்.

பழம் பாறைகளின் துண்டுகளிலிருந்து ஒழுகும் உஷ்ண ஊற்று களில் நிரம்பி உள்ளதெல்லாம் வெப்ப எரிமலையின் சாம்பலாகும். அது வாயு மண்டலத்தில் ஊடுருவி பரவி தன்னுடைய எடை, ஆற்றொழுக்கு இரண்டாலும் விரிவடைந்து போகும் பாதையில் எதிர்கொள்ளும் பொருட்கள் யாவையும் எரித்துத் தள்ளுகிறது. ஒரு எரிமலைத் துண்டின் உஷ்ண ஊற்று ஒழுக்கே, மும்பை முற்றிலுமாக சீரழிந்து போனதற்கு முக்கிய காரணம் என்று நம்புகிறார்கள்.

**பெரு வெள்ளம்**

வரலாற்றுப் பதிவுகளில் இடம் பெற்ற மக்களை வெகுவாக பாதித்த ஒரு சில மிக குறிப்பிடத்தக்க வெள்ளங்கள் ஆவன:

- ஹுவாங் ஹ என வழங்கும் சீனாவின் புகழ் பெற்ற மஞ்சள் ஆறு அடிக்கடி வெள்ளப் பெருக்கெடுத்து ஓடுவதற்கு பிரபலம் அடைந்ததாகும். 1931 ஆம் ஆண்டில் நிகழ்ந்த மிகப் பெரிய வெள்ளம் காரணமாக 800,000 முதல் 4,000,000 மக்கள் இறந்தனர்.
- அமெரிக்க ஐக்கிய நாடுகளில் 1993 ஆம் ஆண்டில் நிகழ்ந்த பெரிய வெள்ளம் வரலாற்றில் இடம் பெற்ற பெரும் அளவில் மக்களை பாதித்து அதிக அளவில் நஷ்டம் விளைவித்த ஒரு நிகழ்வாகும்.
- 1998 ஆம் ஆண்டில் சீனாவின் யாங்சே ஆற்றின் வெள்ளப் பெருக்கு பெரும் பேரழிவாக பதினான்கு மில்லியன் மக்களை பாதித்து வீடு, வாசல் அனைத்தையும் இழக்க நேர்ந்தது.

- 2000 ஆம் ஆண்டில் நிகழ்ந்த மொசாம்பிக் பெருவெள்ளம் நாட்டின் பெரும்பான்மையான நிலப்பகுதிகளை மூன்று வாரங் களுக்கும் மேல் முழுமையாக மூழ்கடித்தது, அதன் விளைவாக பல ஆண்டுகளுக்கு அந்த நாடு சீரழிந்து தலை தூக்க இயலாத நிலைமை ஏற்பட்டது.

  வெப்ப மண்டலங்களில் ஏற்படும் சூறாவளிக்காற்று பொங்கும் புயல் பேரலை எழுச்சியுடன் கூடிய விரிவான வெள்ளப் போக்கை, பின்வரும்படி, பல இடங்களில் ஏற்படுத்தியது.

- போலா சூறாவளிக்காற்று கிழக்கு பாகிஸ்தான், பாகிஸ்தானை அதாவது தற்சமயம் பங்களாதேஷ் நாட்டை 1970 ஆம் ஆண்டில் மிக மோசமாக வீசி தாக்கியது.

- 1975 ஆம் ஆண்டு சீனாவை தைபூன் நினா என்ற சூறாவளி தாக்கியது.

- வெப்ப மண்டல சூறை அள்ளிசண் 2001 ஆம் ஆண்டில் டெக்சாஸ் மாநிலத்திலுள்ள ஹியூஸ்டன் நகரத்தை கடுமையாக தாக்கியது.

- கத்ரீனா சூறாவளி நியூ ஓர்லீன்ஸ் எனும் மாகாணத்தையே முற்றிலுமாக 2005 ஆம் ஆண்டில் நீரில் மூழ்கடித்தது. 'லேவீ' எனப்படும் தடுப்புக்கரையை சரிவர அமைப்பதில் தோல்வி கண்டதால், அந்த மாநிலத்தில் மிகையான வெள்ளப் பெருக்கு ஏற்பட்டு மாநிலத்தையே சீர்குலைய வைத்தது.

**ஏரி வெடித்துக் கிளம்புதல்**

ஏரி வெடித்து நீர்ப்பெருக்கு ஏற்படுவதுண்டு. அதன் காரணம் கரியமில வாயு. $(CO)_2$ எனப்படும் கரியமில வாயு ஏரியின் ஆழத்தில் இருந்து வெடித்து நீர் பொங்கி வருவதாகும், இதன் விளைவாக வனவிலங்குகள், கால்நடைகள், மனிதர்கள் யாவரும் பிராண வாயு இல்லாததால், மூச்சுத் திணறல் ஏற்பட்டு பாதிப்பு அடையலாம்.

அப்படி ஏரியில் இருக்கும் நீரை இடம் பெயர்த்து, கரியமில வாயு வெடித்துக் கிளம்பும் சம்பவத்தால் ஏரியில் சுனாமி ஏற்படும்

வாய்ப்புகள் உள்ளன. நிலச்சரிவுகள், எரிமலை சீற்றம் அடைவது அல்லது வெடித்துச் சிதறுதல் ஆகிய எதிர்வினைகளை இது போன்ற ஏரி வெடிப்பு சம்பவங்கள் முடுக்கி விடுவதாக அறிவியல் நிபுணர்கள் நம்புகிறார்கள்.

இதுநாள் வரை, இரண்டே இரண்டு ஏரி வெடிப்பு நிகழ்வுகள் மட்டுமே கவனத்திற்கு உட்பட்டு பதிவாகியுள்ளது.

1984 ஆம் ஆண்டில், கமரூன், பகுதியில் ஏரி மொனௌன் என்ற ஏரியில் நிகழ்ந்த வெடிப்பின் காரணம் அருகில் வாழ்பவர்கள் 37 பேர் மரணமடைந்தார்கள்.

அதன் அருகில் ஏரி ந்யோஸ் என்ற ஏரியில் 1986 ஆம் ஆண்டில் நடந்த பெரும் வெடிப்பில் 1,700 முதல் 1,800 பேர்கள் மூச்சு திணறல் ஏற்பட உயிர்துறந்தனர்.

### சுனாமிகள் 'ஆழிப் பேரலைகள்'

கடலுக்குள் நிலநடுக்கம் சுனாமியாக திரிந்துவிடும், அப்படி ஒரு சம்பவம் ஆஓ நங், தாய்லாந்து அலாஸ்கா நாட்டில் 2004 ஆம் ஆண்டு இந்தியன் பெருங்கடலின் நிலநடுக்கம் நிகழ்ந்தது. சில நேரங்களில் நிலச்சரிவு நிகழ்வுகளும் இதற்கு வித்திட்டு அதனால் நடந்த நிகழ்வுகள்: அலாஸ்காவின் லிடுய விரிகுடாவில் நடந்தது.

- ஆஓ நங், தாய்லாந்து (2004). 2004 ஆம் ஆண்டில் இந்தியன் பெருங்கடல் நில நடுக்கம் காரணமாக குத்துச் சண்டை நாள் சுனாமி ஏற்பட்டு அவ்விடத்தில் பேரழிவை ஏற்படுத்தியது.

- லிடுய விரிகடல், அலாஸ்கா (1953). ஒரு பெரிய அளவு சுனாமி இங்கு நடந்தது. அதுவே பதிவு செய்ததில் மிகப்பெரும் நிகழ்வாகும்.

- இது நிலஅசைவு அட்டவணை அதற்குள் இடம் பெறும் வகை யாகும், ஏன் எனில் இது நில நடுக்கத்தோடு தான் இது ஆரம்ப மாயிற்று.

**வானிலை பேரழிவுகள் :**

**பனிப்புயல்கள்**

அமெரிக்க ஐக்கிய நாடுகளில் வீசிய முக்கியமான பனிப்புயல்கள் ஆவன:

- 1888 ஆம் ஆண்டில் வீசிய மிகப்பெரும் பனிப்புயல்
- பள்ளி வீடு பனிப்புயல் அதே வருடம் முன்கூட்டியே வீசியது.
- அர்மிச்டிசே டே

  பனி சூறாவளி, அர்மிச்டிசே நாள் பனிப்புயல் - 1940 ஆம் ஆண்டு நிகழ்வு
- 1993 ஆம் ஆண்டு நூற்றண்டின் புயல்

**சூறாவளிப் புயல்கள்**

சைக்ளோன் சூறாவளி, டிரபிகள் அயன மண்டல சூறை, ஹரிகேன் சுழல்காற்று, தைபூன் சண்டமாருதம் ஆகிய புயல்கள் எல்லாமே அரிய இயல் நிகழ்ச்சிகளாகும். சூறாவளி புயல் வீசுவது அனைத்தும் கடல்பரப்பின் மேல் நடைபெறுகிறது. 1970 ஆம் ஆண்டில் நிகழ்ந்த போலா சூறாவளி மிகவும் கடுமையானதாகும், அதை விட பயங்கர மான சூறாவளி அட்லாண்டிக் சூறைக்காற்று 1780 ஆம் ஆண்டில் மார்டிநிக்குயூ செயின்ட் யூச்டேடுயஸ் மற்றும் பார்படாஸ் ஆகிய இடங்களை தாக்கியதாகும். 2005 ஆம் ஆண்டில் வீசிய கத்ரினா புயலானது அமெரிக்க ஐக்கிய நாடுகளின் கடலோர வளைகுடா பகுதியை முற்றிலுமாக அழித்தது.

**வறட்சி**

வரலாற்றில் பதிவுபெற்ற மக்களை மிகவும் பாதித்த வறட்சிக் காலங்கள் ஆவன:

- 1900 ஆம் ஆண்டு இந்தியாவை தாக்கிய வறட்சி - 250,000 முதல் 3.25 மில்லியன் மக்களை பலி வாங்கியது.
- 1921-22 ஆம் ஆண்டு சோவியத் யூனியன் வறட்சிகள் - 5 மில்லியன் பேர்களை பட்டினியால் மடியச் செய்தது.

- *1928-30 ஆம் ஆண்டுகளில் வடமேற்கு சீனா வறட்சியால் வாடிய பொது, 3 மில்லியன் பேர்களுக்கும் மேலாக பஞ்சத்தில் மாண்டனர்.*
- *1936 மற்றும் 1941 ஆம் ஆண்டுகளில் சிசுவான் மாகாணம் - சீனாவில் - 5 மில்லியன் மற்றும் 2.5 மில்லியன் மரணங்களை முறையே சம்பவித்தது.*
- *2006 ஆம் ஆண்டில் மேற்கு ஆஸ்திரேலியா, நியூ சவுத் வேல்ஸ், விக்டோரியா, விக்டோரியா மற்றும் க்வீன்ஸ்லாந்து ஆகிய ஆஸ்திரேலிய மாகாணங்கள் யாவும் ஐந்து முதல் பத்து வருடங்கள் வறட்சியில் வாடித் தவித்தன. முதல்முறையாக, வறட்சியானது பெருநகர மக்களை மிகவும் பாதித்தது.*
- *2006 ஆம் ஆண்டு சிசுஅன் மாகாணம் சீனா நவீன காலத்தில் கடுமையான வறட்சியின் பிடியில் சிக்கித் தவித்த அனுபவம் பெற்றது. எட்டு மில்லியன் மக்கள், மற்றும் ஏழு மில்லியன் கால்நடைகள் யாவும் தண்ணீர் பற்றாக்குறையால் வாடின.*

**ஆலங்கட்டி மழைப்புயல்**

*மழைப் புயல் அல்லது கல்மாரி பெய்யும் பொழுது பனிகட்டியாக உரு எடுப்பதால் 'ஆலங்கட்டி' மழை எனவும் கூறுவதுண்டு. குறிப்பாக பாதிப்புடன் கூடிய பனிமழை தாக்கிய பகுதிகள்: முனிச், ஜெர்மனி ஆகஸ்ட் 31, 1986 ஆம் ஆண்டு, ஆயிரக்கணக்கான மரங்கள் விழுந்தன. மற்றும் பல மில்லியன் டாலர்கள் இன்சூரன்ஸ் காப்பீடு தொகையாக வழங்கப் பெற்றது.*

**வெப்ப பேரலைகள்**

*சமீப வரலாற்றில் வீசிய மோசமான வெப்ப பேரலை யாதெனில் 2003 ஆம் ஆண்டில் ஐரோப்பியன் வெப்ப அலை ஆகும்.*

*விக்டோரியா ஆஸ்திரேலியாவில் வீசிய வெப்ப அலை நிகழ்வில் பெருமளவு முட்புதர் தீ 2009 ஆம் ஆண்டு மூண்டது. மெல்போர்ண் நகரத்தில் மூன்று தினங்களுக்கு மேலாக அதிக வெப்ப நிலையை உணர்ந்தது, வெப்பத்தின் அளவு 43°C க்கும் மிகையாக இருந்தது.*

## சுழல் வளிகள்

### சூப்பர் செல் சுழல் வளிகள்

சூப்பர் செல் சுழல் வளிகள் மிக வன்மையான சுழல்காற்றாகும். அது இடியுடன் சேர்ந்து வருவதால், சூப்பர் செல் சுழல் வளியானது நெடுநேரம் இடி ஒலி கலந்து வருவதுடன் வளியை அல்லது காற்றை தொடர்ந்து வேகமாக மேல் நோக்கி சுழற்ற வைக்கும். இப்புயல் காற்றுகள் அதிகபட்சமாக சுழல் வளியினை உருவாக்கும் இயல்பு படைத்ததாகும். இவ்வகையில் ஒரு சில காற்றுகள் பெரியதொரு ஆப்பு வடிவத்தில் கம்பீரமாக அமைந்திருக்கும். சூப்பர் செல் இடிப்புயலானது அடைஅடுக்கு அல்லது பாளம் அதன் கீழ்ப்புறம் தொங்கிக் கொண்டிருக்கும். அதற்கு பெயர் 'சுவர் மேகம்' ஆகும். அது அடுக்கு பாளமாகவே தோற்றமளிக்கும்.

மேகம் அதன் கீழ்ப்புறம் அடியில் தொற்றிக் கொண்டிருப்பது போலுள்ள தோற்றத் துடன் அமைந்திருக்கும். பாளத்தின் ஒரு புறம் மழை இன்றி இருக்கும், மறுபுறம் அடர்ந்த அம்பு அல்லது ஈட்டி போல மழை பொழிந்து தோன்றும். சூப்பர் செல் சுழலும் மேல் பகுதியை ரேடார் மாயத் தோற்றங்களில் தோன்றி, அது 'உள்ளிழை சூறாவளி' என்று வழங்குகிறது.

சூரைகாற்றுகள் சூப்பர் செல்லுடன் இடியோடு சேர்ந்து வரும் போது தரையில் நெடுநேரம் தொடர்பு கொண்டிருக்கும் ஒரு மணி அதற்கும் மேலாக! மற்ற வகை சூறாவளிகள் போல வன்மை மிக அதிகம் படைத்திருக்கும். அதனால் மணிக்கு இருநூறு மைல் வேகத்தில் வீசும்.

### நிலத்தாரை

பொதுவாகவே நிலத்தாரை சூப்பர் செல் சூறாவளியை விட பலம் குறைந்ததாகும். அதனுடன் சுவர்மேகம் மற்றும் உள்ளிழை சுழல் காற்று சேர்ந்து இருக்காது. முகில் திரள் குவியல்கள் கோபுரம் போலிருக்கும். அதை திரள் கார்முகிலின் அடியில் ஒருவேளை காண நேரிடலாம். அந்த நிலத்தாரை ஒரு இடத்தின் நீர்த்தாரைக்கு சமமான ஒரு நிகழ்வாகும். மழையால் குளிர்ந்து கீழ்நோக்கி

செல்லும் இடி, மின்னல், புயலின் முன் நுனை ஓரங்களில் அது உருவாகும், அதனை 'வன்காற்றுமுகப்பு' என அழைப்பர்.

**வன்காற்றுச்சுழல்**

ஒரு வன்காற்றுச்சுழல் வலுவின்றி குறுகிய காலம் நீடிக்கும். இடிப் புயலில் வன்காற்று முகப்பில் தாற்காலிகமாக அடையும் அழுக்குத்துகளும், முகில் படிவுகளும் கொண்டு விளங்கும். மிதக்கும் முகிலுடன் தெளிவான தொடர்பு அல்லது சுழற்சி சட்டம் இருப்பது தென் படாமல் போனாலும், இவை துகள் அடைப் பேய்கள் போல் காட்சி தரும்.

**நீர்த்தாரை**

நீரின் மேலே சுழல்காற்று வீசி வரும்போது தாரையாக தோன்றும். ஒரு சில சூப்பர் செல் இடிப்புயலில் இருந்து வெளிவரும். ஆனால் பல வலு குன்றிய இடிபுயலில் இருந்து தோன்றும் அல்லது விரைவாக வளரும் முகில்திரள்களில் இருந்தும் வரும். நீர் தாரைகள் ஆற்றல் குறைந்து இருப்பதால் அழிவுகளும் குறைவான அளவில் இருக்கும். கத கத என அயன கடல் நீரில் சுமார் ஐம்பது கஜங்கள் அகலத்தில் எப்போதேனும் தோன்றும். அதன் புகை வாயில் தூய்மை வாய்ந்த நீர்த்துளிகள், நீராவி திரவமாற்றம் அடைவதால் அடர்த்தியாக காணலாம், உப்புநீர் கலந்ததாக அது இருக்காது. நீர்த்தாரைகள் வழக்கமாக தரை வந்து சேரும் போது சிதறிவிழும். நிலப்பகுதியை அவை அடைந்ததும் நீர்த்தாரைகள் தமது ஆற்றலை இழந்து மறைந்து விடும்.

கீழே கொடுத்தவை சூறாவளி போன்ற சுழல் காற்று வகையைச் சாரும்.

**துகள் அடைப்பேய்கள்**

பாலைவனம் அல்லது வறண்ட நிலத்தில் துகள் அடைபேய்கள் வெப்பம் தெளிவாக உள்ள நாட்களில் வரும். சூரியனின் வெப்பம் மிதமாக இருக்கும். பின் காலை அல்லது முன் மதிய நேரங்களில் இவை தோன்றும், தீங்கு செய்யாத வகையில் இவை பெரும்பாலும் பாலைவனத்தில் வீசும் தென்றல் காற்றாகி சுழல் வேகம் கொண்டு

சில நேரங்களில் மணிக்கு எழுபது மைல் வேக விகிதத்தில் வீசும். உள்ளுக்குள் இந்தச் சுழல் காற்றுகள் பல வேற்றுமைகள் கொண்டதாக இருக்கும். இதனுடன் இடிப்புயல் உடன் காற்றுகள் கலந்து வராது. மேகமும் உடன் இருக்காது. வழக்கமாக இது வலுகுறைந்து இருக்கும். அதிலும் வலிமை குன்றிய சுழல்காற்று போல இருக்கும்.

வகைப்படுத்திப் பார்க்கின்றபோது இது ஒரு சில நிமிடங்கள் என வாழ்க்கை சக்கரம் கொண்டு விளங்கும், சில நேரங்களில் அதை விடவும் கூடுதலான காலம் கொண்டு இருக்கும். அதிகம் தீங்கு ஏதும் செய்யாது என்றாலும் சிறிய அளவில் சேதங்கள் ஏற்படுத்த வல்லவையாகும். சாலைகளில் ஓடுகின்ற வண்டிகளையும், வாகனங்களையும் எல்லாவற்றையும் அவை தாக்கும். காண்போரின் கண்களில் தூசு களையும் கொண்டு வந்து சேர்க்கும்.

**தீச் சுழல்கள்**

சில நேரங்களில் காடுகளில் பரவும் காட்டுத்தீயானது அல்லது எரிமலை வெடிப்பானது தீ சுழல் காற்றை உருவாக்கும். அது சுற்றி வீசும் போது அனலையும், புகையையும் கக்கும். நெருப்பின் மேல் பரப்பில் பலம் குன்றிய சுழல் அல்லது சுழி காற்றில் உள்ள போது இது நடைபெறும். நெருப்புடன் சுழன்று வரும் காற்றுகள் மணிக்கு நூறு மைல் வேகம் கொண்டு வீசும் என கணக்கிட்டுள்ளது. அவை அந்த அந்த நேரங்களில் தீ சூரைக் காற்றுகள், தீ பேய்கள் அல்லது தீ சுழல்கள் என்று அழைக்கப்படுகின்றன.

**தீ**

கட்டுக்கு அடங்காத தீ என்பது காட்டு பகுதிகளில் பரவலாக திடுமென தோன்றும். இவை ஏற்படுவதற்கான பொதுவான காரணங்கள் ஆவன: மின்னல் மற்றும் வறட்சி என்றாலும் மனிதர்களின் அஜாக்கிரதை அதனாலும் கலவரம், சச்சரவுகள் ஏற்படும் போதும் தீப்பிழம்புகள் கொழுந்து விட்டு சூழ்ந்து கொண்டு எரியும். கிராமப்புறப் பகுதிகள் மட்டும் அல்லாமல், அடர்ந்த காட்டுப் பகுதிகளுக்கு இவை ஆபத்தாக அமைந்துவிடும். ஒரு குறிப்பிடத்தக்க அம்சமுடன் கட்டுக்கு அடங்காத காட்டுத்தீ

*2009ஆம் வருடத்தில் விக்டோரியன் எனப்படும் புதர்த்தீ ஆஸ்திரேலியா தீவு கண்டத்தில் ஏற்பட்டது.*

**தொற்று நோய்கள்**

ஒருவரை ஒருவர் தொடர்பு கொள்ளும்போது சுலபமாக தொற்றிக் கொள்ளும் நோய்கள் மனித மக்கள் தொகையில் அதி விரைவாக, வேகமாக பரவும். பெரும்பரவல் தொற்றுகள் என்பது உலகெங்கிலும் விரைவாகப் பரவும். வரலாற்றில் பல பல தொற்றுகள் வந்துள்ளன. அதில் முக்கியமானது கருப்பு சாவு ஆகும். கடந்த நூற்றாண்டுகளில் முக்கியமான பெரும்பரவல்கள் தொற்றுகள் ஆவன:

- *1918 ஆம் ஆண்டு ஸ்பானிஷ் புளூ பெரும் பரவல் நோய், உலகளவில் 50 மில்லியன் பேர்களை கொன்றுள்ளதாக மதிப்பிட்டுள்ளது.*
- *1957-58 ஆம் ஆண்டுகளில் நிகழ்ந்த ஆசியான் புளூ பெரும் பரவல் நோய் ஒரு மில்லியன் பேர்களின் உயிரைக் குடித்ததாக மதிப்பிட்டுள்ளது.*
- *1968-69 ஆம் ஆண்டு ஹோாங் காங் புளூ பெரும்பரவல் நோய்*
- *2002-3 ஆம் ஆண்டு சரஸ் பெரும்பரவல் நோய்*
- *எய்ட்ஸ் பெரும்பரவல் நோய், தொடக்கம் 1959 ஆம் ஆண்டு முதல்*
- *எச் ஒன்று என் ஒன்று இன்பிளுயன்சா பன்றி காய்ச்சல் பெரும் பரவல் நோய் 2009*

  *பிற நோய்கள் மிக நிதானமாகப் பரவுகின்றன. ஆனால் அவற்றை உலக சுகாதார நிறுவனம் சர்வதேச ஆரோக்கிய ஆபத்து நெருக்கடிகளாகவே கருதப்படுகின்றன.*
- *எக்ஸ்டிஆர் டி.பி. காசநோயின் ஒரு இனப்பிரிவாகும். மருந்து சிகிச்சைகள் அளிப்பதை எதிர்க்கும் தடுப்பாற்றல் பரந்த முறை யில் பெற்ற ஒரு வகையாகும்.*
- *மலேரியா நோய் மதிப்பீட்டின்படி ஒவ்வொரு ஆண்டும் 1.5 மில்லியன் மக்களை கொன்று வருகிறது.*

- 'எபோல ஹெமொர்ரஜிக்' காய்ச்சல் நூற்றுக்கணக்கான எண்ணிக்கையில் ஆப்பிரிக்காவில் பலமுறையாக தாக்கி உயிர்ப்பலி வாங்கியுள்ளது.

**பஞ்சம்**

நவீன காலங்களில் பஞ்சம் துணை-சஹாரா ஆப்பிரிக்கக் கண்டத்துப் பகுதிகளைத் தாக்கியுள்ளது. அப்பஞ்சம் மிக அதிகபட்ச கடுமையானதாகும். அதில் இறந்தோர் எண்ணிக்கை 20 நூற்றாண்டு ஆசியப் பஞ்சங்களில் மாண்டோர்களைக் காட்டிலும் குறைவே தான்!

**விண்வெளி**

### 'கம்மா' ஒளிக்கற்றை வெடிப்புகள்

நவீன காலங்களில் 1908 ஆம் ஆண்டில் ஜூன் மாதம் நடந்த 'டுங்குஸ்கா நிகழ்வே' செயல் விளைவு ஏற்படுத்திய நிகழ்வுகளில் மிகவும் பெரியதாகும்.

### சூரிய கிளர் ஒளிக்கற்றைகள்

சூரிய கிளர் ஒளிக்கற்றைகள் என்பது ஓர் அரிதான நிகழ்வாகும். அப்பொழுது சூரியன் தன் கதிர்வீச்சை மிக அதிகபட்சமாக வெளியிடுன்றன. அது சாதாரண காலத்தில் வெளிவரும் வீச்சை விட அதிகமாகும். அத்தகைய சூரியக் கிளரொளிக் கற்றைகள் வெளிவந்த தினங்கள்:

### ஒரு சில சூரிய கிளர் ஒளிக்கற்றைகள் :

- எக்ஸ் 20 நிகழ்வு ஆகஸ்ட் 16, 1989 ஆம் ஆண்டு
- அதேபோல் கிளரொளி ஏப்ரல் 2, 2001ல் ஏற்பட்ட மிக சக்தி வாய்ந்த கிளரொளி நடந்தது நவம்பர் 4 2003, மதிப்பளவு எக்ஸ் 40 மற்றும் எக்ஸ் 45
- இதுவரை நிகழ்ந்ததில் மிக அதிக ஆற்றல் பெற்ற கிளரொளி வீச்சு கடந்த 500 வருடங்கள் இல்லாத அளவில் நடந்தது செப்டம்பர் 1859 வருடமாகும்.

### சூப்பர்நோவா, ஹைப்பர்நோவா நட்சத்திரங்கள்

ஐக்கியப் பேரரசினைத் தாயகமாகக் கொண்ட 'சேரிட்டி ஆக்ஸ்பேம்' அமைப்பு பொதுப்படையாக அறிவித்தது என்ன என்றால் 2015ஆம் ஆண்டிற்குள் 375 மில்லியன் பேர்கள் மொத்தத்தில் வெப்ப வானிலை சம்பந்தமான நோய்களுக்கு உரிய இலக்காக ஆக நேரிடும் என்று எச்சரித்துள்ளது.

### காப்பீடு

இயற்கைப் பேரழிவுகள் காப்பீட்டுத் தொழிலில் மிக சிறப்பான பங்கு ஆற்றி வருகின்றது. நஷ்ட ஈடாக ஒருசில அழிவுகளுக்கு அது நிதியுதவி அளிக்கின்றது. (சூறாவளிகள், காட்டுத்தீ, போன்றன.)

பிற பெருங்கேடுகளுக்கு ஈடு செய்ய பெரிய காப்பீடு நிறுவனங்கள் தக்க முறையில் ஈடு செய்து வருகின்றன.

🌢

3. புவிப்பரப்பில் நீர்

நீர் என்பது H2O என்ற வாய்ப்பாட்டால் விவரிக்கப்படும் ஒரு வேதியியல் சேர்மமாகும். நிறமற்றும், நெடியற்றும், ஓர் ஒளி புகும் தன்மையுடனும் உள்ளது இச்சேர்மத்தின் தோற்றப் பண்புகளாகும். புவியிலுள்ள ஓடைகள், ஏரிகள், கடல்கள், அனைத்தும் பெரும் பாலும் நீராலேயே ஆக்கப்பட்டுள்ளன. மேலும் உலகில் காணப் படும் உயிரினங்கள் அனைத்திலும் நீரானது நீர்மவடிவில் காணப்படு கிறது. உயிரினங்களின் உடலுக்கு ஆற்றலையோ, கனிம ஊட்டச் சத்துகள் எதையுமோ நீர் தருவதில்லை என்றாலும் அவ்வுயிரினங்கள் உயிர் வாழ்வதற்கு நீர் அத்தியாவசியமானதாகும்.

ஒரு நீர் மூலக்கூற்றில் ஓர் ஆக்சிஜன் அணுவுடன் இரண்டு ஐதரசன் அணுக்கள் சகப்பிணைப்பு மூலம் பிணைக்கப்பட்டுள்ளன. தட்ப வெப்ப அழுத்தத்தில் இது ஒரு நீர்மமாக இருந்தாலும் திடநிலையில் இது பனிக்கட்டியாகவும், வாயு நிலையில் நீராவியாகவும் காணப் படுகிறது. மழை வடிவில் இது பூமியில் வீழ்படிவாகவும் மூடுபனியாக தூசுபடலமாகவும் உருவாகிறது. நீர்ம நிலைக்கும் திடநிலைக்கும் இடைப்பட்ட தொங்கல் நிலையிலுள்ள நீர்த்துளிகள் மேகங்களாக

மாறுகின்றன. இறுதியாக இந்நிலையிலிருந்து பிரிந்து படிகநிலைப் பனிக்கட்டி வெண்பனியாக வீழ்படிவாகிறது. நீரானது தொடர்ச்சி யாக நீராவிபோக்கு, ஆவி ஒடுக்கம், வீழ்படிவு போன்ற செயல் களுடன் நீர்ச்சுழற்சிக்கு உட்பட்டு இயங்கிக் கொண்டே கடலைச் சென்றடைகிறது.

புவிப்பரப்பின் 71% பகுதி நீரால் சூழப்பட்டுள்ளது. புவியின் தண்ணீரில் பெரும்பகுதி சமுத்திரங்கள், ஏனைய பரந்த நீர்நிலைகளிலும், சுமார் 1.6% பகுதி நிலத்தடி நீர் கொள் படுகை களிலும் காணப்படுகிறது. வளி மண்டல நீரின் 0.001% பகுதி வாயு வடிவிலும், காற்றில் மிதக்கும் திட மற்றும் திரவ துகள்களால் உருவாகும் மேகங்களிலும், காற்றின் நீராவி குளிர்ந்து சுருங்குவதால் ஏற்படும் நீர்க்கோர்வைகளிலும் காணப்படுகிறது. நில மேலோட்ட நீரின் 97% பகுதி உவர்நீர்ச் சமுத்திரங்களிலும், 2.4% பனி ஆறுகள் மற்றும் துருவ பனிக்கவிகைகளிலும், 0.6% பகுதி ஏனைய நில மேலோட்ட நீர் நிலைகளான ஆறுகள், ஏரிகள், குளம், குட்டை களிலும் காணப்படுகிறது.

புவியின் தண்ணீரில் ஒரு சிறிய அளவு உயிர்களின் உடல்களிலும், உற்பத்தி செய்யப்பட பொருட்களிலும் காணப்படுகிறது. ஏனைய நீர் துருவ பனிக்கவிகைகளிலும், பனி ஆறுகளிலும், நீர் கொள் படுகைகளிலும், ஏரிகளிலும் சிறைபட்டனவாகவும் சிலநேரம் புவியின் உயிரினங்களுக்கான நன்னீராதாரமாகவும் காணப்படு கின்றன.

நீரானது ஆவியாதல், நீராவிப்போக்கு, ஆவிஊட்டளவு, குளிர்ந்து சுருங்கி நீர்க் கோர்வைகளாதல் மற்றும் தல ஓட்டம் எனும் நிலை களின் தொடர் சுழற்சிக்குப் பின் பெரும்பாலும் கடலை அடை கிறது. நிலத்திற்கு நீராவியேந்திச் செல்லும் காற்றின் அளவு கடலினுட் செல்லும் நீரின் தள ஓட்டத்தை ஒத்ததாய் இருக்கிறது. நிலத்திற்கு மேலே நீராவியாதலும், நீராவிப்போக்கும், குளிர்ந்து சுருங்குவதால் நீர்க் கோர்வைகள் உருவாவதற்கு வழிவகுக்கின்றன.

மனிதர்களுக்கும் ஏனைய உயிரினங்களுக்கும் தூய்மையான குடிநீர் இன்றியமையாதது. கடந்த பத்தாண்டுகளில், உலகத்தின் பெரும்

பாலான பகுதிகளில் பாதுகாப்பான குடிநீர் வசதி குறிப்பிடத்தக்க வகையில் சீரான முன்னேற்றம் கண்டுள்ளது. பாதுகாப்பான குடிநீர் வசதிக்கும் ஒரு நபருக்கான மொத்த நாட்டு உற்பத்திக்கும் இடையே பரஸ்பர சம்பந்தம் காணப்படுகிறது.

2025 ஆம் ஆண்டுக்குள் உலக மக்கள் தொகையில் பாதிக்கும் மேலானோர் நீரை அடிப்படையாகக் கொண்ட பலவீனங்களுக்கு உட்படுத்தப்படுவர் என சில பார்வையாளர்கள் கணித்துள்ளனர். பல்வேறு வேதியற் பொருட்களின் கரைப்பானாகவும், தொழிற் சாலைகளில் குளிர்ப்பி மற்றும் கடத்தியாகப் பயன்படுத்தப்படுவ தாலும், உலக வர்த்தகத்தில் நீர் முக்கிய பங்காற்றுகிறது. தோராய மாக 70 சதவீத நன்நீர் விவசாயத்திற்கு பயன்படுத்தப்படுகிறது.

**வேதியியல், இயற்பியல் பண்புகள்**

நீர் என்பது H2O எனும் வேதியியற் குறியீட்டைக் கொண்ட ஓர் இரசாயனப் பொருளாகும். நீரின் ஒரு மூலக்கூற்றில் இரண்டு ஐதரசன் அணுக்கள் ஓர் ஆக்சிஜன் அணுவோடு பிணைப்பில் உள்ளன.

நீர் இயற்கையில் திண்ம, திரவ, வாயு ஆகிய மூன்று ஜடப்பொருள் நிலைகளில் காணப்படுகிறது. பூமியில் பல்வேறு வடிவங்களை எடுத்துக் கொள்கிறது. விண்ணில் நீராவி, மேகங்களாகவும், சமுத்திரங்களில் கடல்நீர், பனிப்பாறைகளாகவும், மலைகளில் பனியாறுகள், நதிகளாகவும், நிலத் தடியில் நீர்கொள் படுகைகளாக வும் நீர் காணப்படுகிறது.

நீரின் முக்கிய வேதியியற் மற்றும் பௌதிக பண்புகள் கீழ்வருமாறு:

இயல்பான தட்ப வெட்ப சூழ் நிலையில் நீரானது சுவையற்ற, மணமற்றதொரு திரவமாகும். குறைந்த அளவுகளில் நீர் நிறமற்று தோன்றினாலும், நீரும் பனிக்கட்டி

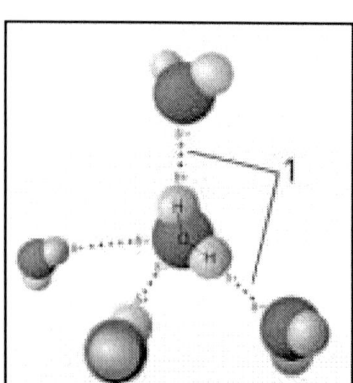

யும் உள்ளார்ந்த வெளிர் நீல நிறத்தை உடையவை. பனிக்கட்டி நிறமற்றதாகவும், நீராவி வாயு வடிவத்தில் இருக்கும் போது கண்ணுக்குத் தெரியாததாகவும் இருக்கிறது.

நீர் தெள்ளத் தெளிந்த வண்ணம் இருப்பதால் நீர்த் தாவரங்கள் சூரிய ஒளியைப் பெற்று நீருக்குள்ளேயே வாழ முடிகிறது. நீர் புற ஊதா (அல்ட்ரா வயலட்) கதிர் வீச்சை கிரகிக்கும் தன்மையுடையது.

ஐதரசனை விட ஆக்சிஜனுக்கு மின்னெதிர்த்தன்மை அதிகமாக உள்ளதால், நீர் ஒரு முனைவு மூலக்கூறாகும். ஆக்சிஜன் வாயு மெல்லிய எதிர் மின்னூட்டமும், ஐதரசன் வாயுவிற்கு மெல்லிய நேர் மின்னூட்டமும் உள்ளதால், நீரின் உட்கூறு வலிமையான இரு முனைவு திருப்புதிறன் கொண்டதாக உள்ளது. ஒவ்வொரு மூலக் கூற்றிலுமுள்ள மாறுபட்ட இருமுனைகளின் (டைபோல்) இடை யீட்டால் உண்டாகும் ஈர்ப்பு சக்தியே, நீரின் சீரிய புறப்பரப்பு இழு விசைக்குக் (சர்ஃபேஸ் டென்ஷன்) காரணமாகும். நீரின் பல தனித் தன்மையான பண்புகளுக்குக் காரணமான நீரின் மூலக்கூறுகள் ஒன்றாகப்பிணைவதற்கு இந்த இருமுனைப்பண்பு உதவுகிறது. இந்தப் பண்பு நீர் மற்ற பொருட்களுடன் பிணையவும் உதவுகிறது.

நீரின் இணக்கத்தன்மைக்கு காரணமான ஐதரசன் பிணைப்புக்கள் உருவாவதற்கு அதனுடைய மூலக்கூற்றின் இருமுனை பண்பு உதவுகிறது.

முனைவு மூலக்கூறாக இருப்பதின் நிமித்தம், நீரின் மூலக்கூறுகளுக் கிடையேயான பலகீனமான இடையீடுகளான வேன்டர் வால்ஸ் விசைகளினால், நீரானது சீரிய புறப்பரப்பு விசையைப் பெற்றதாய் இருக்கிறது. இப்புறப்பரப்பு விசையால் ஏற்படக்கூடிய தோற்ற மீள்திறன் நுண்ணலைகளைத் தூண்டுகிறது.

நீரின் முனைவு பண்புகளால் அது ஒட்டும் தன்மையுள்ளதாய் இருக்கிறது.

புவியீர்ப்பு விசைக்கெதிராக குறுகிய குழாய் வழி மேல் செல்லும் பண்பே புழை இயக்கம் எனப்படுகிறது. இந்த பண்பு மரங்கள் உட்பட அனைத்து கலன்றாவரங்களாலும் சாரப்பட்டிருக்கிறது.

நீர் ஒரு வலிமையான கரைப்பானாதலால் அது உலகளாவிய கரைப்பான் என குறிப்பிடப்படுகிறது. நீரில் கரையும் பொருட்கள், எ.கா. உப்புக்கள், சர்க்கரைகள், அமிலங்கள், காரங்கள், சில வாயுக்கள்-குறிப்பாக ஆக்சிஜன் வாயு, கரியமில வாயு (கார்பனேற்றம்) போன்றவை நீர்நாட்டமுள்ள பொருட்கள் எனவும், நீரில் சரிவரக் கரையாத பொருட்கள் (எ.கா.கொழுப்புக்கள் மற்றும் எண்ணெய்கள்) நீர் வெறுப்புள்ள பொருட்கள் எனவும் அழைக்கப்படுகின்றன.

புரதங்கள், டிஎன்ஏ, கூட்டுச்சர்க்கரைகள்(பாலிசேக்கரைடுகள்) உட்பட செல்களின் அனைத்து கூறுகளும் நீரில் கரையக் கூடியவை.

தூய்மையான நீர் குறைந்த மின்கடத்துத் திறனையே கொண்டிருந் தாலும், அத்திறன் சிறிய அளவு சோடியம் குளோரைடு போன்ற அயனிப் பொருட்களின் கரைதலால் குறிப்பிடத்தக்க அளவு அதிகரிக்கக்கூடியது.

நீரின் கொதிநிலை (அல்லது ஏனைய திரவங்களின் கொதிநிலை) பார மானியமுக்கத்தைப் (பேரோமெட்ரிக் பிரஷ்ஷர்) பொறுத்ததாகும். எடுத்துக்காட்டாக, நீரின் கொதிநிலை கடல் மட்டத்தில் 100°C யாக இருப்பதற்கு 100°C (212°F)(20) மாறாக, எவெரெஸ்ட் சிகரத்தின் உச்சியில் 68°Cயாக உள்ளது 68°C (154°F)(19). இதற்கு நேர்மாறாக புவிவெப்பசக்தித் துளைகளுக்கருகே காணப்படும் ஆழ்கடல் நீர் நூற்றுக்கணக்கான டிகிரி செலிசியஸ்களை (°C)எட்டும் போதிலும் திரவமாகவே காணப்படுகிறது.

மூலக்கூறுகளுக்கிடையேயான விரிவான ஐதரசன் பிணைப்பு களால், நீரானது அமோனியாவிற்கு அடுத்தபடியாக வேறெந்த பொருளையும் விட அதிகமான வெப்ப ஏற்புத்திறன் எண் மற்றும் ஆவியாதல் வெப்பத்தைக்(40.65 kJ·mol$^{-1}$) கொண்டுள்ளது. இவ்விரு அசாதாராண பண்புகளும் புவி வெப்பத்தின் ஏற்றவிறக்கங்களைத் தாங்கி புவி வெப்பத்தை மட்டுப்படுத்துகிறது.

நீரின் உச்சவரம்பு அடர்த்தி 4°Cயில் காணப்படுகிறது. 3.98°C (39.16 °F). மீளவும் உறைதலுக்குட்படும் போது 9% விரிதலினிமித்தம், நீரின் அடர்த்தி குறைகிறது. இது ஒரு அசாதாரண நிகழ்விற்கு வித்திடு

கிறது. நீரின் திட வடிவமான உறைபனி நீரின் மேலே மிதந்து கொண்டிருந்தாலும், பகுதி-உறைந்த நிலையிலிருக்கும் உட்பகுதி நீரின் அடிமட்ட வெப்பம், நீரின் அடர்ந்த செறிவு காரணமாக 4°C யாக நிலைநிறுத்தப்படுவதால் நீர்வாழ் பிராணிகள் உறைந்த நீர்நிலைகளிலும் வாழும் திறன் பெற்றிருக்கின்றன. 4°C (39°F).

நீர் பல்வேறு திரவங்களோடு (எ.கா.எத்தனால்) அவற்றின் பலதரப்பட்ட விகிதாச்சாரங்களிலும் ஓரினமாகக் கலக்குமியல் புடையது. அதே நேரம் நீரும் பெரும்பாலான எண்ணெய்களும் கலக்குமியல்பற்றவைகளாக இருப்பதால், மேலிருந்து கீழாக அதிக செறிவுள்ள அடுக்குகளை ஏற்படுத்துகின்றன. வாயுவாக இருக்கும் போது நீராவி காற்றுடன் முழுமையாகக் கலக்குமியல்புடையதாய் இருக்கிறது.

இன்னும் பல கரைப்பான்களுடன் நீர் கொதிநிலை மாறிலிகளை உருவாக்குகிறது.

நீரினை மின்னாற்பகுப்பின் மூலம் ஹைட்ரஜனாகவும், ஆக்ஸிஜனாகவும் பிளவுபடுத்தலாம்.

ஹைட்ரஜனின் ஆக்சைடாக இருப்பதனால் ஹைட்ரஜன் அல்லது ஹைட்ரஜனை உடைய சேர்மங்கள், ஆக்சிஜன் அல்லது ஆக்சிஜனை உடைய சேர்மங்களுடன் எரியும் பொழுதோ அல்லது வேதி வினைபுரியும் பொழுதோ நீர் உருவாகிறது. நீர் என்பது ஹைட்ரஜன் எரிதலினால் உருவாகும் இறுதி விளை பொருளே தவிர எரிபொருள் அல்ல. நீரை மின்னாற்பகுப்பின் மூலமாகவோ அல்லது வேறு விதமாகவோ ஹைட்ரஜனாகவும் ஆக்ஸிஜனாகவும் பிளக்கத் தேவையான ஆற்றல் அவ்விரு மூலக்கூறுகளும் மீளச்சேரும் போது வெளியாகும் ஆற்றலை விட வலிமையானது.

ஹைட்ரஜனை விட அதிக மின் நேரான தனிமங்களான லித்தியம், சோடியம், கால்சியம், பொட்டாசியம், சீஸியம் போன்றவை நீரிலிருந்து ஹைட்ரஜனை வெளியேற்றி ஹைட்ராக்ஸைடுகளை ஈகின்றன. வெளியேற்றப்பட்ட ஹைட்ரஜன் எளிதில் தீப்பற்றக் கூடிய வாயுவாக இருக்கும் காரணத்தால் அதிக மின்நேரான

தனிமங்களுடனான நீரின் வேதி வினைகள் ஆபத்தானதாகவும், பயங்கரமாக வெடிக்கக்கூடியதாகவும் இருக்கிறது.

மிகப்பெரிய கிரகங்களான யுரேனஸ், நெப்டியூன் போன்றவைகளின் உட்பகுதியிலிருக்கும் அதீத அழுத்தங்களில் நீர் உலோகமாக உருமாறி இக்கோளங்களின் காந்தப் புலங்களின் உருவாக்கத்திற்கு இன்றியமையாத காரணமாயிருக்கிறது.

## சுவையும் மணமும்

நீர் பலவிதமான பொருட்களைக் கரைத்து அவற்றிற்கு வெவ்வேறு சுவைகளையும், வாசனைகளையும் கொடுக்கிறது. உண்மையில் மனிதர்களும், விலங்குகளும், நீரின் அருந்துதரத்தைக் கணிக்கும் தங்களது புலவிருத்தியால் உப்பு நீரையோ, அசுத்த நீரையோ தவிர்த்து விடுகின்றனர். மேலும் மனிதர்கள் வெதுவெதுப்பான நீரை விட குளிர்ந்த நீரையே பருக விளைகின்றனர்; குளிர்ந்த நீரானது சொற்ப கிருமிகளையே கொண்டிருக்கக் கூடும்.

ஊற்று நீர் மற்றும் கனிம நீரில் விளம்பரப்படுத்தப்படும் சுவையானது அதில் கரைந்திருக்கும் தாதுக்களிலிருந்து பெறப்படுவது. தனி $H_2O$ சுவையோ மணமோ அற்றது. ஊற்று நீர் மற்றும் கனிம நீரின் தூய்மையென குறிப்பிடப்படுவது அவற்றின் நச்சற்ற, மாசற்ற, கிருமிகளற்ற நிலையேயாகும்.

உலகத்தின் நீரில் பெருமளவு விண்மீன்கள் உருவாதலின் துணைப் பொருளாக விளைந்திருக்கலாம். விண்மீன்களின் தோற்றத்தின் போது, அவற்றின் பிறப்பு வலிமையான வெளிநோக்கு வளிக்காற்று மற்றும் புழுதிப் புயலால் சூழப்பட்டிருக்கிறது. இத்தகைய வெளி யேற்றம் நாளடைவில் சூழ்ந்திருக்கும் வாயுக்களைத் தாக்குவதனால் உருவாகும் அதிர்வலைகள் வாயுக்களை அழுத்தி வெப்பமேறச் செய் கிறது. அவ்வமயம் தென்படுகிற நீரானது இந்த வெப்பச் செறிவான வாயுக்களால் அதிவேகமாக உற்பத்தி செய்யப்பட்டதாகும்.

நீரியல் என்பது புவியனைத்திலும் உள்ள நீரின் போக்கு, பரவல், மற்றும் தரத்தைப் பற்றிய கல்வியாகும். ஹைட்ரோகிராஃபி என்பது நீரின் விநியோகத்தைக் குறித்த கல்வியாகும். நிலத்தடி நீரின்

பரவலையும், போக்கையும் குறித்த கல்வி ஹைட்ரோஜியாலஜி எனவும், உறைபனி ஆறுகளைக் குறித்த கல்வி கிளேஸியாலஜி எனவும், உள்நாட்டு நீர் நிலைகளைக் குறித்த கல்வி லிம்னாலஜி எனவும், சமுத்திரங்களின் பரவலைக் குறித்த கல்வி ஒஷியனோ கிராஃபி எனவும் அழைக்கப்படுகிறது. நீரியலின் அங்கமான சூழ்நிலை நிகழ்வுகள் ஈகோ ஹைட்ராலஜியின் கீழ் வருகிறது.

கிரகங்களின் பரப்பிலும், அவற்றின் மேற்பரப்புக்கு மேலும், கீழும் காணப்படும் மொத்த நீர்த்தொகுதி நீர்ம மண்டலம் என்றழைக்கப்படுகிறது. பூமியின் உத்தேச மொத்த நீர்க் கொள்ளவு (உலக தண்ணீர் விநியோகம்) $1,360,000,000$ கி.மீ$^3$ ($326,000,000$ மில்லியன்3) கன அடிகள்.

நிலத்தடி நீரும், நன்னீரும், மனிதர்களுக்கு உபயோகமுள்ள அல்லது உபயோக சாத்தியமுள்ள நீராதாரங்களாகும்.

தண்ணீரானது சமுத்திரங்கள், கடல்கள், ஏரிகள், நதிகள், நீரோட்டங்கள், கால்வாய்கள், குளங்கள், குட்டைகள் போன்ற நீர் நிலைகளில் காணப்படுகிறது. பூமியில் பெருமளவு காணப்படும் நீர் கடல்நீர் ஆகும். வளிமண்டலத்தில் திட, திரவ மற்றும் வாயு வடிவங்களிலும், நீர் காணப்படுகிறது. நிலத்தடி நீர்கொள் படுகைகளாகவும் நீர் காணப்படுகிறது.

நிலவியல் நிகழ்வுகள் பலவற்றில் நீர் முக்கியமானதாக இருக்கிறது. நிலத்தடி நீர் பாறைகளெங்கும் காணப்படுவதால், இந்நிலத்தடி நீரின் அழுத்தம் பிளவுப் பெயர்ச்சியடைதலின் மாதிரிகளை நிர்ணயிக்கிறது. பூமியின் மூடகத்தில் காணப்படும் நீரே எரிமலைகள் உருவாகக் காரணமான உருகுநிலையை ஏற்படுத்துகிறது. பூமியின் மேற்பரப்பில் நடக்கும் பௌதிக மற்றும் வேதியியற் பாறைச் சிதைவு நிகழ்வுகளில் நீர் முக்கிய பங்காற்றுகிறது. நீரும், அற்பமாயிருந்தாலும் முக்கியமான காரணியான பனிக்கட்டியும் பூமியின் மேற் பரப்பில் நடக்கும் மிகப் பெரிய அளவிலான படிவக் கடத்துமைக்கு முக்கிய பங்காற்றுகின்றன. கடத்தப்பட்ட வண்டலின் படிதல் பல்வேறு வகையான படிவுப்பாறைகளைத் தோற்றுவித்து புவி வரலாற்றின் நிலவியல் பதிவேடுகளாகத் திகழ்கின்றன.

## நீரின் சுழற்சி

நீரின் சுழற்சி என்பது (விஞ்ஞானப்பூர்வமாக நீரியற் சுழற்சி என்றழைக்கப்படுகிறது) நீர்க்கோளத்தினுள், வளிமண்டலம், நிலநீர், மேலோட்ட நீர், நிலத்தடி நீர், மற்றும் தாவரங்கள் ஆகிய வற்றிற்கிடையேயான நீரின் தொடர் பரிமாற்றமாகும்.

இப்பகுதிகளினூடே நீர் இடைவிடாமல் ஓடி நீர் சுழற்சியின் கீழ்க்கண்ட பரிமாற்ற நிகழ்வுகளை விளைவிக்கிறது.

சமுத்திரங்கள் மற்றும் ஏனைய நீர்நிலைகளிருந்து, வளிமண்டலத் தினுள் ஆவியாகும் நீர் மற்றும் நிலத்தின் தாவரங்கள் மற்றும் விலங்குகளிலிருந்து காற்றினுட் செல்லும் நீராவிப்போக்கு.

காற்றிலுள்ள நீராவி குளிர்விக்கப்பட்டு பூமியிலோ அல்லது சமுத்திரங்களிலோ விழும் போது ஏற்படும் குளிர்ந்து சுருங்கிய நீர்க்கோர்வைகள்.

நிலத்தினின்று கடலுக்குள் வழிந்தோடும் தள ஓட்டம்.

சமுத்திரங்களின் மேலுள்ள நீராவியில் பெருமளவு கடலுக்கே திரும்பிச் செல்லுகிறதென்றாலும் நிலத்தின் மேற்பகுதிக்குக்

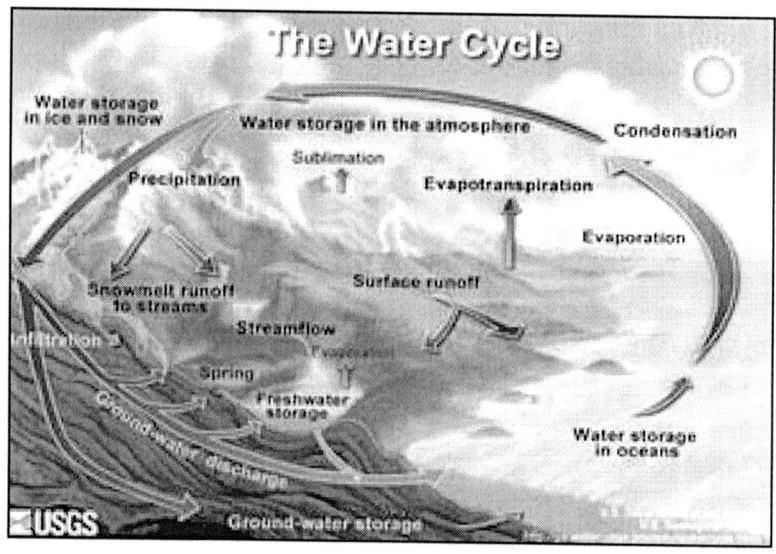

காற்றினால் எடுத்துச் செல்லப்படும் நீராவியின் அளவு, நிலத்தி னின்று கடலுக்குள் வழிந்தோடும் தள ஓட்டத்துக்கு, வருடத்திற்கு தலா *36* Tt(டெட்ரா டன்கள்) என்ற அளவில் சமமாயிருக்கிறது. நில மேற்பகுதியின் ஆவியாதலும், நீராவிப்போக்கும் வருடத்திற்கு *71*Tt (டெட்ரா டன்கள்) நீரை எடுத்துக் கொள்கின்றன.

நில மேற்பகுதியின் மேல் நீராவி குளிர்ந்து சுருங்குதலால் ஏற்படும் நீர்க்கோர்வை, வருடத்துக்கு *107* Tt என்ற அளவில் பல வடிவங்களில் வெளிப்படுகிறது. பொதுவாக மழை, உறைபனி, ஆலங்கட்டி மழை, போன்றவைகளாலும் சில நேரங்களில் மூடு பனி மற்றும் பனித்துளிகளாக இது தோன்றலாம். குளிர்விக்கப்பட்ட நீரானது சூரிய ஒளிக்கற்றைகளை ஒளி விலகலுக்குட்படுத்துவதன் மூலம் வானவில்லைத் தோற்றுவிக்கிறது.

தள ஓட்டம் பெரும்பாலும் நதிகளுக்குள் பாயும் நீர்ப் பிரி முகடு களுக்குள் சேகரிக்கப்படுகிறது. நதியின் ஓட்டத்தையோ, ஓடை களின் ஓட்டத்தையோ ஒத்து நீர்த் தர கூரளவுகளைக் கணிக்க உதவும் செயற்கை கணித மாதிரி, நீரியற் கடத்தல் மாதிரி (ஹைட்ராலஜிகல் டிரான்ஸ்போர்ட் மாடல்) என்று அழைக்கப்படுகிறது. சிறிதளவு நீர் விவசாய நீர்ப்பாசனத்துக்கு மாற்றி விடப்படுகிறது. நதிகளும், கடல்களும் பயணத்திற்கும், வாணிபத்திற்கும் வாய்ப்பளிக்கின்றன. அரிப்பின் வாயிலாகத் தள ஓட்டமானது சுற்றுப்புறத்தைச் சீர் படுத்தும் விதமாக, ஆற்றுப்பள்ளத்தாக்குகளையும், கழிமுகங் களையும் வடிவமைத்து மண்வளத்தையும், சம மட்ட தளத்தையும் உருவாக்கி, அவற்றை மக்கள் தொகை மையங்களாக அபிவிருத்தி செய்கிறது.

ஒரு நிலப்பரப்பு தாழ்வானதாக இருப்பதினிமித்தம் தண்ணீரால் சூழப்படும் பொழுது வெள்ளம் ஏற்படுகிறது. நதி பெருக்கெடுத்து கரைகளைத் தாண்டி ஓடும் பொழுதோ சமுத்திர மார்க்கமாகவோ வெள்ளம் ஏற்படலாம். பல மாதங்களாகவோ, வருடங்களாகவோ ஒரு பகுதி அனுபவிக்கும் நீண்ட கால தண்ணீர் தட்டுப்பாடு வறட்சி எனப்படுகிறது. ஒரு பகுதியானது வாடிக்கையாக சராசரிக்குக் கீழேயான மழையளவைப் பெறும்பொழுது வறட்சி ஏற்படலாம்.

தள ஓட்டத்தில் சிறிதளவு காலங்காலமாக சிக்கிக் கொள்கிறது. எடுத்துக்காட்டாக ஏரிகளின் நீரைக் கூறலாம். குளிர் காலங்களில் உயரமான இடங்களிலும் மற்றும் பூமியின் வட மற்றும் தென் கோடியின், துருவ முகடுகள், பனிப்பாதைகள் மற்றும் பனியாறு களில் பனி மண்டுகிறது. நீரானது நிலத்தினுள் ஊடுருவி நிலத்தடி நீர்கொள் படுகைகளுக்குள் செல்லக் கூடியது. இந்நிலத்தடி நீர் பின்னர் நீரூற்றுக்கள், வெந்நீரூற்றுக்கள் மற்றும் உஷ்ண ஊற்றுக்கள் வாயிலாக மீண்டும் கிளர்ந்தெழுந்து, மேற்பரப்பிற்கு வரலாம். நிலத்தடி நீரை கிணறுகள் மூலம் செயற்கையாகவும் இறைத்துக் கொள்ளலாம். மனிதர்களுக்கும், நிலத்தில் வாழும் ஏனைய உயிர் களுக்கும் நன்னீர் இன்றியமையாததாதலால், இவ்விதமான நீர் சேகரிப்பு மிக முக்கியமான ஒன்று. ஆனால், உலகத்தின் பல பகுதிகளில் தண்ணீர்ப் பற்றாக்குறையே நிலவுகிறது.

புவிப்பெருங்கடல்களின் மேற்பரப்பில் சந்திர சூரிய ஆகர்ஷண சக்தியால் ஏற்படுத்தப்படும் சுழற்சியான ஏற்றவிறக்கக் கணித முறையே அலைகள் உருவாகக் காரணம். அலைகள் கடல் மற்றும் நதி முகத் துவாரங்களின் ஆழங்களில் மாற்றங்களை ஏற்படுத்தி கடல் நீரோட்டங்களின் வற்றுப்பெருக்க வளைவுகளைத் தோற்றுவிக் கின்றன. குறிப்பிட்டதொரு இடத்தின் அலையானது பூமியுடன் ஒப்பிடும் பொழுதான சந்திர சூரியனின் இடமாற்றத்தாலும், புவிசுழற்சி விளைவுகளாலும், அப்பகுதியின் கடலாடி இயலாலும் நிர்ணயிக்கப்படுகிறது. உயர்மட்ட அலையில் மூழ்கியும், தாழ் அலையில் தெரிவதுமான அலையிடை மண்டலம், ஆழிப்பெருங் கடல் அலைகளின் முக்கிய சூழ்நிலை விளைவாகும்.

**வாழ்க்கையில் ஏற்படுத்தும் விளைவுகள்**

உயிரியற் நிலையிலிருந்து நோக்கும்பொழுது நீர் உயிர்களின் விருத்திக்குத் தேவையான இன்றியமையாத பல சிறப்புப் பண்பு களைப் பெற்றிருப்பதால் ஏனைய பொருட்களிலிருந்து தனித்துவம் பெற்று விளங்குகிறது. கரிமச்சேர்மவினைகள் மூலம் பல்பிரிவாக்கத் திற்கான வழிகளைத தூண்டுவதால் நீர் இச்சிறப்பினைப் பெறுகிறது. உயிர்களனைத்தும் நீரைச் சார்ந்துள்ளன.

உடலின் கரைபொருட்கள் பலவற்றைக் கரைக்கும் கரைப் பானாகவும், உடலின் வளர்சிதைமாற்ற நிகழ்முறைகள் பலவற்றின் முக்கிய அங்கமாகவும் திகழ்வதால் நீர் அதிமுக்கியமானதாகும். வளர்சிதை மாற்றம் என்பது வளர்மாற்றம் மற்றும் சிதை மாற்றத்தைக் கொண்டது. வளர்மாற்றத்தில் மூலக்கூறுகளிலிருந்து நீர் அகற்றப்பட்டு (ஆற்றலுடனான நொதி வேதிவினைகள் மூலம்) எரிபொருள் மற்றும் தகவற் சேமிப்பிற்குதவும் மாவுச்சத்துக்கள், டிரைக்ளிசரைடுகள், புரதங்கள் போன்ற பெரிய மூலக்கூறுகளை அளிக்கிறது. சிதை மாற்றத்தில், நீர் பிணைப்புகளை உடைத்து ஆற்றலுபயோகத்துக்கும் ஏனைய விளைவுகளுக்கும் தேவையான குளுகோஸ், கொழுப்பு அமிலங்கள் மற்றும் அமினோ அமிலங்கள் போன்ற சிறிய மூலக்கூறுகளை ஏற்படுத்துகிறது. ஆகவே நீரானது இத்தகைய வளர்சிதைமாற்ற நிகழ்முறைகளுக்கு இன்றியமையாத தாகவும், மையமாகவும் திகழ்கிறது.

நீர் இல்லாதிருந்தால், இத்தகைய வளர்சிதைமாற்ற நிகழ்முறைகள் இல்லாமல் போய் அதற்கு பதிலாக வேறுபல நிகழ்வுகளான வாயு உட்கவர்தல், புழுதி சேகரிப்பு போன்றவை இருந்திருக்கக் கூடுமோ வென்று நம்மை எண்ண வைக்கிறது.

நீர் ஒளிச்சேர்க்கை மற்றும் சுவாசத்திற்கும் அடிப்படையான ஒன்றாகும். ஒளிச்சேர்க்கை செய்யும் செல்கள் சூரியனின் ஆற்றலை பயன்படுத்தி நீரின் ஹைட்ரஜனை ஆக்சிஜனிலிருந்து பிரிக்கின்றன. ஹைட்ரஜன் காற்றிலிருந்தோ, நீரிலிருந்தோ உட்கவரப்பட்ட கரியமில வாயுவுடன் $CO_2$ இணைந்து குளுகோஸை உருவாக்கி ஆக்சிஜனை வெளிவிடுகிறது. அனைத்து உயிரணுக்களும் இத்தகைய எரிபொருள் பிரயோகத்தின் மூலம் ஹைட்ரஜனையும், கார்பனையும் ஆக்சிஜனேற்றம் அடையச் செய்வதன் மூலம் சூரிய ஒளியைக் கவர்ந்து செல் சுவாசத்தில் நீரையும், கரியமில வாயுவை யும் ($CO_2$) மீட்டு சீரமைக்கின்றன.

அமில கார நடுவுநிலைமைக்கும், நொதி செயல்பாட்டுக்கும் நீர் முக்கியமானதாகும். ஹைட்ரஜன் அயனி ($H^+$) அதாவது புரோத்தன் வழங்கியான ஒரு அமிலம், ஹைட்ராக்சைடு அயனி ($OH^-$) அதாவது

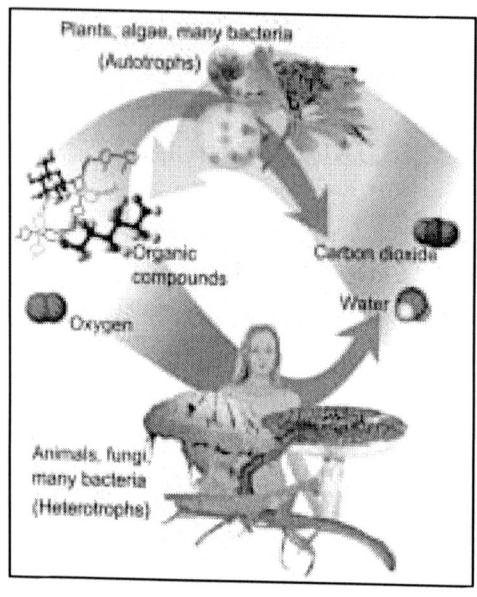

புரோத்தன் வாங்கியான ஒரு காரத்துடன் நடு நிலையாக்கல் வினைக் குட்படும்பொழுது நீர் உருவாகிறது. ஹைட் ரஜன் அயனிச் செறிவின் எதிர்மறை மடக்கை (pH), 7 ஆக இருப்பதி னால், நீர் நடுவு நிலைமை யுள்ளதாகக் கருதப்படு கிறது. அமிலங்கள் pH மதிப்பு 7ஐ விட குறை வாகப் பெற்றதாயும் காரங்கள் pH மதிப்பு 7ஐ விட அதிகமாகப் பெற்ற தாயும் திகழ்கின்றன. வயிற்றின் அமிலம் ஜீரணத்திற்கு உதவுகிறது. ஆயினும் செரிமான எதிர்க்களிப்பின் பொழுது வெளிக்காட்டப்படும் அதன் உணவுக் குழாய் அரிக்கும் தன்மையை, அலுமினியம் ஹைட்ராக்சைடு போன்ற காரங்களை உட்கொள்வதினால் உருவாகும் நீர் மற்றும் அம்மோனியம் குளோரைடு உப்பினால் தற்காலிகமாக சரிகட்டி விடலாம். பொதுவாக நொதிகளை உள்ளடக்கிய மனித உயிர்வேதி யியல் செயல்பாட்டுக்கு உயிரியற் நடுநிலை pH ஆன 7.4 உகந்ததாகும்.

எடுத்துக்காட்டாக, எஷ்ஷெறீஷியா கோலையின் ஒரு செல்லில் 70% நீரும், மனித உடலில் 60-70% நீரும், தாவரங்களில் 90% நீரும், முழு வளர்ச்சியடைந்த சொறி மீனில் (ஜெல்லி ஃபிஷ்) 94-98% நீரும், உள்ளதெனக் கண்டறியப்பட்டுள்ளது.

பூமியின் தண்ணீர்கள் உயிர்களால் நிறைந்துள்ளன.கற்கால உயிர்கள் நீரிலிருந்தே தோன்றின; மீன்கள் அனைத்தும் நீரில் மட்டுமே உயிர் வாழ்கின்றன என்றால் டால்ஃபின்கள், திமிங்கலங்கள் ஆகியவை களை உள்ளடக்கிய பல்வேறு வகையான கடல்வாழ் பாலூட்டி

களும் நீரில் வாழ்கின்றன. ஈரூடக வாழிகள் (ஆம்ஃபிபியன்ஸ்) தங்கள் வாழ்க்கையின் சில பகுதிகளை நீரிலும் ஏனையவற்றை நிலத்திலும் களிப்பன. கடற்பாசிகள், ஆல்காக்கள் போன்றவை நீரில் வளர்ந்து நீரடி சூல்மண்டலங்களின் ஆதாரமாக இருக்கின்றன. மிதவை நுண்ணுயிரிகள் ஆழி உணவுத் தொடரின் அஸ்திவார மாகும்.

நீர்வாழ் விலங்குகள் உயிர்வாழத் தேவையான பிராண வாயுவை பல வழிகளில் பெற்றுக் கொள்கின்றன. மீன்களுக்கு நுரையீரலுக்குப் பதிலாகச் செவுள்கள் இருக்கின்றன. நுரையீரல் மீன் (லங்ஃபிஷ்), நுரையீரலையும் செவுளையும் கொண்டது. கடல் பாலூட்டிகளான, டால்ஃபின்கள், திமிங்கலங்கள், நீர் நாய்கள், கடல் சிங்கங்கள் போன்றவை அவ்வப்போது வெளிக்காற்றை சுவாசிக்க நீருக்கு வெளியே தலைகாட்டவேண்டும். சிற்றுயிர்கள் பிராண வாயுவைத் தங்கள் தோலின் வழியாக உட்கவரக் கூடியவை.

**மனித நாகரீகத்தில் நீரின் பங்கு**

நாகரீகம் நதிகள் மற்றும் முக்கிய நீர்வழிகளை அடுத்து செழுமை யாக இருந்ததாக வரலாற்றுவழி அறிகிறோம். நாகரீகத்தின் தொட்டில் என்றழைக்கப்படும் மெஸொப்படாமியா இரு முக்கிய நதிகளான டைக்ரிஸ் மற்றும் இயுஃப்ரட்டீஸ் இடையே அமையப் பெற்றிருந்தது; எகிப்தியர்களின் பண்டைய சமூகங்கள் நைல் நதியை முழுமையாக நம்பியிருந்தன. பெருநகரங்களான ராட்டர்டேம், லண்டன், மாண்ட்ரீல், பாரிஸ், நியுயார்க் நகரம், பியுனோஸ் அயர்ஸ், ஷாங்கய், டோக்கியோ, சிகாகோ, ஹாங்காங் போன்றவை தாங்கள் பெற்ற வெற்றியைத் தங்களது நீர்வழி அணுக இயலுந் தன்மைக்கும், அதனால் விளைந்த வியாபார விருத்திக்கும் உரித் தாக்குகின்றன. பாதுகாப்பான துறைமுகங்களையுடைய சிங்கப்பூர் போன்ற தீவுகளும் அதன் காரணமாகவே வளம் பெற்றன.தண்ணீர் பஞ்சத்தால் அவதிப்படும் வட ஆப்பிரிக்கா, மத்திய கிழக்கு நாடுகள் போன்ற நாடுகளில், சுத்தமான குடிநீர் மனித வள மேம்பாட்டுக்கு தேவைப்படும் முக்கிய காரணியாய் இருக்கிறது.

மனிதர்கள் உட்கொள்ளத் தகுந்த நீர் குடிநீர் அல்லது அருந்தத்தக்க நீர் என்றழைக்கப்படுகிறது. அருந்தத்தகாத நீர் வடிகட்டுதல் அல்லது காய்ச்சி வடித்தல் (நீர் ஆவியாகும் வரைச் சூடுபடுத்தியப்பின் வெளியாகும் நீராவியை மாசற சிறைப்படுத்தி குளிர்வித்துப் பெறுதல்) மூலமாகவும், வேதியியல் வினைகளுக்குட் படுத்துதல் அல்லது ஏனைய முறைகளாலும் (வெப்பத்திற்குள் ளாக்கிக் கிருமிகளைக் கொல்வது போன்றவை) அருந்தத்தக்க நீராக மாற்றப்படுகிறது. குறைந்த தர மாறுபாட்டைக் கொண்ட நீர் பாது காப்பான நீர் என்றழைக்கப்படுகிறது (நீர் சுத்திகரிப்பு நடைமுறை களுக்கருகில் இல்லாத மனிதர்களுக்கு சிறப்பாக வழங்கப்படும் நீரான இது, கெடுதலை விட அதிகமாக நன்மையே விளைவிக்கிறது).

அருந்தத் தகாததாயினும், நீந்தவும், நீராடவும் பயன்படுகிறதான மனிதருக்கு கெடுதல் விளைவிக்காத நீர் அருந்தத்தக்க நீர் அல்லது குடிநீர் எனப்படாமல் பாதுகாப்பான நீர் என்றோ 'நீராடப் பாது காப்பான நீர்' என்றோ அழைக்கப்படுகிறது. நீரை நீராடுதற்கும், அருந்துவதற்கும் பாதுகாப்பானதாக மாற்ற உதவும் குளோரின் ஒரு தோல் மற்றும் படர்சவ்வு படல உறுத்தியாகும். அதன் உபயோகம் மிகுந்த தொழில்நுட்பம் வாய்ந்ததாகவும் அரசு நெறிமுறைகளால் கண்காணிக்கப்படுவதாகவும் இருக்கிறது. (குடிநீரில் 1 பார்ட் பெர் மில்லியன் (ppm) என்ற அளவிலும் நீராடுவதற்குரிய நீரில், மாசுகளோடூடாத 1-2 ppm குளோரின் என்ற அளவிலும் பொதுவாக பிரயோகிக்கப்படுகிறது).

இந்த இயற்கைவளம் சில இடங்களில் கிடைப்பதற்கரியதாய் இருப்பதால், இதன் இருப்பு சமூக மற்றும் பொருளாதார முக்கியத் துவம் வாய்ந்ததாய் இருக்கிறது. தற்பொழுது உலகம் முழுவதும் 1 பில்லியன் மக்கள் வாடிக்கையாக ஆரோக்கியமற்ற நீரை உட்கொள் கின்றனர். பாதுகாப்பான குடிநீரும் சுகாதாரமும் கிடைக்காத உலக மக்கள் தொகையை 2015 க்குள் பாதியாக்க வேண்டும் என்ற 2008ஆம் ஆண்டைய G8 ஈவியன் உச்சி மாநாட்டில் எடுக்கப்பட்ட உறுதிமொழியை பல நாடுகள் ஏற்றுக் கொண்டன. இந்த கடினமான சவாலை எதிர்கொண்டு வெற்றி பெற்றாலும்கூட பின்னும்

நிர்ணயிக்கப்பட்ட பாதி பில்லியன் மக்கள் பாதுகாப்பான குடிநீர் கிடைக்காதவர்களாகவும் ஒரு பில்லியன் பேருக்கு மேலான மக்கள் போதுமான சுகாதார வசதியற்றவர்களாயும் இருக்கும் நிலையே உள்ளது.

மோசமான நீரின் தரம் மற்றும் சுகாதாரமின்மை பயங்கர மானது. மாசுபட்ட குடிநீரால் வருடத்திற்கு 5 மில்லியன் இறப்புகள் நேரிடுகின்றன. பாதுகாப்பான நீர் வருடத்திற்கு 1.4 மில்லியன் வயிற்றுப்போக்கால் ஏற்படும் குழந்தை மரணங்களைத் தடுக்க வல்லதென உலக சுகாதார நிறுவனம் கணித்துள்ளது. இருப்பினும் நீரானது முடிவுறும் ஆதாரமல்ல. குளிர்ந்து சுருங்குதலால் ஏற்படும் நீர்க் கோர்வைகளின் மூலம் அது மறுசுழற்சிக்குட்பட்டு, மனிதர்கள் உட்கொள்வதைவிடப் பன்மடங்கு அதிகமான அருந்தத்தக்க நீராக மாற்றப்படுகிறது. எனவே பூமியினடியில் காணப்படும் சிறிதளவு நீர் மட்டுமே புதுப்பிக்க முடியாத ஆதாரமாக இருக்கிறது (நிலத்தடி நீர் கொள் படுகைகளிலிருந்து நமக்கென எடுக்கப்படும் குடிநீர் விநியோகத்தில் 1 சதவீதம் நிறைவு செய்யப்பட 1 முதல் 10 வருடங்கள் ஆகிறது). புவி நீரின் எதார்த்த அளவு அதிகமாய் தென்பட்டாலும், அதற்கு மாறாக அருந்ததக்க மற்றும் பாசன நீரின் விநியோகம் அரிதானதாகவே இருக்கிறது.

நீர் வளமற்ற நாடுகள் நீரை இறக்குமதி செய்வதற்கு பதிலாக தயாரிப்பு முழுமை பெற்ற பொருட்களை இறக்குமதி செய்கின்றன. (இதனால் மனிதர்கள் உட்கொள்வதற்கு போதிய அளவு தண்ணீர் மிஞ்சுகிறது) ஏனெனில் பொருட்களின் உற்பத்திக்கு அப்பொருட் களின் எடையை விட 10 முதல் 100 மடங்கு அதிக எடையுள்ள நீர் தேவைப்படுகிறது.

வளரும் நாடுகளில், 90% கழிவு நீர் சுத்திகரிக்கப்படாமல் உள்ளூர் நதிகளுக்கும் ஓடைகளுக்கும் போய்க் கொண்டிருக்கிறது. உலக மக்கள் தொகையின் மூன்றில் ஒரு பகுதியைக் கொண்டுள்ள 50 நாடுகள் மிதமான அல்லது மிகுதியான நீர்ப் பற்றாக்குறையால் அவதிப்படுகின்றன. இவற்றில் 17 நாடுகள் நீர் சுழற்சியினால் வருடம் முழுவதும் தங்களுக்குக் கிடைக்கும் நீராதாரத்திற்கும் மேலாக

செயற்கையாக நீரைப் பிரித்தெடுப்பனவாய் இருக்கின்றன. இத்தகைய இழுபறி நன்னீர் நிலைகளான நதிகளையும், ஏரிகளையும் பாதிப்பதோடல்லாமல், நிலத்தடி நீராதாரங்களையும் குறைக்கிறது.

**மனித உபயோகம்**

விவசாயத்தில் நீர்ப்பாசனத்துக்கே நீர் முக்கியமாகப் பயன்படு கிறது. போதுமான உணவு உற்பத்திக்கு பாசனமே முக்கிய காரணி யாகும். வளரும் நாடுகள் சிலவற்றில் பாசனத்துக்காக உபயோகப் படுத்தப்படும் நீர் 90% ஆக உள்ளது.

ஏப்ரல் 7,1795 ல் பிரான்ஸ் நாட்டில் ஒரு கிராம் என்பது கீழ்க்கண்ட வாறு வரையறுக்கப்பட்டது. ஒரு மீட்டர் நீளத்தில் நூற்றில் ஒரு பங்கின் நான்கின் கனத்துக்கு சமமான, உருகு நிலையிலுள்ள பனிக் கட்டியின் தட்பவெப்பத்தைக் கொண்ட நீரின் சார்பிலாத பொருண்மை. ஆனால் நடைமுறை வழக்கிற்கு ஆயிரம் மடங்கு பெரிய அளவிலான, கிலோகிராம் எடையிலான உலோக ஆதாரம் தேவைப்பட்டது. எனவே 1 லிட்டர் நீரின் நிறையை சரியாக நிர்ணயிக்குமாறு பணிக்கப்பட்டது.

வரையறுக்கப்பட்ட கிராமில் நிர்ணயிக்கப்பட்ட நீரின் வெப்ப மான 0°C- பிரதி செய்யப்படத்தக்கதொரு வெப்பநிலையாகக் கருதப்பட்டதால் விஞ்ஞானிகள் தரத்தை மறுவரையறுத்தலுக்கு உட்படுத்த விழைந்து நீரானது அதிக அடர்த்தியானதாயிருக்கும் வெப்பநிலையான 4°Cல் தங்கள் அளவுகளை எடுக்க முற்பட்டனர். 4°C (39°F)

எஸ்ஐ முறைமையின் கெல்வின் வெப்ப அளவுகோல் நீரின் மும்மைப்புள்ளியை அடிப்படையாகக் கொண்டு 273.16K அல்லது 0.01°C என்று வரையறுக்கப்பட்டது. இந்த அளவுகோல் ஏற்கனவே கொதிநிலை (100°C), மற்றும் உருகுநிலை (0°C) ஆகியவற்றின் அடிப்படையில் வரையறுக்கப்பட்ட செல்சியஸ் அளவுகோலை விட நுட்பமானதாகக் கருதப்படுகிறது.

இயற்கை நீர் பெருமளவு ஹைட்ரஜன்-1 மற்றும் ஆக்ஸிஜன்-16 எனும் ஐசோடோப்புகளைக் கொண்டிருந்தாலும், சிறிதளவு ஹைட்ரஜன்-2 ஐசோடோப்புகளையும் கொண்டிருக்கக் கூடும். டியுடீரியம் ஆக்சைடுகள் அல்லது கன நீர் சிரிதளவேயிருந்தாலும் அது நீரின் இயல்பினை வெகுவாகப் பாதிக்கிறது. நதிகள் மற்றும் ஏரிகளின் நீர் கடல்நீரை விட டியுடீரியத்தை குறைவாகப் பெற்றிருக் கின்றன. எனவே தரமான நீர் என்பது வியென்னா சராசரி ஆழி நீர் நிர்ணயத்தின்படி வரையறுக்கப்பட்டுள்ளது.

உடல் பருமனுக்கேற்றவாறு மனித உடம்பு 55% முதல் 78% நீராலானது. வறட்சியை ஈடுசெய்து சரிவர செயல்பட உடலுக்கு நாள் ஒன்றிற்கு 1 முதல் 7 லிட்டர்கள் நீர் தேவைப்படுகிறது. உடல் இயக்கம், வெப்பநிலை, ஈரப்பதம், மற்றும் ஏனைய காரணிகளைப் பொறுத்து நீரின் தேவை மாறுபடுகிறது. இதில் பெருமளவு நேரடி நீர் உட்கொள்ளுதல் என்றில்லாமல் உணவின் வாயிலாகவோ, பானங்கள் வாயிலாகவோ உட்கொள்ளப்படுகிறது. ஆரோக்கிய மான மக்களுக்காகும் நீரின் அளவு தெளிவாகக் கணிக்கப்பட வில்லையென்றாலும், சரியான நீரேற்றத்தைத் தக்கவைக்க குறைந்தது 6 முதல் 7 டம்ளர் நீர் (சுமார் 2 லிட்டர்கள் நீர்) அவசிய மென வல்லுனர்கள் கருதுகின்றனர்.

மருத்துவ இலக்கியங்கள் இதை விட குறைந்த அளவில், அதாவது உடற்பயிற்சியினாலோ, வெப்ப வானிலையாலோ நிகழும் நீரிழப்பை சரிகட்ட கூடுதலாகத் தேவைப்படும் அளவு நீங்கலாக, சராசரி ஆணுக்கு 1 லிட்டர் நீர் என்ற அளவில், என பரிந்துரைக் கின்றன. ஆரோக்கியமான சிறுநீரகங்களை உடையவர்களுக்கு அதிக நீர் உட்கொள்ளுதல் கடினமாயிருந்தாலும், தேவையை விட (குறிப்பாக வெப்பமான ஈரபதமான வானிலையின் பொழுதும், உடற்பயிற்சியின் பொழுதும்) குறைவாக நீர் உட்கொள்ளுதல் ஆபத்தானது. எனினும் உடற்பயிற்சியின் பொழுது தேவையை விட அதிகமான அளவு நீர் உட்கொள்ளுதல் நீர் நச்சுப்பொறுண்மை யாக்கல் அல்லது உடல் நீர் மிகைப்பு போன்ற ஆபத்துக்களுக்கு உட்படுத்தி மரணத்தை விளைவிக்கலாம். ஒரு நபர் ஒரு நாளைக்கு எட்டு டம்ளர்கள் நீர் அருந்த வேண்டும் என்பதற்கு விஞ்ஞானப்பூர்வ ஆதாரம் எதுவும் இல்லை. உடல் எடைக் குறைவு மற்றும் மலச் சிக்கலின் மீதான நீரின் விளைவுகள் உதாசீனப்படுத்தப்பட்டு விட்டன என்பன போன்ற கட்டுக் கதைகளும் நிலவுகின்றன.

நீர் உட்கொள்ளுதலுக்கான ஆரம்பகால பரிந்துரை தேசிய ஆய்வு மன்றத்தின், அங்கமான உணவு மற்றும் ஊட்டச்சத்து வாரியத்தால் கீழ்கண்டவாறு அமைக்கப் பெற்றிருந்தது: 'பலதரப் பட்ட மனிதர்கள் சாதாரண அளவு உட்கொள்ளும் உணவின் 1 கலோரிக்கு தேவை 1 மில்லிலிட்டர் நீர் என்பதே. தயாரிக்கப்பட்ட உணவுகள் இவ்வளவின் பெரும்பகுதியை கொண்டுள்ளன. அண்மைக்கால உணவாதார உட்கொள்தல் அறிக்கை ஐக்கிய நாடுகள் தேசிய ஆய்வு மன்றத்தால் கீழ்கண்டவாறு பரிந்துரைக்கப் பட்டுள்ளது. பெண்களுக்கு 2.7 லிட்டர்களும், ஆண்களுக்கு 3.7 லிட்டர்களும், குறிப்பாக கருத்தரித்துள்ள மற்றும் பாலூட்டும் பெண்களும் நீரேற்றத்தைத் தக்கவைக்க அதிக நீர் உட்கொள்தல் அவசியம். இன்ஸ்டிடியுட் ஆஃப் மெடிசின் பரிந்துரைப்படி சராசரியாக பெண்கள் 2.2 லிட்டர்களும் ஆண்கள் 3லிட்டர்களும் குடிப்பதும், இது இழக்கப்படும் நீரினிமித்தம், கருத்தரித்துள்ள பெண்களுக்கு 2.4 லிட்டர்களாகவும், (10 தம்ளர்கள்) பாலூட்டும் பெண்களுக்கு 3 லிட்டர்களாகவும் (12 தம்ளர்கள்) அதிகரிக்கப்பட வேண்டும் என்றும் பரிந்துரைக்கிறது.

மேலும் 20 % நீர் உணவிலிருந்து வருவதாகவும் மீதம் குடிநீர் மற்றும் பானங்களிலிருந்து வருவதாகவும் இது தெரிவிக்கிறது. (கஃபினையும் சேர்த்து) உடலிலிருந்து நீர் சிறுநீர் மற்றும் மலம் வழியாக, வியர்வை வழியாக, சுவாசித்தலின் பொழுது நீராவியை வெளிவிடுதல் வழியாக என பல வழிகளில் வெளியேற்றப்படுகிறது. உடல் உழைப்பின் போதும் வெப்பத்திற்காட்படும் போதும் நீரிழப்பு அதிரிப்பதினால், தினசரி திரவ தேவைகளும் அதிகரிக்கக் கூடும்.

மனிதர்களுக்கு அதிக அசுத்தங்களில்லாத நீர் தேவைப்படுகிறது. உலோக உப்புக்களும், ஆக்சைடுகளும் (தாமிரம், இரும்பு, கால்சியம், காரீயம் உட்பட) இத்தகைய பொதுவான அசுத்தங்கள் சில. இவற்றோடு சேர்ந்தோ அல்லது தனியாகவோ தீங்கு விளைவிக்கும் பாக்டீரியாக்களான விப்ரியோ போன்றவை காணப்படலாம். சுவையை மேம்படுத்துவதுக்கும் தேவையான மின்பகுளிகளை பெறவும் சில கரைபொருட்கள் அனுமதிக்கப்படத் தக்கவை.

தனிப்பெரும் நன்நீராதாரமாகத் திகழும் சைபீரியாவின் பய்கால் ஏரி குறைந்த உப்பையும், கால்சியத்தையும் கொண்டிருப்பதனால் மிகுந்த சுத்தமானதாகக் கருதப்படுகிறது.

**கரைக்கும் பொருளாக அல்லது கரைப்பானாக**

கரைப்பது (அல்லது மிதக்கச் செய்வது) ஆகிய இதன் பண்புகள் தினமும் மனித உடல், ஆடைகள், தரைகள், வாகனங்கள், உணவு பொருட்கள், மற்றும் செல்லப்பிராணிகள் போன்றவற்றை கழுவி சுத்தப்படுத்த பயன்படுகிறது. மேலும் மனித கழிவுகள் நீரால் கழிவு நீர் மண்டலத்தில் கடத்தப்படுகின்றன. சுத்தப்படுத்தும் கரைப்பானாக திகழும் அதன் இயல்பு தொழில் வளமிக்க நாடுகளில் அதன் நுகர்தலை பெருக்கியிருக்கிறது.

நீரானது கழிவுநீரின் வேதியியல் சுத்திகரிப்புக்குப் பயன்படுகிறது. நீரிருப்புச் சூழல் கழிவுடனான தனது ஓரின கரைசலாகும் தன்மையால், கழிவினை எளிதில் ஏற்றி சுத்தப்படுத்தக் கூடியதாகத் திகழ்ந்து

மாசுக்களை அழிப்பதற்கு வழிசெய்கிறது. வளி வழி சுத்திகரிப் பென்பது, கரைசலுக்குள் காற்று அல்லது ஆக்சிஜனை செலுத்தி அதனுள் இருக்கும் பொருட்களின் வினைபுரிதலைக் குறைக்கிறது.

நீரானது கழிவுநீரில் உள்ள கசடுகளை கரைப்பதின் மூலம் அதன் உயிரியற் பதப்படுத்துதலுக்கும் வழிகோலுகிறது. நீரினுள் வாழும் கிருமிகள் கரைக்கப்பட்ட கசடுகளை அடைந்து, அவற்றை உட்கொண்டு சிதைத்து குறைந்த மாசு அபாயமுள்ள பொருட்களாக மாற்றுகின்றன. நாணல் படுக்கைகளும் வளியற்ற செரிமானிகளும் கழிவு நீர் சுத்திகரிப்புக்குதவும் உயிரியற் முறைகளாகும்.

வேதியற் சுத்திகரிப்பிலும், உயிரியற் சுத்திகரிப்பிலும் பெரும் பாலான நேரங்களில் திண்ம படிவோ அல்லது கட்டியோ சுத்திகரிப்புக்குப் பின் மிஞ்ச நேர்கிறது. அதன் கூறுகளுக்கேற்ப இந்த கட்டியானது நன்மை பயப்பதாயின் உலர்த்தப்பட்டு நிலத்தின் மேல் உரமாகப் பரப்பப்படவோ, அல்லது தீயதாயின் குழியமைத்து புதைக்கப்படவோ அல்லது எரிக்கப்படவோ செய்யப்படக் கூடியதாக இருக்கிறது.

எளிதிற் கிடைப்பதாயும், அதிக வெப்ப ஏற்புத்திறன் பெற்றதாயும் இருப்பதால், நீரும் நீராவியும் பலதரப்பட்ட வெப்ப பரிமாற்ற முறைமைகளில் வெப்ப கடத்து திரவங்களாக பயன்படுத்தப்பட்டு வருகின்றன. குளிர்ந்த நீர் ஏரிகள் அல்லது கடல்களில் இயற்கை யாகவே பெறக் கூடியதாய் இருக்கிறது. அதிக ஆவியாதலின் வெப்பத்தைக் கொண்டிருப்பதால் குளிர்விக்கப்பட்ட நீராவி சிறந்த வெப்ப கடத்து திறனுள்ள திரவமாய் இருக்கிறது. இதன் எதிர் விளைவாகக் கருதப்படுவது நீர் மற்றும் நீராவியின் அரிக்கும் இயல்பே. அனைத்து மின் உற்பத்தி நிலையங்களிலும் குளிர்ப்பி யாகப் பயன்படுத்தப்படும் நீர் ஆவியாகி நீராவிச் சுழலியை இயக்கி மின்னாக்கியை ஓட்டுகிறது.

அணுமின் நிலையங்களில் நீர் நியுட்ரான் தணிப்பியாகப் பயன் படுகிறது. அழுத்த நீர் உலைகளில், நீர் குளிர்ப்பியாகவும், தணிப்பி யாகவும் பயன்படுத்தப்படுகிறது. உலையிலிருந்து நீரை அகற்றுவதன் மூலம் இது அணு வினை வேகத்தைக் குறைப்பதால் இது மறைமுக பாதுகாப்பு நடவடிக்கையாக செயல்படுகிறது.

நீரானது அதிக ஆவியாதல் வெப்பத்தைக் கொண்டிருப்பதாலும் அதன் வினைபுரியா தன்மையாலும் சிறந்த தீயணை கருவியாகப் பயன்படுகிறது. நீராவியாதல் நெருப்பின் வெப்பத்தைத் தணிக்கிறது. எனினும் சுத்தமற்ற நீரின் மின் கடத்தும் பண்பால் மின்னுபகரணங் களில் பற்றிய நெருப்பை அணைக்க நீரை பயன்படுத்த இயலாது. அதைபோல எண்ணெய் அல்லது கரிமக் கரைசல்களின் தீயையும் நீரினால் அணைக்க முற்படுவது அவற்றின் மிதக்கும் பண்பால் கட்டுங்கடங்காத கொதித்தலையும், அதன் வாயிலாக எரியும் திரவத்தின் பரவலையும் ஏற்படுத்தக் கூடும்.

குறுகலான இடங்களில் பற்றிய மிகுந்த வெப்பமுள்ள தீயை அணைக்க நீரைப் பயன்படுத்தும் பொழுது ஏற்படும் நீராவி வெடித்தலையும், நீரோடு வினைபுரியும் சில உலோகங்கள் அல்லது சூடான கிராஃபைட் போன்றவை நிறைந்த இடங்களில் பற்றிய தீயை அணைக்க முற்படும் பொழுது, நீரின் சிதைவால் சாத்தியப் படக்கூடிய ஹைட்ரஜனின் வெடித்தலையும் கணக்கில் கொள்ள வேண்டும்.

தீயணைக்கப் பயன்படுத்தப்பட்ட நீரினால் இல்லாமற் போனாலும் உலையின் சொந்த நீர் குளிர்விப்பு வசதியால் ஏற்பட்ட இத்தகைய வெடித்தலின் வேகம் செர்நோபில் பேரழிவின் பொழுது உணரப் பட்டது. உள்மையப் பகுதி அதீத வெப்பத்துக்குட்படுத்தப்பட்ட போது நீரானது நீராவியாகத் தெறித்ததினால் நீராவி வெடித்தல் ஏற்பட்டது.மேலும் நீராவியுடன் சூடான ஸிர்கோனியம் வினை புரிந்ததன் விளைவாக ஹைட்ரஜன் வெடித்தலும் ஏற்பட்டிருக்க லாம் என்றெண்ணப்பட்டது.

கரிம வினைகள் நீரினாலோ அல்லது வேறு உகந்த அமில கார அல்லது நடுப்பி நீர்க்கரைசல்களினாலோ தணிக்கப்படுகின்றன. கனிம உப்புக்களை அகற்றுவதில் நீர் பெரும் பங்கு வகிக்கிறது. கனிம வினைகளில் சாதாரணமாக நீர் கரைப்பானாகப் பயன்படு கிறது. கரிம வினைகளில், நீர் வினைபொருட்களை சரிவர கரைக் காமலிருப்பதாலும், அமில மற்றும் கார ஈரியல்புகளைப் பெற்ற தாயிருப்பதாலும், அணுக்கரு கவர் பொருளாகவிருப்பதாலும்,

வினைக் கரைப்பானாக உபயோகப்படுத்தப்படுவதில்லை. இருந்த போதும் இப்பண்புகள் சில நேரங்களில் விரும்பத்தக்கவையாய்க் கருதப்படுகின்றன. மேலும் டீல்ஸ்-ஆல்டர் வினை உந்து பண்பு நீரில் கண்டறியப்பட்டுள்ளது. மேம்பட்ட பிறழ் நிலை நீர் அண்மைக் காலங்களில் ஆய்வுக்குரிய தலைப்பாயிருக்கிறது. ஆக்ஸிஜன்-நிரம்பிய மேம்பட்ட பிறழ் நிலை நீர் கரிம மாசுக்களைத் திறமை யாக எரிக்கிறது.

மனிதர்கள் பொழுதுபோக்கிற்காகவும் உடற்பயிற்சிகளுக்காக வும், விளையாட்டுகளுக்காகவும் நீரைப் பயன்படுத்துகின்றனர். இவற்றுள் சில நீச்சல், நீர்ச்சறுக்கு, படகோட்டம், அலையாடல், நீர் மூழ்குதல் போன்றவை. இத்துடன் உறைபனி ஹாக்கி, உறை பனிச் சருக்கு போன்றவை உறைபனியில் விளையாடப்படுபவை. ஏரிக் கரைகள், கடற்கரைகள், மற்றும் நீர்ப்பூங்காக்கள் ஆகியனவற்றிற்கு மக்கள் சென்று இளைப்பாறி, புத்துணர்ச்சியடைகின்றனர். பாய்ந் தோடும், நீரின் சத்தம் மனதுக்கு இதமாயிருப்பதாகப் பலர் கருது கின்றனர். சிலர் மீன் காட்சியகங்களிலும், குளங்களிலும் மீன்களை யும் ஏனைய நீர்வாழ் உயிர்களையும் பார்வைக்காகவும், பொழுது போக்கிற்காகவும், தோழமைக்காகவும் வைத்துள்ளனர். மனிதர்கள் நீரை பனிச்சருக்கு, பனிவழுக்குதல் போன்ற உறைபனி விளை யாட்டுகளில் ஈடுபட பயன்படுத்துகின்றனர். இவை நீரை உறையச் செய்து விளையாடப்படுபவை.

மக்கள் பனி பந்துகள், நீர்த் துப்பாக்கிகள், நீர் பலூன்கள் ஆகியன வற்றை வைத்து பொழுதுபோக்கிற்காக விளையாட்டு சண்டை போன்ற நிகழ்வுகளிலும் ஈடுபடுகின்றனர். மேலும் அவர்கள் நீரூற்றுக்கள் மற்றும் ஏனைய நீராலான அலங்காரங்களைத் தங்களது பொது அல்லது தனியார் இடங்களில் அமைத்துக் கொள் கின்றனர்.

## 4. தொன்ம மொழி உணர்த்தும் புவியின் வரலாறு

அட்லாண்டிக் பெருங்கடலின் கிழக்கு பகுதி முதல் ஆஸ்திரேலியா வரையிலான பகுதிகளை உள்ளடக்கி இலெமுரியா என்ற பெரு நிலப்பரப்பு இருந்ததாகவும், அது இப்பெருவெள்ளத்தில் தான் அழிந்து போய், உயரமான பகுதிகள் தனித்தனி நாடுகளாயின் என்றும் பிளாவட்ஸ்கி என்ற பிரெஞ்ச் நாட்டு ஆய்வாளர் கூறுகிறார்.

தமிழர்கள் வாழ்ந்திருந்த குமரிக்கண்டத்தைத்தான் பிளாவட்ஸ்கி கூறுகின்றார். குமரிக்கண்டம் கி.மு. *18000 - 12000* ஆண்டுகளில் முற்றிலுமாக அழிந்து போனது.

அதன் எஞ்சிய பகுதிகளான தென் இந்தியா, இலங்கை, இந்தோனேசியா, அரபிக்கடல் தீவுகள் ஆகியவைகளே உள்ளன. தமிழ் இலக்கியங்களும் குமரிக்கண்டம் கடல் வெள்ளத்தால் அழிந்து போனதாகக் கூறுகின்றன.

வாஷிங்டனில் செயல்பட்டு வரும் தேசிய அறிவியல் கழகம், காலச் சூழல்களுக்கான அடிப்படைக் காரணிகளை வகைப்படுத்தி யுள்ளது.

காற்று, நீர், பனிக்கட்டி, மண் ஆகியவை வெப்பமடைவதால் ஏற்படும் மாற்றங்களையும், காற்று கடலுக்கடியில் ஏற்படும் சூழல்கள், பனிக்கட்டிகளின் சுழற்சியால் ஏற்படும் மாறுபாட்டையும், காற்று, மேகங்கள், நிலத்தின் நீர் மற்றும் பனிக்கட்டிகள் மாறுபாட்டினையும், வளிமண்டலம், பெருங்கடல்கள் போன்றவற்றில் ஏற்படுத்தும் அழுத்தங்களையும் வகைப்படுத்தி இந்த தேசிய அறிவியல் கழகம் ஆய்வு நடத்தியுள்ளது.

உலகின் தட்பவெப்ப தன்மைக்கால வரலாற்றை நாம் அறிய வேண்டுமானால் முப்பத்தைந்து லட்சம் ஆண்டுகள் நாம் முன்னோக்கி செல்ல வேண்டும். அக்காலம் தொட்டு கி.மு 25,000 ஆண்டுகள் வரை உலகில் பெரும் மாற்றங்கள் நிகழ்ந்துள்ளன.

தேசிய அறிவியல் கழகம் கி.மு. 25,000 ஆண்டுகள் தொடங்கி இன்று வரையிலான கால அளவுகளில் காலச்சூழல்கள் எவ்வாறெல்லாம் மாறுபாடுகள் அடைந்துள்ளன என்பதை பட்டியலிட்டுள்ளன.

இந்த அடிப்படையில் மிகப்பெரிய வெள்ளம் தோன்றி உலகை அழித்த செய்தி உண்மையென்றே தேசிய அறிவியல் கழகம் உறுதிப் படுத்துகின்றது.

இந்த வெள்ள நிகழ்வு சமய நோக்கில் ஏற்றுக் கொள்ளப்பட்டு அதற்கேற்ப அவர்கள தங்கள் கற்பனையை விரிவுபடுத்தியிருக்கலாம் என்ற கருத்தும் நிலவுகிறது.

விவிலியத்தில் சொல்லப்பட்டுள்ள நோவா பற்றியும் அவன் வாழ்ந் திருந்ததாக நம்பப்படும் இடங்கள் பற்றியும், நோவாவின் மரக்கலம் நிலை கொண்ட அராரத் மலையைப் பற்றியும் அண்மைக்காலத்தில் அறிவியல் பூர்வமாக ஆய்வுகள் மேற்கொள்ளப்பட்டிருக்கிறது.

அராரத் என்ற மலைத் தொடர் தற்போதைய ஆர்மீனிய நாட்டில் இருந்ததாக விவிலிய ஆய்வாளர்கள் கூறுகின்றனர். இப்பகுதியானது மெசபத் தோமிய நாட்டிற்கு வடக்கு பகுதியாக அறியப் பட்டிருந்தது.

மெசபத்தோமியா என்ற நாடு தற்காலத்திய துருக்கியின் தென் பகுதி யும் ஈராக் இணைந்த பகுதிகளே என்பர். ஆனால் அராரத் என்று

அழைக்கப்பட்ட மலைப்பகுதி இன்று அப்பெயரால் அழைக்கப்பட வில்லை.

எபிறேய மொழி மூலத்தில் அராரத் என்பது ஊராற்று என்று எழுதப்பட்டுள்ளது. அரபு மொழியில் எழுதப்பட்டுள்ளது. திருக்குர்ஆன் அராரத் மலையை அல் ஊதி என்று குறிப்பிடுகிறது. நபிகள் நாயக காலத்து அரபு மொழியில் இச்சொல் இடம் பெற்றுள்ளது.

அராரத், ஊராற்று, அல்ஊதி ஆகிய பெயர்கள் யாவும் ஆர்மீனிய மலையையே குறிப்பிடுவதாக அறியலாம். நோவாவின் மரக்கலம் அந்த மலைப்பகுதியில் தரை தட்டியதற்கான சான்றுகளாக அந்த மரக்கலத்தின் துண்டுகள் கிடைத்திருக்கலாம் என்று கருதப்படுகிறது.

கடலில் காணப்படும் மரத்துண்டுகள் பல்லாயிரம் ஆண்டுகள் வரையிலும் கூட அழியாமல் இருக்கும் என அறிவியல் கூறுகிறது.

மரக்கலத்தின் துண்டுகள் கிடைக்கப்பெற்ற செய்தியே நோவாவின் மரக்கலம் ஆன்மீனியாவில் தரை தட்டியதாக கூறப்படுவதற்கு சான்றாகத் திகழ்கிறது.

ஆர்மினியாவில் கிறித்துவம் கி.பி. *300* ஆண்டுகளில் ஏற்றுக் கொள்ளப்பட்டது. இங்கு கி.பி. *321* ஆம் ஆண்டில் கட்டப்பட்ட தேவாலயத்தில் நோவா மரக்கலத்துண்டு ஒன்று புனிதப் பொருளாக போற்றிக் காக்கப்பட்டு வருகின்றது.

ஆர்மினியர்களின் முன்னோர்கள் பற்றிய ஆய்வில் நோவாவின் பெயரன் வழி வந்த மக்களையே குறிப்பிடுகின்றனர்.

நோவாவின் பெயரன்களில் ஒருவனாக அறம் என்ற சொல் விவலியத்தில் கூறப்படுகிறது.

அறம் என்பவனுடைய மரபினர் யூப்ரடீஸ் டைகிரீஸ் ஆறுகளுக்கு இடையே சமவெளிப் பகுதியில் வாழ்ந்தவர் களாவல் இப்பகுதி அவர்கள் பெயரிலேயே படன் அறம் என்று அழைக்கப்பட்டது. அறமியன் என்பதே பின்னால் அறமினியா ஆர்மினியா என்று வழங்கப்பட்டிருக்கலாம்.

மனு என்பவனே ஆதாமைப் போல் முதல் மாந்தன் என்று ஆரியத் தொன்மங்கள் கூறுகின்றன.

மனு எனும் சமஸ்கிருதச் சொல் மீன் என்ற தமிழ்ச் சொல்லின் திரிபுதான். கி.மு 20000 ஆண்டுகளில் நிலை பெற்றிருந்ததாக அறியப் படும் குமரிக்கண்டத்தில் தோன்றிய உலகின் பேரரசு மீன் சின்னத்தையே கொடியாகக் கொண்டிருந்தது.

மீனைக் கடவுளோடு தொடர்புபடுத்துகிற வழக்கம் தமிழரின் நம்பிக்கையாக இருந்துள்ளது.

ஆரியக் கதையில் வெள்ளத்தினின்று காக்கப்பட்ட மனுவை மீன் ஒன்று தான் வழி நடத்திச் சென்றதாகக் கூறப்படுகிறது.

கடவுளுக்கு பதிலாக மீன் சொல்லப்பட்டுள்ளது. இந்த மீனை மகா விஷ்ணு என்றும், பிரம்மா என்றும் ஆரியத் தொன்மம் விளக்குகிறது.

மகாவிஷ்ணுவின் பத்து பிறப்புகளில் மீனே முதற் பிறப்பு என்றும் ஆரிய புராணங்கள் கூறுகின்றன.

மீன் என்ற தமிழ்ச்சொல் உலக நாகரீகங்களில் பல்வேறு வகையில் திரிபு பட்டு காணப்படுகிறது.

மனு என்று ஆரியக் கதையிலும் எம்மானுவெல் என்று எபிறேய மொழியிலும் விரிவடைகிறது. மனு - எல் என்பது கடவுளைக் குறித்த எபிறேய மொழிச் சொல்லாகும். அதுவே எம்மானுவேல் என்று விரிவடைந்துள்ளது.

விவிலியத்தில் பதிவு செய்யப்பட்டுள்ள நோவா என்ற பெயர் தமிழ்த் திரிபுச்சொல் தான் என்பது ஆய்வில் தெரிய வருகிறது.

நாகன் என்பது தனித் தமிழ்ச்சொல். நோவா என்பது தமிழ்த்திரிபு சொல்.

நாகர் என்போர் தமிழரே. குமரிக்கண்டத்தின் கிழக்குப் பகுதியில் வாழ்ந்திருந்த அம்மக்கள் குமரிக்கண்ட அழிவின்போது தென்னிந்திய கடற்கரைப் பகுதியிலும், இந்தியாவின் கிழக்கு மலைகளிலும் குடியேறினர்.

நாவாய் என்பது தமிழ்ச்சொல். நீண்ட வாயை உடைய அல்லது முகப்பை உடைய மரக்கலம் என்பது இதன் பொருள். இதன் நீட்சியாகவே நோவா என்ற சொல் உருவானது. மரக்கலத் தலைவன், நாவாயோட்டி என விரியும்.

ஒருவனுடைய இயற்பெயரைக் குறிப்பிடாமல் அவனது தொழிற் பெயரை கூறி அழைப்பதும் தமிழர் வழக்கமாகும்.

விவிலியத்தில் சொல்லப்படும் 'நோவா' என்பவன் இந்த அடிப்படையில் தமிழன் என்ற கருத்தே வெளிப்படுகிறது.

வெள்ளக்காலத்திற்கு பிறகு மேற்கில் குடியேறிய நோவாவின் மக்கள் பல்கிப் பெருகினர். அவர்கள் பேசிய மொழி தமிழே.

குமரிக்கண்ட அழிவு மேலை நாடுகளில் தமிழரின் குடியேற்றங் களைத் தோற்றுவிக்க காரணியாக அமைந்தது மட்டுமின்றி தமிழ் மொழியின் பரவலுக்கும் காரணமாயிற்று.

வெள்ளக்காலமும் இறையனார் அகப்பொருள் உரையின் செய்தியும் ஒன்றுபடுகின்றன என்பதால் வெள்ளக்கதை உண்மை நிகழ்வு என்பதும் ஆறு குமரிக்கண்டப் பேரழிவுக்கு காரணமாக இருந்தது என்பது உறுதியாகின்றது.

இலக்கியங்கள், சமயங்கள், புவியியல் செய்திகள், ஆழ்கடல் அகழாய்வு செய்திகள், பொருட்களின் காலத்தை அளக்கும் புதிய முறைகள் போன்ற ஆய்வுக்களங்கள் தந்த தகவல்கள் இவ்வுலகை வெள்ளம் சூழ்ந்து அழித்தது உண்மையே என்று அறிவியல் பூர்வமாக நிலை நிறுத்துகிறது.

ஆதித்தமிழர்கள் வாழ்ந்த குமரிக்கண்டம் இந்த கடல் நீர்ப் பெருக்கத்தில் அழிந்து போன நிகழ்வு உறுதிப்படுத்தப்படுகிறது.

சமயமும் அறிவியலும் எப்போதும் முரண்பட்டவை என்றாலும் கூட சமயங்கள் பல்வேறு அறிவியல் தொடர்பான செய்திகளையும் கொண்டுள்ளன என்பது இந்த பிரளயம் குறித்த பொதுவான கருத்தினை கூறியிருப்பதிலிருந்து தெளிவாகிறது.

ஆதித் தமிழர்கள் வாழ்ந்த குமரிக்கண்ட அழிவிற்கு இலக்கியங் களையே சான்றுகளாக கூறிவந்த நிலைமை மாறி புவியியல், ஆழ்கடலியல் போன்ற துறைகள் வழிச்சான்றுகளும் இப்போது வரத் துவங்கியுள்ளன.

விவிலியத்தில் ஆதாம் என்ற சொல் கடவுளால் உருவாக்கப்பட்ட முதல் மனிதனின் பெயராக தனிப்பட்ட ஒரு நபரின் பெயராகப் பயன்படுத்தப்பட்டிருக்கிறது.

எபிரேய மொழியில் ஆதாமா என்றால் மண் என்றும் ஆதாம் என்றால் மண்ணால் ஆனவன் என்றும் பொருள். எனவே ஆதாம் என்பது ஒரு காரணிப் பெயர் என்பர் சிலர். ஏவாள் அவன் மனைவி. ஏவாள் என்பதற்கு மக்கள் அனைவரின் தாய் என்பது பொருள்.

யூத கிறிஸ்தவத்தில் ஆதாமின் கதை கூறப்பட்டுள்ளது.

ஆதாமைப் பற்றிய கதையை பைபிளில் பழைய ஏற்பாட்டின் முதல் நூலான தொடக்க நூலில் காணலாம். இந்த எழுத்துக்கள் கிறிஸ்தவ மற்றும் யூத மத நம்பிக்கைகளில் முக்கிய பங்கு வகிக்கின்றன.

அதன்படி கடவுள் ஆதாமை தனது சாயலில் படைத்து அவனை ஏதேன் தோட்டத்தில் வைத்தார். ஆதாம் உலகின் எல்லா உயரினங் களுக்கும் பெயரிடுமாறு கடவுளால் அனுமதிக்கப்பட்டான்.

பின்பு கடவுள் அவனது விலா எலும்பிலிருந்து ஒரு பெண்ணைப் படைத்தார். ஆதாம் எல்லா மனிதருக்கும் தாயானவள் என்று பொருள்படும்படி அவளுக்கு ஏவாள் எனப் பெயரிட்டான்.

அவர்கள் கடவுளின் கட்டளையை மீறி அவரால் தடை செய்யப் பட்ட நன்மை தீமை அறியும் மரத்தின் கனியைப் பறித்து உண்ட தால் ஏதேன் தோட்டத்திலிருந்து வெளியே தள்ளப்பட்டார்கள்.

ஏதேன் தோட்டத்திலிருந்து வெளியேறியவுடன் ஆதாம் வேலை செய்து ஏவாளுக்கு உணவு வழங்க வேண்டியதாயிற்று. ஆதா முக்கும், ஏவாளுக்கும் காயின், ஆபேல், சேத் என்ற மகன்கள் பிறந்ததாக ஆதியாகமம் கூறுகிறது.

ஆதாம் மேலும் பல குழந்தைகளைப் பெற்றதாகவும் விவிலியம் கூறுகிறது. ஆதாம் 930 வருடங்கள் பூமியில் வாழ்ந்ததாகவும் ஆதியாகமத்தில் கூறப்பட்டுள்ளது.

தேவன் (எலாஹுஉம்) மனிதனைப் படைத்தாரென்று ஆதியாகப் புத்தகம் முதல் அதிகாரம் கூறுகிறது.

அவர்களை ஆணும் பெண்ணுமாக சிருஷ்டித்து அவர்களை ஆசீர்வதித்து அவர்களை சிருஷ்டித்த நாளிலே அவர்களுக்கு மனுஷர் (எபிரேய மூல மொழியில் ஆதாம்) என்று பெயரிட்டார்.

ஆதாம் என்பது மனிதன் என்ற சொல்லைப் போல் ஒரு பொதுவான பொருளைக் குறிக்கும் ஒரு வார்த்தையாகும். முழுமனித வர்க்கத்தையும் இந்தச் சொல் குறிக்கலாம்.

தேவன் அவர்களை பல்கிப் பெருகும்படி ஆசிர்வதித்து அவர்கள் சமுத்திரத்தின் மச்சங்களையும், ஆகாயத்துப் பறவைகளையும், மிருக ஜீவன்களையும், பூமியனைத்தையும், பூமியின் மேல் ஊரும் சகலப் பிராணிகளையும் ஆளக் கடவர்கள் என்று கட்டளையிட்டார்.

ஆதியாகமம் 2வது அதிகாரம் கூறுகிறபடி தேவனாகிய கர்த்தர் ஆதாமை பூமியின் மண்ணினாலே உருவாக்கி ஜீவ சுவாசத்தை அவன் நாசியிலே ஊதி அவனை ஜீவாத்துமாவாக ஆக்கினார்.

பின் தேவன் ஆதாமை ஏதேன் தோட்டத்திலே வைத்து நீ தோட்டத்திலுள்ள சகல விருட்சத்தின் கணியையும் புசிக்கவே புசிக்கலாம். ஆனால் நன்மை தீமை அறியத்தக்க விருட்சத்தின் கனியைப் புசிக்க வேண்டாம். அதை நீ புசிக்கும் நாளில் சாகவே சாவாய் என்று கட்டளையிட்டார்.

பின்பு 'மனுஷன் தன்மையாயிருப்பது நல்லதல்ல' என்று கண்டார். பின்பு தேவனாகிய கர்த்தர் 'வெளியின் சகலவித மிருகங்களையும், ஆகாயத்தின் சகலவிதப் பறவைகளையும் ஆதாம் அவைகளுக்கு பெயரிடும்படியாக அவைகளை அவனிடத்தில் கொண்டு வந்தார். ஆனால் அந்த மிருகங்களில் ஒன்றாகிலும் ஆதாமுக்கு ஏற்ற துணையாக காணப்படவில்லை.

ஆதலால் தேவன் ஆதாமுக்கு அயர்ந்த நித்திரையை வரச் செய்து அவன் விலா எலும்புகளில் ஒன்றினை எடுத்து விலா எலும்பை மனுஷியாக உருவாக்கினார். அவர்களுக்கு ஆதாம், ஏவாள் என்று பெயரிட்டார்.

அதன் தொடர்ச்சியாக ஆதாமும், ஏவாளும் நன்மை, தீமை அறியத்தக்க விருட்சத்தின் கனியை புசிக்க வேண்டாம் என்ற தேவனுடைய கட்டளையை உடைத்தபடியினால் தேவன் அவர் களை ஏதேன் தோட்டத்திலிருந்து வெளியேற்றத்திற்குப் பின் தன் உணவிற்கு கடினமாக உழைக்க வேண்டிய கட்டாயம் முதன் முறையாக ஆதாமிற்கு வந்தது.

அவனும், ஏவாளும் அனேக பிள்ளைகளைப் பெற்றாலும் ஆபேல், காயின் மற்றும் சேத் என்ற மூன்று பெயர்களை மட்டுமே ஆதி யாகமம் குறிப்பிடுகிறது.

**5. மானுடத்தின் தொன்மையான வரலாறு**

மிகமிகத் தொன்மையானது தமிழகத்தின் வரலாறு. தமிழகத்தை ஆய்வு செய்யாது உலக வரலாற்றை முழுமையாக ஆய்வு செய்வது கடினம்.

பூமி இயல் ஆய்வாளரோ மானுட வரலாற்றினை ஆய்ந்தெழுத முற்படுபவரோ, மனித நாகரீகம், பண்பாடு, கலை, கலாச்சார விளக்க நூல் படைப்பவரோ தமிழ்நாட்டை அலசி ஆராயாமல் இலக்கை எய்திட முடியாது.

உயிரினங்களும், மனித இனமும் முதன் முதலில் தோன்றியது லெமூரியா எனும் கண்டத்தில்தான் என்பது நிலவியல் ஆய்வாளர் அனைவரின் கூற்று.

லெமூரியாக் கண்டம் நீரில் மூழ்கிய பின்னர் எழுந்ததே இமயப் பெருங்குன்றம். இமயப் பகுதி அதற்கு முன்பு ஆழ்கடலாகயிருந்தது என்பது ஆய்வு பூர்வ உண்மை!

இந்து மகா கடலும், ஏனைய கடல்களும் லெமூரியாக் கண்டத்தை பிரிந்த பின்னர் தோன்றியது இன்றைய இந்தியா எனும் நாவலந்தீவு.

அந்நாளில் மானுடர் வாழ்வாதாரமற்ற பகுதியாக நாவலந் தீவின் வடபகுதி இருந்தது. விந்திய மலைக்கு இப்பால் உள்ள நிலப்பரப்பே மனித வாழ்க்கைக்கு ஏற்புடையதாக இருந்தது என்பர்.

அதிலும் குறிப்பாக தென் மாநிலமாகிய தமிழ்நிலமே 'குமரி நாடு' என்ற நிலப்பகுதியே மக்களின் வாழ்நிலைக்குத்தக்க நிலமாக திகழ்ந்தது.

இந்த நிலப்பரப்பில் தான் மனிதன் முதன்முதலில் தோன்றி வாழத் தொடங்கினான் என்றும், அவன் பேசிய மொழியே தமிழ்மொழி என்றும் பெரும்பாலான ஆய்வாளர்கள் இயம்பியுள்ளனர்.

மனித குலத்தின் இந்த வரலாற்றடுக்கை இஸ்லாமியமும் ஏற்றிருப் பதைக் காண முடிகிறது.

'சரந்தீப்' என்றொரு தீவு இருந்தது. அந்தத் தீவிலுள்ள உயரமான மலையின் மீதுதான் ஆண்டவரின் தூதரான ஆதம் நபி (Adam) என்பவர் சுவர்க்கத்திலிருந்து தூக்கி எறியப்பட்டார். அவர் தாம் இன்றைய உலக மானிடரின் தந்தையாவார் என்று இஸ்லாமியம் கூறுகின்றது.

ஆதம்நபி பாவமன்னிப்புக் கோரி இறைவனிடத்து இறைஞ்சி வேண்டி நின்ற மலை இலங்கையில் ஹட்டன் (தொப்பித் தோட்டம்) என்னும் பகுதியில் உள்ளது.

இம்மலையை முஸ்லீம்கள், 'ஆதம் பாவா மலை' என்கின்றனர். இந்துக்கள் சிவன் பாத மலை என்கின்றனர். பௌத்தர்கள், கிறிஸ்தவர்கள் போன்ற அனைவரும் உரிமையோடு போற்றிக் கொண்டாடும் மலையாக இம்மலை விளங்குகிறது.

ஆதம் நபி உலக மானிடரின் தந்தை என்பதாலும் பாவ மன்னிப்புக் கோரி இறைவன் பால் வேண்டி நின்றிருந்த மலை இலங்கை ஹட்டன் பகுதியில் தான் உள்ளதென்பதாலும் இந்த இலங்கை, முந்திய லெமூரியாக் கண்டத்தின் சிதறுண்ட ஒரு துண்டு நிலம் என்பதாலும், இலங்கையிலும் இந்தியாவின் தென் கோடியான தமிழகத்திலும் காலந்தெரியா காலந்தொட்டே தமிழின மக்கள்

வாழ்ந்து வருவதாலும், ஆதியில் மனித இனம் தோன்றிய நிலம் தமிழ்நிலம் என்பதும் அவ்வினம் பேசிய மொழி தமிழ்மொழி என்பதும் ஏற்புடையதாக உள்ளது.

லெமூரியாக்கண்டம் நீரில் மூழ்கிய போது குமரி நாடும் அதனின்றும் வடக்கு நோக்கிச் செல்கின்ற நாவலந்தீவும் (இந்தியா) தான் அன்றைய உலகின் கண் நிலவிய முதல் நிலப்பரப்பு என்ற ஆய்வு முடிவு ஏற்புடையது எனில் மனித இனத்தின் தோற்றுவாய் நிலம் தமிழ் நிலம் தான் என்பதில் எவ்வித ஐயத்திற்கும் இடமில்லை.

இந்த இனம் பேசிய மொழி தமிழ்மொழி, இம்மொழியிலிருந்தே ஏனைய மொழிகள் தோன்றின என்கிற கூற்றும் உண்மையேயாகும்.

தமிழகத்திலிருந்தே இந்தியாவின் ஏனைய பகுதிகட்கும் உலகின் கண் உள்ள எல்லா கண்டங்களுக்கும் மக்கள் சென்று குடியேறி பரவி நிலைத்து நின்று வாழலாயினர் என்பதும் நினைவில் கொள்ளத் தக்கதாகும்.

இதனை மெய்ப்பிப்பது போன்றிருக்கும் நம்முடைய முதுமொழி, 'கல் தோன்றி மண் தோன்றாக் காலத்தே வாளோடு முன் தோன்றி மூத்த குடி தமிழ்க்குடி' என்பது கவனத்திற்குரியது.

இதில் யாதொரு ஐயப்பாடும் இல்லை. மனிதன் தோன்றிய நிலத்தில் தான், அவன் நிலைத்து வாழ்ந்த பகுதியில் தான் நாகரீகம், பண்பாடு, கலை, கலாச்சாரம் போன்றவை தோன்றி வளர இயலும். எனவே மனித நாகரீகம் அனைத்தும் முதன் முதலில் தோன்றிய நிலம் தமிழ் நிலமே என்கின்றனர் ஆய்வாளர்கள்.

மனிதன் தோன்றிய பின்னர் பேசும் மொழி தோன்றி வளரலாயிற்று. அம்மொழியின் வளர்ச்சியை ஒட்டி கலை, கலாச்சாரம், பண்பாடு, நாகரீகம் அனைத்தும் வளர்ந்தன.

அதன்பின் இவையாவற்றையும் செம்மையுற நடத்துவதற்கு தலைவர்கள் தோன்றி உருவானார்கள். இத்தலைவர்கள் மன்னர் களானார்கள். இத்தகைய தொரு மனிதகுல வளர்ச்சி நிலையானது மானிட சமுதாயம் வாழ்ந்த எல்லாப் பகுதிகளிலும் உருவாயிற்று.

அந்த அடிப்படையில் தமிழகத்தை மூன்று பிரிவுகளாக்கி மூன்று மன்னர் தனித்தனியே ஆளத் தலைப்பட்டனர். சேர, சோழ, பாண்டியர் என்ற பெயரும் அப்பெயர்களைக் கொண்ட நாடுகளும் உருவாயிற்று.

சேர, சோழ, பாண்டியர்கள் தொன்மையான தமிழ்க்குடியினர். இவர்கள் வீரம், விவேகம், வாய்மை, நேர்மை, நீதி போன்ற நலன்கள் துலங்க நாடாண்ட நன் மன்னராவார்.

இவர்கட்கு பிறர் நிலத்தை அடிமைப்படுத்தி ஆளுகின்ற பேராசை இருந்ததாகத் தெரியவில்லை. தங்களைத் தற்காத்துக் கொள்ளவும் தங்களின் வாள்வலி காட்டவுமே இவர்கள் கடல் கடந்தும் போர் மேற்கொண்டுள்ளனர்.

ஆனால் அப்படி வென்ற நாடுகளில் நின்று நிலைத்து ஆட்சி நடத்தாமல் தம்மால் வீழ்த்தப்பட்டோரிடத்தே ஆட்சியைத் தந்து வந்ததும் இம்மாமன்னர்களின் சிறப்பியல்புகளாக கூறுகிறது வரலாறு.

ஆனாலும் இவர்கள் ஒருவரை ஒருவர் பகைக்காமல், எதிர்க்காமல், வீழ்த்தாமல் வாழ்ந்தவர் என்பதாக வரலாறு இல்லை. ஒருவரை யொருவர் எதிர்த்து ஓயாது போரிட்டு நின்றனர் என்பதே இவர்கள் வரலாறு.

கி.பி. பன்னிரண்டாம் நூற்றாண்டு வரை பிறர்க்கடிமையின்றி பீடுடன் நடந்த அரச வரலாறாகவே இவர்களது வரலாறு காணப் படுகிறது.

பன்னிரண்டாம் நூற்றாண்டிற்குப் பின்னர் எழுந்த அரசியல் பேரலைகள் சேர, சோழ பாண்டிய வல்லரசுகளின் ஆற்றலைக் குறைத்துக் கொண்டே வந்து பதினைந்தாம் நூற்றாண்டிற்கப்பால் நிலைத்து நிற்க இயலாதவாறு செய்து விட்டது அறிய முடிகிறது. இம் மூவேந்தர் தம் ஆட்சியின் வீழ்ச்சி தமிழின மக்களின் நல்வாழ்வில் வீழ்ந்த பேரிடியாயிற்று என்பது உண்மை!

அதன் பின்னர் தமிழின மக்கள் அரசியலில் மட்டுமின்றி மொழி, கலை, கலாச்சாரம், பண்பாடு, வணிகம் போன்ற அனைத்திலும் பின்னுக்கு தள்ளப்பட்டு விட்டனர்.

ஈந்து வாழ்ந்த தமிழின மக்கள் அணி அணியாக அன்னிய நாடுகட்கு கூலிகளாக செல்ல ஆரம்பித்தது பெரும் சோகம்.

பர்மா நாட்டின் விளை பொருட்களின் விற்பனை தமிழகக் கடல் துறைகளில் நடந்த காலம் மாறி, தமிழின மக்கள் பர்மா நாட்டுக்குச் சென்று உழுது, மரம் வெட்டி வாழ்க்கை நடத்த தள்ளப்பட்டனர்.

இலங்கை நாட்டின் இயற்கை வளம் தருகின்ற விளைபொருட்களை நம் புகார் துறைமுகத்திலும், கொற்கைத் துறைமுகத்திலும் விற்பனை செய்த காலம் போய் தமிழக மக்கள் இலங்கைத் தீவின் தேயிலைத் தோட்டங்களில் கொழுந்து கிள்ளி நொந்து நூலாகிய கொடுமை யெல்லாம் நேர்ந்தது.

மலேசியா, சிங்கப்பூர் நாடுகளின் ரப்பர் மரப்பால் கறந்து கண்ணீர் கடலில் தமிழ் மக்கள் மூழ்கிய சோகம் மூவேந்தர் ஆட்சி மறைந்த பின்னர் தான் நிகழ்ந்தது.

🌢

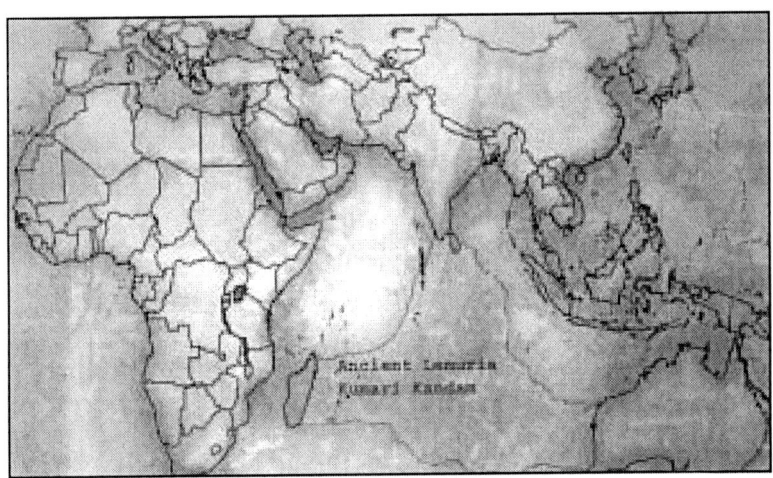

## 6. குமரிக்கோடும் கொடுங்கடல் கொள்ள!

குமரிக்கண்டம் என்பது இந்தியப் பெருங்கடலின் அமைந்துள்ள இந்தியாவின் தெற்கே இருந்ததாகக் கருதப்படும் இழந்த ஒரு கண்டத்தை குறிக்கிறது.

இது பண்டைய தமிழர் நாகரீகத்துடன் தொடர்புடைய ஒரு முக்கிய நிலப்பகுதியாகவும் கருதப்படுகிறது.

குமரிக்கண்டம், குமரிநாடு என்ற வேறு பெயர்களாலும் இப்பகுதி அழைக்கப்பட்டது. 19ஆம் நூற்றாண்டில் ஐரோப்பிய மற்றும் அமெரிக்க அறிஞர்களின் ஒரு பகுதியினர் இலெமூரியா என்றழைக்கப்படும் ஒரு மூழ்கிய கண்டம் இருந்திருக்கலாம் என்று ஊகித்தனர்.

ஆப்பிரிக்கா, ஆஸ்திரேலியா, இந்தியா மற்றும் மடகாஸ்கர் நாடு களுக்கு இடையே காணப்படும் புவியியல் மற்றும் பிற ஒற்றுமை களை தொடர்புபடுத்தி விளக்க முயன்ற போது அவர்களுக்கு இச்சிந்தனை தோன்றியது. பண்டை தமிழர் நாகரீகம் இலெமூரியா கண்டத்தில் இருந்தது. அக்கண்டம் ஒரு பேரழிவு நிகழ்ந்து கடலுக்குள் சென்றது.

1890களில் பண்டைய தமிழ் நாகரீகமான லெமூரியாவின் இருப்பை ஆதரிப்பதற்காக கண்டத்தின் தமிழ்பெயர்களைப் பயன்படுத்த ஆரம்பித்தனர்.

1903ல் பரிதிமாற் கலைஞர் தமிழமொழியின் வரலாறு என்ற தன்னுடைய நூலில் முதன் முதலில் குமரிநாடு என்ற சொல்லைப் பயன்படுத்தினார். அதன் பின்னர் லெமூரியா கண்டத்தைப் பற்றி விவரிப்பதற்கு குமரிக்கண்டம் என்ற சொல்லை பயன்படுத்த தொடங்கினார்கள்.

சுமேரியா மொழியில் 5000 ஆண்டுகளுக்கு முன்பு பயன்படுத்தப் பட்ட வாக்கியமான கிரி அகிபட்டு ரியா என்ற வாக்கியமே குமரிக் கண்டம் ஆகும். இதன் அக்கால தமிழ் உச்சரிப்பு கரியரவனட ஆகும். இதன்படி சுமேரிய நாகரீகத்தில் 5000 ஆண்டுகளுக்கு முன்பே குமரிக்கண்டம் என்ற வார்த்தை இருந்ததை அறியலாம்.

கடைச்சங்கத்தில் குமரியாறு மற்றும் பஃறுளியாறு உற்பத்தியான மேருமலை இருந்ததற்கான சாத்தியக் கூறுகள் சீன பழங்கதைகளில் கூட தென்படுகின்றன.

பதினான்காம் நூற்றாண்டு காலப்பகுதியில் வாழ்ந்த கச்சியப்ப சிவாச்சாரியார் எழுதிய கந்தப் புராணத்தில் குமரிக்கண்டம் என்ற சொற்கள் பயன்படுத்தப்பட்டுள்ளன.

இந்த குமரிக்கண்டத்தில் தான் மாந்தர்களும் தமிழர்களும் முதல் முதலாய் தோன்றினரென தேவநேயப் பாவாணர் முதலானோர் எழுதியுள்ளனர்.

ஆதிமனிதன் தோன்றியிருக்கக் கூடிய தென்குமரிக் கண்டம் கடல் கோளால் அழிவிற்குட்பட்டது என்பது தமிழரறிஞர் பலரின் கருத்தாக உள்ளது.

தென்குமரிக் கண்டத்தின் தலைநகராக தென்மதுரை விளங்கிய தாகவும் மேலும் தென் மதுரையில் தலைச்சங்கம் இருந்ததென்பதும், அதனை அடுத்து கருத்து மேலும் இரண்டு சங்கங்கள் இருந்தன வென்பதும் நூற்களின் வழியாக நாமறியும் தகவல்களாகும்.

கடவுளர்களான சிவன், முருகன், குபேரர் ஆகியோர் தலைமையில் அந்த தமிழ்ச்சங்கம் செயல்பட்டது என்றும் குறிப்புகள் காணப்படுகின்றன.

தமிழர்கள் குமரிக்கண்டத்தில் இருந்து வடக்கு நோக்கி குடிபெயர்ந்தனர் என்பதற்கு தமிழகத்தில் தமிழ் மொழியின் தாக்கம் அதிகமாகவும், வடக்கில் செல்லச் செல்ல குறைந்திருப்பதைக் கொண்டும் தமிழ் மக்கள் குமரிக்கண்டத்திலிருந்து வடக்கு நோக்கி குடிபெயர்ந்ததை அறியலாம்.

தற்போதுள்ள இயற்பியல் பூகோள் வரைபடங்களில் கி.மு. 30000 குமரிக்கண்டமிருந்த இடத்தில் பெருமளவு கடலின் ஆழம் 200 அடி வரை இருக்கிறது. சில இடங்களில் 2000 அடி வரை இருக்கிறது.

1960ஆம் ஆண்டு இந்து மாக்கடலில் கடற்தள ஆராய்ச்சியாளர் செய்த ஆராய்ச்சியில் தமிழகத்தின் கன்னியாகுமரிக்குத் தெற்கே இரண்டு கண்டங்கள் இருந்திருப்பதை கண்டுபிடித்துள்ளதாகக் கூறுகிறார்கள்.

பத்தாயிரம் ஆண்டுகளுக்கு முன்பிருந்த பனியுகத்தின் போது இந்து மாக்கடலில் கடல்நீர் மட்டம் குன்றிக் குமரிக் கண்டம் முழுவதும் புறத்தே தெரியும் படி மேலாக உயர்ந்திருந்தது அறியப்பட்டது.

தமிழ்மொழி மற்றும் கலாச்சாரத்தின் பழங்காலத்தை நிரூபிக்க உதவும் குமரிக்கணடம் தமிழர்கள் நாகரீகத்தின் தொட்டில் என கூறுகின்றனர்.

இன்றைய தமிழகம் பல்வேறு கடல் கோள் நிகழ்வுகளுக்கு பிறகு பரப்பளவில் மிகச் சிறியதாக விளங்குகிறது என ஆராய்ச்சியாளர்கள் கருதுகின்றனர். தமிழ் நிலம் ஆப்பிரிக்கா கண்டத்துடன் ஒட்டி இருந்த நிலையில் லிமிரிக் கண்டம் என்று அழைக்கப்பட்டது.

இப்பழைய கண்டத்தில் நிகழ்ந்தனவாக இரு கடல் கோள்கள் குறிப்பிடுகின்றன. ஒன்று பேரூழி காலத்தில் நிகழ்ந்தது. மற்றொன்று பிற்பட்ட காலத்தில் நிகழ்ந்தது. முற்பட்ட கடல் கோளினை மச்சாவதாரக் கடல்கோள் என்றும் கூறலாம்.

எட்டுத்தொகை நூல்களின் ஒன்றாகிய கலித்தொகை, ‘மலிதிரை யூர்ந்து தன் மணிகடல் வெளவலின்’ என்று குறிப்பிடுகிறது.

சிலப்பதிகாரம் நாடுகாண் காதையில், 'வடிவேலெறிந்த வான் பகை பெறாது பஃறுளியாற்றுடன் பன்மலையடுக்கத்துக் குமரிக் கோடுங் கொடுங்கடல் கொள்ள' என்ற குறிப்பு காணப்படுகிறது.

இறையனார் களவியல் உரையில் 'முதற்சங்கம் இருந்து தமிழராய்ந்து கடல் கொள்ளப்பட்ட மதுரை' என்ற குறிப்பு காணப்படுவதால் முதற் சங்கம் கடற்கோளால் முடிவுற்றது என அறியலாம்.

இடைச்சங்க காலத்தில் சங்கம் இருந்து வெண்டேர்ச் செழியன் முதலாக முடத்திருமாறன் ஈறாக ஐம்பத்தொன்பதிமர் இருந்து தமிழராய்ந்த கபாடபுரம் பாண்டிநாட்டை கடல் கொண்டது.

இச்செய்தியை அடியார்க்கு நல்லார் தம் சிலப்பதிகார உரையில் குமரியின் வடபெருங்கோட்டின் காணும் கடல் கொண்டது என்று கூறியுள்ளார்.

கடைச்சங்கம் குறித்து 'கடைச்சங்கமிரீ இயனார் கடல் கொள்ளப் பட்டு போந்திருந்த முடத்திருமாறன் முதலாக உக்கிரப் பெருவழுத் யீறாக நாற்பத்தொன்பதின்மர் என்க' என உரைத்துள்ளார். கபாட புரம் அழிந்த பிறகு கடல் கோள் நிகழ்ந்ததாக பழந்தமிழ் நூல்களில் கூறப்படவில்லை.

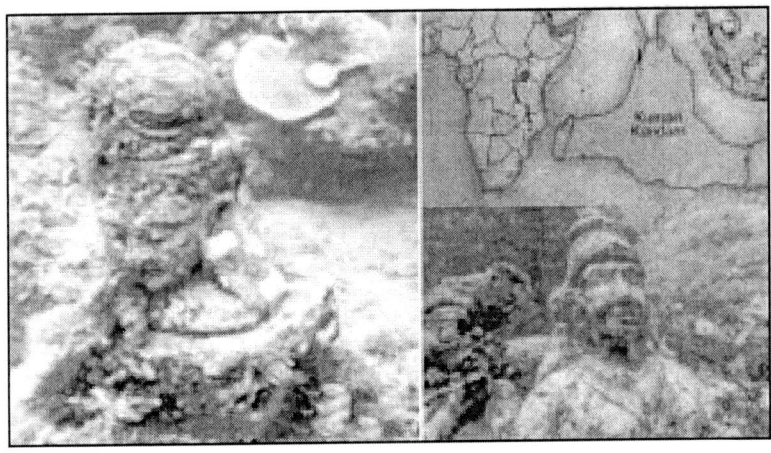

### 7. ஆழிப்பேரலை உணர்த்தும் செய்திகள்

**சு**னாமி அல்லது கடற்கோள் அல்லது ஆழிப்பேரலை என்பது கடல் அல்லது பெரிய ஏரி போன்ற பெரிய நீர்ப்பரப்புகளில் சடுதியாகப் பெருமளவு நீர் இடம்பெயர்க்கப்படும்போது ஏற்படும் ஒன்று அல்லது அதற்கு மேற்பட்ட அலைத் தொடர்களைக் குறிக்கும். நிலநடுக்கம் (பூமி அதிர்ச்சி), மண்சரிவுகள், எரிமலை வெடிப்பு, விண்பொருட்களின் மோதுகை போன்றவை சுனாமி அலைகளை ஏற்படுத்தக்கூடிய மூல காரணிகளாகும்.

சுனாமி என்பது ஜப்பானிய சொல். 'சு' என்றால் துறைமுகம். 'னாமி' என்றால் அலை, எனவே சுனாமி என்றால் 'துறைமுக அலை' என்று பொருள். சுனாமி சில நேரங்களில் பேரலைகள் எனக் குறிப்பிடப் படுகிறது. சுனாமி அல்லது கடற்கோள் அல்லது ஆழிப்பேரலை, கடல் அல்லது பெரிய ஏரி போன்ற பெரிய நீர்ப்பரப்புகளில் சடுதியாகப் பெருமளவு நீர் இடம்பெயர்க்கப்படும் போது ஏற்படும் ஒன்று அல்லது அதற்கு மேற்பட்ட அலைத் தொடர்களைக் குறிக்கும். நிலநடுக்கம் (பூமி அதிர்ச்சி), மண்சரிவுகள், எரிமலை வெடிப்பு, விண்பொருட்களின் மோதுகை போன்றவை சுனாமி

அலைகளை ஏற்படுத்தக் கூடிய மூலக் காரணிகளாகும். சுனாமி உண்மையில் அலைகள் இல்லை, ஏனெனில் சமீபத்திய ஆண்டு களில், இத்தொடர் அறிவியல் சமூகத்தில் பயனிழந்து உள்ளது. ஒரு காலத்தில் பிரபலமாக இருந்த இந்த வார்த்தை அதன் பொதுவான தோற்றத்திலிருந்து பெறப்பட்டது. இங்கு 'பேரலை' என்பது ஒரு நம்ப முடியாத உயர் அலை போன்ற தோற்றத்தின் காரணமாக ஏற்பட்ட பெயராகும். சுனாமி, கடலலை இரண்டும் கடலில் அலையை உருவாக்கி நிலத்தை நோக்கிச் செலுத்துகிறது. இதில் சுனாமியால் ஏற்படும் கடல் நீர் ஏற்றம் பெரிய அளவினதாகவும், அதிக நேரம் நீடிக்கக் கூடியதாகவும், அதனால் உண்டாகும் இயக்கம் மிகவும் அதிகமாகவும் இருக்கும்.

'அலை' என்ற வார்த்தைக்கு 'போல' அல்லது 'அதே தன்மை கொண்ட' என்ற பொருளும் உண்டு. சுனாமி என்பது துறைமுகங் களில் ஏற்படும் அலை அல்ல என்று புவியியலாளர்கள் மற்றும் கடலியலாளர்களும் கருதுகின்றனர். சுனாமிக்கு வேறு சில மொழி களில் வேறு வார்த்தைகள் உண்டு. தமிழில் 'ஆழிப்பேரலை' என்று உள்ளது. ஆக்கினசு மொழியில் சுனாமியை 'பியுனா' அல்லது 'அலோன்' புலூக் என்பர். 'அலோன்' என்ற வார்த்தைக்குப் பிலிப்பைன்சு மக்களின் மொழியில் 'அலை' என்று பெயர். இந்தோனேசியாவின் மேற்கு சுமித்ரா கடற்கரையில் உள்ள சிமிலி தீவில் உள்ள மொழியில் 'சுமாங்' என்றும், சிகுலி மொழியில் 'எமாங்' என்றும் அழைப்பர்.

கி.மு. 426 கிரேக்க வரலாற்றாசிரியர் தியுசிடைட்சு, சுனாமி ஏற்படு வதற்கான காரணங்களை 'பெலோபொன்னேசியப் போர் வரலாறு' என்ற புத்தகத்தில் கூறியுள்ளார். அவர் தான் முதன்முதலில் கடலில் நிலநடுக்கம் ஏற்பட்டது என்றும், எந்த இடத்தில் நிலநடுக்கம் கடலில் உண்டானதோ அங்கு கடல் உள்வாங்கும். பின்பு திடீர் பின்வாங்கு தலும், மறு இரட்டை சக்தியும் கொண்ட வெள்ளப் பெருக்கு ஏற்படுகிறது. நிலநடுக்கம் ஏற்படாமல் இப்படி ஒரு விபத்து ஏற்பட வாய்ப்பே இல்லை என குறிப்பிட்டுள்ளார். கி.பி. 365-இல் அலெக்சாந்திரியாவில் மிகப் பெரிய அழிவுக்குப்பின் உரோமன்

வரலாற்றாசிரியர் அம்மியனசு மாசில்லினுசு சுனாமி என்பது, நிலநடுக்கத்தில் தொடங்கி கடல் நீர் பின்னடைவு, அதைத் தொடர்ந்து ராட்சத அலை என்ற தொடர்ச்சியான நிகழ்வாக அமைகிறது என்றார்.

அதாவது, நிலநடுக்கம் என்பது நிலப்பகுதியில், கடல் பகுதியில், மலைப்பகுதியில் ஏற்படும். நிலப்பகுதியில் வந்தால் நிலத்தில் உள்ளவை அதிர்ந்து சேதமாகிறது. கடலில் வந்தால் கடலின் ஆழமான பகுதியிலுள்ள நிலத்தட்டுக்களின் அசைவு பெரிய அலை களை உருவாக்குகின்றது. மலையில் எரிமலையாக உருவெடுகிறது. பல லட்சம் ஆண்டுகளுக்கு முன்பு ஒரே நிலத்தட்டுத்தான் இருந்தது. அதன் மீதுதான் பூமி இருந்தது. ஆனால் கண்டங்களாகப் பிரியப் பிரிய, அதன் தட்பவெப்ப, இயற்கை சூழ்நிலைகளுக்கு ஏற்ப, பல்வேறு நிலத்தட்டுக்கள் உருவாகின. இந்தத் தட்டுக்களின்மீதுதான் ஒவ்வொரு கண்டமும் இருக்கின்றன.

நிலம், கடல் எல்லாவற்றையும் தாங்கி நிற்பது இந்த நிலத்தட்டுக்கள் தான். இதைத் தான் 'டெக்டானிக் பிளேட்கள்' என்று புவியியல் நிபுணர்கள் கூறுகின்றனர்.

ஆராய்ச்சியாளர்கள் கூற்றுப்படி, கி.மு. 365-ஆம் ஆண்டு சூலை 21-ஆம் தேதி கிழக்கு மத்திய தரைக்கடலில் தோன்றி, எகிப்தில் அலெக்சாண்டிரியாவில் பெரும் பாதிப்பை ஏற்படுத்தியுள்ளது.

- சமீப நூற்றாண்டுகளைக் கணக்கில் கொண்டால், முதன் முதலில் கடந்த 1755-ஆம் ஆண்டு, நவம்பர் 1-ஆம் தேதி போர்ச்சுக்கல் நகரான லிஸ்பனில் ஏற்பட்ட பயங்கர நில நடுக்கம், போர்ச்சுக்கல், ஸ்பெயின், மொராக்கோ நாடுகளில் சுனாமி பேரழிவை ஏற்படுத்தியது.

- 1883-ஆம் ஆண்டு வாக்கில் சாவா சுமத்ரா இடையே கிரகோடா என்ற பகுதி எரிமலைப் பகுதியாகத் திகழ்ந்தது. அங்கு ஏற்பட்ட நிலநடுக்கத்தில் அணுகுண்டை விட 10 ஆயிரம் மடங்கு சக்தி வாய்ந்த வெடிசம்பவம் நடந்தது. பல்லாயிரம் கிலோமீட்டர் தூரத்துக்கு அப்போது சத்தம் கேட்டதாகத் தகவல் கூறுகிறது. 35 ஆயிரம் பேர் கொல்லப்பட்டனர்.

- அதன் பின்னர் தொடர்ந்து 1999-ஆம் ஆண்டு வரை கூடச் சுனாமி தாக்குதல் நடந்துள்ளது. ஆனால், கடந்த 1964-ஆம் ஆண்டு தான் கடைசியாக அலாசுகா வளைகுடாவில் மிகப் பயங்கர சுனாமி ஏற்பட்டது. அதன் விளைவாக, அலாசுகா, வான்கூவர் தீவு (பிரித்தானிய கொலம்பியா), அமெரிக்காவில் கலிபோர்னியா, அவாய் பகுதிகளைத் தாக்கியது. ஆனால், உயிர்சேதம் 120 பேர்தான். காரணம், பாதுகாப்பு ஏற்பாடுகள் தான்.

சுனாமியால் அதிகம் பாதிக்கப்பட்டது சப்பான் நாடுதான். 2004இல் இந்தியப் பெருங்கடலில் ஏற்பட்ட நிலநடுக்கம் மற்றும் மிக மோசமான ஆழிப்பேரலை காரணமாக 2,30,000 மக்கள் உயிரிழந்தனர். சுமித்ரா பகுதியில் அடிக்கடி நிலநடுக்கங்கள் ஏற்படுவதால் அங்கு சுனாமிக்கான வாய்ப்புகள் அதிகம். 2004-ஆம் ஆண்டில், டிசம்பர் 26-ஆம் நாளன்று, யுரேசியன் நிலத்தட்டின் ஒரு பகுதியாகக் கருதப்படும் பர்மா நிலத்தட்டும், இந்தோ-ஆஸ்திரேலியன் நிலத்தட்டின் ஒரு பகுதியாகிய இந்திய நிலத்தட்டும், இந்தோனேசியாவின் வடக்கே சுமாத்திரா தீவில், கடலுக்கடியில் மோதியது. அதனால்

ஏற்பட்ட பூகம்பத்தால் தோன்றிய அலைகள் தான் இந்தியப் பெருங்கடலில் சுனாமியை ஏற்படுத்தியது. இதுவே 2004-ஆம் ஆண்டின் மிகப்பெரிய இயற்கை அழிவாகக் கருதப்பட்டது. இது 2004ஆம் ஆண்டு இந்தியப் பெருங்கடலின் பூகம்பமும், ஆழிப்பேரலையும் எனப்படு கின்றது.

சுனாமி உண்டாவதற்கு முக்கிய காரணம், கடலில் ஒரு கணிசமான அளவு நீர் இடப்பெயர்ச்சி ஆவதே ஆகும். நீர் இடப்பெயர்ச்சி ஆவதற்கு நிலநடுக்கங்கள், நிலச்சரிவுகள், எரிமலை வெடிப்புகள், பனிப்பாறைகள் காரணம். மிக அரிதாகச் சில நேரங்களில் விண்கல் மற்றும் அணு சோதனைகள் மூலமும் சுனாமி உருவாகும். இவற்றால் உண்டாகும் அலைகள் பின்பு ஈர்ப்பு சக்தியால் நீடிக்கிறது. அலைகள் சுனாமி உருவாவதில் எந்தப் பங்கும் வகுப்பதில்லை.

- கடலாழத்தில் ஏற்படும் எந்தப் பாதிப்பின் போதும் வரும்.
- கடலாழ பூகம்பத்தினால் வரும்.
- கடலை ஒட்டிய நிலப்பகுதியில் ஏற்படும் பூகம்பத்தால் வரும்.
- மலையில் எரிமலை உண்டாகி, அதனால் வரும்.
- வானில் கிரகங்களின் செயல்பாடுகள் மாறும் போதும் ஏற்பட வாய்ப்புண்டு (இது இன்னும் உறுதிப்படுத்தப் படவில்லை)
- கடலில் இயற்பியல் மாற்றங்கள் ஏற்பட்டாலும் வரும்.

கடல் படுகையில் திடீரென ஏற்படும் மாற்றதால் மேலிருக்கும் தண்ணீர் செங்குத்தாக இடமாற்றம் அடைவதால் ஆழிப்பேரலை உருவாகும். டெக்டானிக் நிலநடுக்கங்கள், பூமியின் புவி ஓடு உருக்குலைவதால் உண்டாகும். இது கடலுக்கு அடியில் ஏற்படும் போது சிதைக்கப்பட்ட பகுதியிலுள்ள தண்ணீர், சமநிலையில் இருந்து இடம் பெயர்கிறது. டெக்டானிக் தட்டுகளின் தவறான சுழற்சி காரணமாக, செங்குத்தாக நீர் இடப்பெயர்ச்சி செய்யப்படு கிறது. இயக்கத்தில் ஏற்படும் சாதாரண தவறுகளாலும் கடல் படுகையில் இடப்பெயர்ச்சி ஏற்படும். ஆனாலும் இவை பெரிய சுனாமியை உண்டாக்குவது இல்லை.

ஆழிப்பேரலைகள் ஒரு சிறிய அலை வீச்சும், மிக நீண்ட அலை நீளமும் உடையவை சாதாரண கடல் அலை 30 அல்லது 40 மீட்டர் அலைநீளம் உள்ளவை. ஆனால் ஆழிப்பேரலையின் அலைகள் சில நூறு கிலோ மீட்டர் நீளம் உடையவை. இவை கடல் பரப்பைவிட 300 மில்லி மீட்டர் மேலே சிறிய வீக்கம் போன்று உருவாகும். அவை தாழ்வான நீலை அடையும் போது மிக அதிக உயரமாக மேலெழுகிறது. ஆழிப்பேரலையின் சிறிய அலைகூட கடலோரப் பகுதியை மூழ்கடித்து விட முடியும். ஏப்ரல் 1946, அலாஸ்காவில் அலேடன் தீவுகளுக்கு அருகில் 7.8 ரிக்டர் அளவுகள் பூகம்பம் ஏற்பட்டது. இதனால் 14 மீட்டர் உயரத்திற்கு அலை மேலே எழுந்து அவாய் தீவில் உள்ள இலோ என்ற இடத்தையே அழித்து விட்டது. பசிபிக் பெருங்கடல் தரையில் அலாஸ்கா கீழ்நோக்கித் தள்ளப் பட்டதால், உண்டான பூகம்பமே இதற்குக் காரணம். குறுகும் எல்லைகளில் இருந்தும் சுடாரிக்கா என்ற இடத்தில் 8,000 வருடங்களுக்கு முன் சுனாமி தோன்றியது. கிராண்ட் பேங்க் 1929,

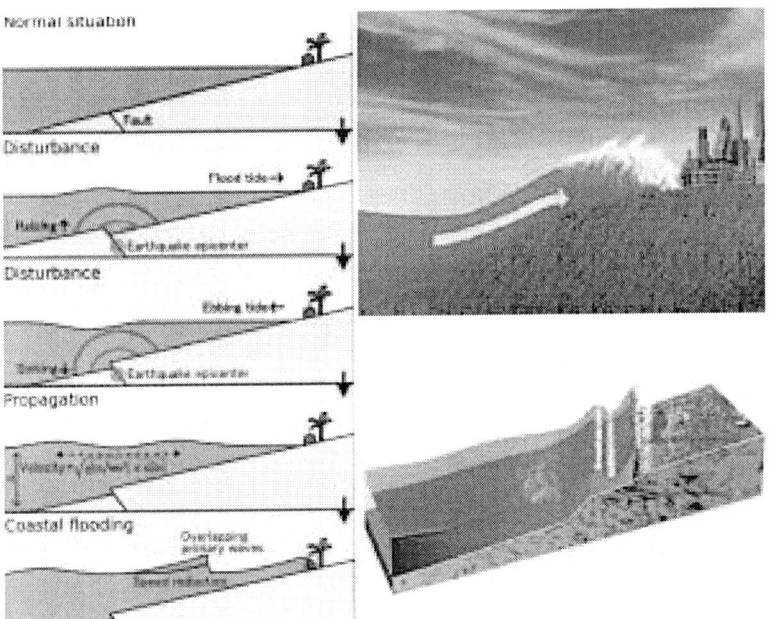

பப்புவா நியு கினியா 1998 (டப்பின் 2001) சுனாமிகள் ஏற்படக் காரணம் பூகம்பத்தின் மூலம் உண்டான வண்டல் கடலில் சென்று கலந்த தால் உண்டானது. சுடாரிக்கா வண்டல் தோல்விக்குச் சரியான காரணம் தெரியவில்லை. அதிகப்படியான வண்டல்கள், ஒரு நிலநடுக்கம் அல்லது எரிவாயு ஐட்ரேட் வெளியானது (மீத்தேன் போன்ற வாயுக்கள்) காரணமாகவும் ஏற்பட்டிருக்கலாம்.

1960 வால்டிவியா பூகம்பம் (9.5 ஆறு), 1964 அலாஸ்கா பூகம்பம் (9.2 ஆறு), 2004-இல் இந்தியப் பெருங்கடல் நிலநடுக்கம் மற்றும் 2011ல் தோகூ பூகம்பம் (9.0 ஆறு) போன்றவை சமீபத்தில் நிகழ்ந்த சக்தி வாய்ந்த நீள் ஊடுருவு பூகம்பங்கள். ஜப்பானில் சிறிய (4.2 ஆறு) பூகம்பம் ஏற்பட்டு அருகிலுள்ள கரையோரப் பகுதிகளை ஒரு சில நிமிடங்களில் பாழ்படுத்தியது.

1950களில் பெரும் நிலச்சரிவுகள் மூலம் தான் பெரிய சுனாமிகள் உண்டானது என்று நம்பப்பட்டது. நீருக்கடியில் ஏற்படும் நிலச்சரிவு களால் ஏற்படும் சுனாமியை 'சியோருக்கசு' என்று அழைத்தனர். இதனால் அதிக அளவு நீர் இடப்பெயர்ச்சி செய்யப்படுகிறது ஏனெனில் நிலச்சரிவினால் உண்டாகும் கழிவுகள் அல்லது விரிவாக்கத்தால் உண்டாகும் சக்தி திரும்பவும் நீருக்குள்ளேயே செலுத்தப்டுகிறது. 1958-இல் மிகப்பெரிய நிலச்சரிவு, அலாஸ்காவின் லிடுயா விரிகுடா பகுதியில் ஏற்பட்டபோது 524 மீட்டர் உயரத் திற்கு (1700 அடிக்குமேல்) அலை ஏற்பட்டது. இந்த அலை உடனடி யாக நிலத்தை அடைந்து விட்டதால் நீண்ட தூரம் பயணிக்கவிலை. இதில் கடலில் மீன் பிடித்துக் கொண்டிருந்த இருவர் கொல்லப் பட்டனர். ஆனால் மற்றொரு படகு அதிசயமாக அந்த அலையில் சவாரி செய்து கரையை அடைந்தது. விஞ்ஞானிகள் இந்த அலை களை 'மெகா சுனாமிகள்' என்று அழைத்தனர். அறிவியலாளர்கள் எரிமலை தீவின் இடிந்து விழும் மிகப் பெரிய நிலச்சரிவுகளால் மிகப்பெரிய, ஒரு பெருங்கடலையே கடக்கக் கூடிய மிகப் பெரிய 'மெகா சுனாமியை' உருவாக்க முடியும் என்றனர்.

சுனாமிகள் இரு வழிகளில் சேதத்தை ஏற்படுத்துகிறது. பெருமளவு சக்தியுள்ள பெரிய அலை (நீரலை) அதிக வேகத்தில் செல்வதாலும்,

அலைகள் பெரிய அளவு இல்லாவிட்டாலும் நிலப்பகுதியை மொத்த மாக அழித்து, எல்லாப் பொருட்களையும் தன்னுடன் எடுத்துச் சென்று விடுவதாலும் பெரும் சேதம் ஏற்படுகிறது. சாதாரண காற்று அலைகள் 100 மீட்டர் அலை நீளமும், 2 மீட்டர் உயரமும் உடை யவை. ஆழமான பெருங்கடலில் ஒரு சுனாமி 200 கிலோ மீட்டர் அலை நீளமும், மணிக்கு 800 கிலோ மீட்டர் பயணிக்கும் சக்தியும் உடையது. அதன் மகத்தான அலைநீளம் ஒரு சுழற்சியை முடிக்க 20 அல்லது 30 நிமிடங்கள் எடுத்து 1 மீட்டர் அலை அலைவு கொண்ட தாக உள்ளது. இதனால் ஆழ்கடல் பகுதியில் சுனாமியை அறிய முடிவதில்லை. அரிதாகக் கப்பல்கள் சுனாமி அலை கடப்பதை உணர்கின்றன.

சுனாமி கரையை அணுகும்போதும், நீர் ஆழமற்ற இடத்தி லிருக்கும் போதும் அதன் வேகம் ஒரு மணிக்கு 80 கிலோ மீட்ட ருக்குக் கீழ் குறைகிறது. அதன் அலைநீளமும் 20 கிலோ மீட்டராகக் குறைகிறது. ஆனால் அதன் வீச்சு மிகுந்த அளவில் வளரும். சில நிமிடங்களில் சுனாமி அதன் முழு உயரத்தை அடைந்து விடும். மிகப்பெரிய சுனாமியைத் தவிர, நெருங்கிய அலைகளை உடைக்க முடியாது. மாறாக ஒரு வேகமாக நகரும் அலைகளின் துவாரம் போன்று தெரியும். விரிகுடாக்கள் மற்றும் மிகவும் ஆழமான நீர்அருகில் சுனாமிகள் உண்டானால் அலை சுனாமியை ஒரு படிக்கட்டு போன்றும், ஒரு செங்குத்தான அலையாகவும் மாற்று கிறது. இதன் காரணமாகத்தான் ஜப்பானிய மொழியில் இதனை 'துறைமுக அலை' என்று கூறுவர். சில நேரங்களில் கடலில் மீன் பிடிக்கச் சென்ற மீனவர்கள், மீன்பிடிக்கும்போது எந்த அசாதாரண அலையையும் உணராமல், கரைக்குத் திரும்பி வந்த பின் கிராமமே பெரிய கடலலையால் அழிவுற்றதைக் கண்டுள்ளனர். சுனாமியின் உச்ச அலை கரையை அடையும் போது, கடல் மட்டம் தற்காலிமாக உயரும். இதை 'ரன்' என்று குறிப்பிடப்படுகிறது. இவை கடல் மட்டத்திற்கு மேலிருந்து அளக்கப்படுகிறது. அலை உச்சிகளுக்கு இடையில் பல மடங்கு அலைகள் பலமணி நேரங்கள் தொடர்ந்து வந்தால், அதைப் பெரிய சுனாமி என்கிறோம். கரையை அடைந்த முதல் அலை உயர்ந்த ரன் இல்லை, சுனாமிகள் சுமார் 80 % பசிபிக் பெருங்கடலில் ஏற்படுறது. ஏரிகள் உள்ளிட்ட பெரிய நீர்ப்பரப்பு

பகுதிகளிலேயே சுனாமி ஏற்படுகிறது. அவை பூகம்பங்கள், நிலச் சரிவுகள், எரிமலை வெடிப்புகள், பனிப்பாறைகள் நகர்வு போன்றவைகளால் உருவாகிறது.

சுனாமியின் குறைபாடு என்னவென்றால் ஒரு அலை முகடு கரையை அடைவதைவிட தொட்டி போன்ற பகுதி முதலில் அடையும். இதனால் கடற்கரைளை ஒட்டிச் சாதாரணமாக மூழ்கி இருக்கும் இடங்கள் வெளிக்கொணரப்படுகிறது. அலை தொட்டி போன்ற பகுதிக்கு வெளிப்புறமாக நீரில் பரவுகிறது. அலை நேரத்தின் பாதி அளவு நேரத்திலேயே அலைகள் தோன்றுகின்றது. சில நேரங்களில் ஆர்வத்தின் காரணமாகவோ அல்லது கடல்படுகை யில் உள்ள மீனைப்பிடிக்கும் ஆர்வத்திலோ உள்ள மக்கள் இந்த ஆபத்துகளை உணர முடியாமல் போகிறது.

பூகம்பங்களைப் போலச் சுனாமியின் செறிவு மற்றும் அளவு மாறுபாடுகளை ஒப்பீடு செய்வதற்கு முயற்சிகள் மேற்கொள்ளப் பட்டு வருகிறது. சுனாமி அடர்த்தியை அளவிட சீபெர்க்-அம்பரசி என்னும் அளவுகோல் மத்திய தரைக் கடலிலும், இம்மாமுரா-லிடா செறிவு அளவுகோல் பசிபிக் பெருங்கடல் பகுதியிலும் பயன் படுத்தப்படுகிறது. பிற்காலத்தில் இம்மாமுரா-லிடா செறிவு அளவு கோல் சோலோவைவ் என்பவரால் சூத்திரத்தின்படி மாற்றி அமைக்கப்பட்டது. அங்கு ஆவ் அருகிலுள்ள கடற்கரை சராசரி அலை உயரம் உடையது. இந்த அளவுகோல் சோலோவ்-இமாமுரா சுனாமி செறிவு அளவுகோல் எனப்படுகிறது. இந்த அளவு, சுனாமி அளவாக நோவோசிப்ரிசிக் சுனாமி ஆய்வகம் தொகுக்கப்பட்ட உலக சுனாமிப் பட்டியல்களில் பயன்படுத்தப்படுகிறது.

உண்மையில் சுனாமி அளவைக் காட்டிலும், ஒரு குறிப்பிட்ட இடத்தில் எவ்வளவு தீவிரமாக உள்ளது என்பதை முர்த்தி மற்றும் லூமிசு இருவரும் எம் எல் என்ற அளவினில் சுனாமியின் இயக்க ஆற்றலைக் கணக்கிட்டனர். ஆபே என்பவர் சுனாமியின் அளவு கோலாக மவுண்ட் என்பதை அறிமுகப்படுத்தினார். ஜு என்பது சுனாமியின் அதிகபட்ச அலை வீச்சு.

♦

**8. உலக சுனாமி விழிப்புணர்வு நாள்**

உலக சுனாமி விழிப்புணர்வு நாள் ஒவ்வோர் ஆண்டும் நவம்பர் மாதம் 5 ஆம் தேதியன்று அனுசரிக்கப்படுகிறது. சுனாமியின் அபாய கரமான விளைவுகள், சுனாமி முன்னெச்சரிக்கை மற்றும் சுனாமியின் முக்கியத்துவத்தின் முக்கியத்துவத்தைப் பற்றிய விழிப்புணர்வை ஏற்படுத்துவதற்காக இந்நிகழ்வு நடத்தப்படுகிறது. சுனாமி பாதிப்புகள் குறித்து மக்களிடம் விழிப்புணர்வு ஏற்படுத்துவதன் மூலம் அது குறித்த பாதிப்பை பெருமளவில் குறைக்க முடியும் என்பதே இதன் நோக்கமாகும்.

முதன்முதலில் 2015 ஆம் ஆண்டு ஐக்கிய நாடுகளின் பொதுச்சபை தீர்மானம் 70/23 மூலம் நிறுவப்பட்டது. இந்த நாளில் பல்வேறு நாடுகளில் நிகழ்வுகள் நடத்தப்படுகின்றன. இவை சமூக ஊடகங்களில் விழிப்புணர்வை பரப்புவதற்கு மக்களை ஊக்குவிக் கின்றன. கடந்த 100 ஆண்டுகளில் மொத்தம் 58 சுனாமிகள் ஏற்பட்டு 260,000 பேர் உயிரிழந்துள்ளனர் என்பதால் சுனாமி விழிப்புணர்வு மிகவும் முக்கியமானது. 1998 மற்றும் 2018ஆம் ஆண்டுகளுக்கு இடையில் சுனாமியால் $200 பில்லியன் இழப்பு ஏற்பட்டது.

கடலோரப் பகுதிகளில் மக்கள் தொகை அதிகரிப்பு மற்றும் கடல் மட்ட உயர்வு ஆகியவற்றின் ஒருங்கிணைந்த விளைவுகளால் எதிர் காலத்தில் சுனாமி இறப்பு எண்ணிக்கை மேலும் அதிகரிக்க வாய்ப்பு உள்ளது. 2022 ஆம் ஆண்டு உலக சுனாமி விழிப்புணர்வு தினத்தின் அதிகாரப்பூர்வ கருப்பொருள் உயரமான இடத்திற்கு செல்லுங்கள் என்பதாகும். போர்ச்சுகல் மற்றும் மொரிஷியசில் மேற்கொள்ளப் பட்ட நடைபயணங்கள் சுனாமி வெளியேற்றும் திட்டங்களை நடைமுறைப்படுத்த மக்களை ஊக்குவிக்கிறது.

ஜப்பானில் ஏற்பட்ட சுனாமிக்குப் பிறகு பொதுமக்களிடம் சுனாமி தொடர்பான விழிப்புணர்வை ஏற்படுத்தவும், தடுப்பு நடவடிக்கைகளை மேற்கொள்ளவும் உலக அளவில் ஒத்துழைப்பு அவசியம் என ஐ.நா.சபை வலியுறுத்தியது. இதற்காக அனைத்து உலக நாடுகளையும் ஒங்கிணைத்த ஐ.நா.சபை கடந்த 2015-ஆம் ஆண்டு டிசம்பர் மாதம் ஒரு மாநாட்டை நடத்தியது.

உலக சுனாமி விழிப்புணர்வு நாள் 22 டிசம்பர் 2015 அன்று ஐக்கிய நாடுகளின் பொதுச் சபை தீர்மானம் மூலம் நிறுவப்பட்டது. அமாகுச்சி கோரியாவின் செயல்களை நினைவுகூரும் தி ஃபயர் ஆஃப் ரைசு சீவ்சு என்ற பாரம்பரிய ஜப்பானியக் கதையின் நாள் என்ப தால், சப்பானிய பிரதிநிதிகளால் இந்த நாள் குறிப்பாகக் கோரப் பட்டது. 1854 ஆம் ஆண்டு நங்காய் நிலநடுக்கத்தைத் தொடர்ந்து ஏற்பட்ட சுனாமியில் இருந்து தனது நெற்பயிரை எரித்ததன் மூலம் கிராம மக்களை எச்சரித்து அவர்களை வழிநடத்திச் செல்வதன் மூலம் அமாகுச்சி கோரியே தனது கிராமமான இரோவை பாது காத்தார். ஜப்பானில் பேரிடர் அபாயக் குறைப்புக்கான ஐக்கிய நாடு களின் அலுவலகத்தின் தலைவர் யுகி மட்சுவோகா கூறியதாவது :

மார்ச் 11 அல்லது டிசம்பர் 26 போன்ற ஒரு நினைவு நாள் அல்லது சோகமான நாளைத் தேர்ந்தெடுப்பதற்குப் பதிலாக, செயல் திறனுள்ள செயல்களால் பல உயிர்கள் காப்பாற்றப்பட்ட நவம்பர் 5 ஏற்றுக்கொள்ளப்பட்ட நாளாகத் தேர்ந்தெடுக்கப்பட்டது.

1946 ஆம் ஆண்டு நங்காய் பூகம்பத்தின் சுனாமியில் இருந்து கிராமத்தை பாதுகாத்த அமாகுச்சி கோரியோ பின்னர் 5 மீட்டர்

உயர கடல் சுவரைக் கட்டினார். இந்த நடவடிக்கையும், சுனாமி யால் பாதிக்கப்பட்டவர்களை நிர்மாணிக்க அவர் பணியமர்த்தி யதும், சுனாமி விழிப்புணர்வு, தடுப்பு மற்றும் மீட்புக்கு அவர் ஒரு முன்மாதிரியாக மாற வழிவகுத்தது.

அமெரிக்காவில் உள்ள அவாய் தீவில்தான் முதன் முதலாகப் பசிபிக் பெருங்கடல் பிராந்திய ஆழிப்பேரலை எச்சரிக்கை அமைப்பு நிறுவப்பட்டது. அதற்கு காரணம் கடந்த நூற்றாண்டில் சுனாமியால் தாக்கப்பட்ட முதல் இடம் அவாய். 1946 ஏப்ரல் 1 அன்று அவாய் தீவைத் தாக்கிய ராட்சத ஆழிப்பேரலை 159 பேரின் உயிரை விழுங்கி விட்டது. கோடிக்கணக்கான சொத்துகளும் நாச மாயின. அமெரிக்கா 1949-ஆம் ஆண்டில் அங்கு பசிபிக் ஆழிப் பேரலை எச்சரிக்கை அமைப்பை நிறுவியது. அப்போது விடுக்கப் பட்ட எச்சரிக்கைகளில் 75 சதவீதம் தவறாக அமைந்தது. இதனால் பொது மக்கள் மூட்டை முடிச்சுகளை எடுத்துக் கொண்டு இடம் பெயர்வதும் மீண்டும் பழைய இடத்துக்கே திரும்புவதும் சலிப்பை ஏற்படுத்தின. செலவும் ஆனது. அதனால் ஆழிப்பேரலை உருவானால் மட்டும் கடலில் இருந்து தகவல் கொடுக்கக் கருவி வேண்டும் என்பதை உணர்ந்து கண்டுபிடிக்கப்பட்டதுதான் 'சுனாமி மிதவை கருவி'. 1960-ஆம் ஆண்டில் சிலியில் ஏற்பட்ட பூகம்பத்தால் ராட்சத அலைகள் அவாயை தாக்கின. இதனால் 12 ஆண்டுக்குப்பின் அங்கு மீண்டும் ஆழிப்பேரலை ஏற்பட்டது. முன்னரே முன்னெச்சரிக்கை தகவல்கள் அனுப்பப்பட்டதால் அங்கு 61 பேர் மட்டுமே இறந்தனர்.

அப்போது ஜப்பான், பிலிப்பைன்ஸ் உள்ளிட்ட பசிபிக் கடல் நாடு களுக்கும் எச்சரிக்கை அமைப்பு வேண்டும் என்று உணரப்பட்டது. 1963-ஆம் ஆண்டில் சர்வதேச சுனாமி எச்சரிக்கை மையம் அமைக்கப்பட்டது. இதில் உறுப்பினராக 26 நாடுகள் உள்ளன. உறுப்பினராகச் சேர்ந்துள்ள நாடுகளுக்கு மட்டுமே எச்சரிக்கைத் தகவல்களை அனுப்ப வேண்டும் என்றும் முடிவு செய்யப்பட்டது. ஆத்திரேலியா, கனடா, சிலி, கொலம்பியா, குக் ஐலண்ட்சு, கோசுடரிகா, தென் கொரியா, வடகொரியா, ஈக்வேடார், எல்சல்வடார், பிசி, பிரான்ஸ், குவாதமாலா, இந்தோனேசியா, ஜப்பான், மெக்சிகோ, நியூசிலாந்து, நிகரகுவா, பெரு,

பிலிப்பைன்ஸ், உருசியா, சமோவா, சிங்கப்பூர், தாய்லாந்து மற்றும் அமெரிக்கா ஆகிய நாடுகளுக்கு மட்டுமே சுனாமி பேரலைகள் பற்றிய தகவல் வழங்கப்பட்டு வருகிறது.

2004-ஆம் ஆண்டு ஏற்பட்ட ஆழிப்பேரலை தாக்குதலுக்கு பிறகு இந்திய பெருங்கடல் ஆழிப்பேரலை எச்சரிக்கை அமைப்பு ஏற்படுத்தப்பட்டது.

கடலில் நிலநடுக்கம் ஏற்பட்டவுடன், சுனாமி அலைகள் கடலில் ஏற்படுகின்றனவா என்பதை அறிய சுனாமி எச்சரிக்கைக் கருவி களால் மட்டுமே முடியும். அவற்றில் உள்ள பிரத்யேக கருவிகள், கடலில் நீர் இயக்கத்தில் ஏதாவது மாற்றம் இருக்கிறதா என்பதை தொடர்ந்து கண்காணித்துக் கொண்டே இருக்கும். நிலநடுக்கம் ஏற்பட்ட உடன் கடல் அலைகள் தோன்றினால், அந்த அலைகள் உருவாக்கும் அழுத்த மாறுபாட்டை ஒலி அலைகளாக மாற்றி, அவற்றை சமிக்ஞைகளாக வானில் உள்ள செயற்கைக் கோள் களுக்கு அனுப்பி வைக்கும். அங்கிருந்து தரையில் உள்ள மையங்கள் சமிக்ஞையைப் பெற்றுக் கொள்ளும்.

அலையின் தன்மையை விஞ்ஞானிகள் அறிந்து அது பாதிப்பை ஏற்படுத்துமானால் எச்சரிக்கைத் தகவல்களை அனுப்புவார்கள். இத்தகவலை சுனாமி உருவான 3 நிமிடத்தில் வெவ்வேறு நாடுகளில் உள்ள அலுவலகங்களுக்குச் சென்றுவிடும். ஆனால், சுனாமி அலைகள் உருவான இடத்துக்கும் கரைப் பகுதிக்கும் உள்ள தூரத்தைப் பொறுத்துத்தான் அலைகளின் தாக்குதல் வேகம் மற்றும் நேரம் அமையும்.

🌢

**9. பாகிஸ்தான் வெள்ளம் 2022**

பாகிஸ்தான் வெள்ளம், 2022 என்பது சூன் 2022 முதல், கால நிலை மாற்றம், இந்திய துணைக்கண்டத்தின் பருவமழை மற்றும் பனிப்பாறைகள் உருகுவதால் பாகிஸ்தானில் ஏற்பட்ட வெள்ளத் தினைக் குறிக்கின்றது. இந்த வெள்ளப்பெருக்கில் சுமார் 350 குழந்தைகள் உட்படக் குறைந்தது 1,136 பேர் உயிரிழந்துள்ளனர். ஆகத்து 2022-ல், வெள்ள நிவாரண நடவடிக்கையின் போது உலங்கூர்தி விபத்தில் ஆறு இராணுவ அதிகாரிகள் கொல்லப் பட்டனர். 2017ஆம் ஆண்டு தெற்காசியாவில் ஏற்பட்ட வெள்ளத் திற்குப் பிறகு இது உலகின் மிக மோசமான வெள்ளப் பெருக்காகும். ஆகத்து 25ஆம் நாளன்று, பாகிஸ்தான் அரசு வெள்ளம் காரணமாக அவசர நிலையை அறிவித்தது. தொடர்ச்சியாக இந்தியா மற்றும் ஆப்கானிஸ்தானின் அருகிலுள்ள எல்லைப் பகுதிகளிலும் திடீர் வெள்ளப்பெருக்கு ஏற்பட்டுள்ளது.

2022ல் பாகிஸ்தானில் வழக்கத்தை விட அதிக மழை பெய்தது. சிந்து மாகாணத்தில் வழக்கத்தை விட 784% அதிக மழையும், பலூசிஸ் தானில் இயல்பை விட 500% அதிக மழையும் பெய்தது.

இக்காலத்தில் இந்தியாவிலும் வங்காளதேசத்திலும் சராசரியை விட அதிகமான பருவ மழைப் பதிவாகியுள்ளது. இந்தியப் பெருங்கடல் உலகின் மிக வேகமாக வெப்பமடையும் பகுதிகளில் ஒன்றாகும். சராசரியாக 1 பாகை செல்சியஸ் வெப்பமடைகிறது (புவி வெப்ப மடைதல் சராசரியான 0.7 பாகை செல்சியஸுக்கு மாறாக). கடல் மேற்பரப்பு வெப்பநிலை உயர்வதால் பருவமழை அதிகரிக்கும் என நம்பப்படுகிறது.

கூடுதலாக, தெற்கு பாகிஸ்தானில் மே மற்றும் ஜூன் மாதங்களில் மீண்டும் மீண்டும் வெப்ப அலைகள் ஏற்பட்டன. இந்த அசாதாரண மாற்றம் காலநிலை மாற்றத்தால் அதிக மழை பெறுவதற்கான வாய்ப்புகளை உருவாக்கியது. இதனால் ஒரு வலுவான வெப்ப தாழ்வு உருவாகியது. இது வழக்கத்தை விடக் கனமழையைக் கொண்டு வந்தது. வெப்ப அலைகள் கில்கிட் பால்டிஸ்தானிலும் பனிப்பாறை உருகியதால் வெள்ளம் ஏற்படக் காரணமாக அமைந்தது.

வெள்ளத்தால் நூற்றுக்கணக்கான மக்கள் கொல்லப்பட்டனர் மற்றும் காயமடைந்தனர். வெள்ளம் காரணமாக 300,000 பேர் இன்னும் தற்காலிக முகாம்களில் (ஆகஸ்டு 2022 வரை) தங்க வைக்கப்பட்டுள்ளனர். 2010-ம் ஆண்டுக்குப் பிறகு பாகிஸ்தானில் ஏற்பட்ட மிக மோசமான வெள்ளம் இதுவாகும். இந்த வெள்ளத்தில் 2,000 பேர் இறந்தனர். பாகிஸ்தான் நிதியமைச்சர் மிப்தா இசுமாயில், இந்த வெள்ளம் பாகிஸ்தானுக்கு குறைந்தது 10 பில்லியன் டாலர் சேதத்தை ஏற்படுத்தியுள்ளது என்றார்.

கனபருவமழை மற்றும் வெள்ளம் ஜூன் மாத நடுப்பகுதியிலிருந்து பாகிஸ்தானில் 30 மில்லியன் மக்களைப் பாதித்துள்ளது. கிட்டத் தட்ட 218,000 வீடுகளை அழித்துள்ளது. இதனால் சுமார் இரண்டு மில்லியன் மக்கள் பாதிப்படைந்துள்ளனர். சிந்து மற்றும் பலூசிஸ்தான் ஆகிய இரண்டு மாகாணங்களில் மனிதர்கள் மற்றும் உள்கட்டமைப்பு பாதிப்பின் அடிப்படையில் மிகவும் பாதிக்கப் பட்டுள்ள பகுதிகளாகும். மில்லியன் கணக்கான கால்நடைகள் இந்த வெள்ளத்தில் கொல்லப்பட்டன. இவற்றில் பெரும்பாலானவை

பலூசிஸ்தான் மாகாணத்தில் நிகழ்ந்துள்ளது. மேலும் 3,600 கி.மீ. சாலைகள் மற்றும் 145 பாலங்கள் அழிக்கப்பட்டதால் வெள்ளம் பாதித்த பகுதிகளுக்குச் செல்வதற்கு பெரும் தடையாக உள்ளது. 17,560 பள்ளிகள் சேதமடைந்துள்ளன அல்லது முற்றிலும் அழிக்கப் பட்டன.

பலூசிஸ்தான் மாகாண பேரிடர் மேலாண்மை ஆணையத்தின் வேண்டுகோளின் பேரில், பலூசிஸ்தானின் 10 மாவட்டங்களில் முன்னுரிமைத் தேவைகள் மற்றும் துறைகளில் உள்ள இடைவெளி களைக் கண்டறிய பலதரப்பட்ட விரைவான தேவைகள் மதிப்பீடு மேற்கொள்ளப்பட்டது. மனிதாபிமான அடிப்படையில் பாதிக்கப் பட்ட பகுதிகளில் அரசாங்கத்துடன் இணைந்து மீட்பு நடவடிக்கை களில் ஈடுபட்டுள்ளனர்.

சிந்து மாகாணத்தில் ஏற்பட்ட வெள்ளப்பெருக்கால் 351 பேர் உயிரிழந்துள்ளனர். சுமார் 701 பேர் காயமடைந்துள்ளனர். இறந்தவர் களில் மூன்று குழந்தைகளும் அடங்குவர். இவர்கள் கந்த்கோட்டில் வீட்டின் கூரை இடிந்து விழுந்ததில் உயிரிழந்தனர். சிந்துவில் 10 மில்லியன் மக்கள் இடம்பெயர்ந்துள்ளனர். இவர்களின் 57,496 வீடுகள் கடுமையாகச் சேதமடைந்துள்ளன அல்லது முற்றிலும் அழிக்கப்பட்டன. பெரும்பாலும் ஐதராபாத் பிரிவில் 830 கால்நடைகள் கொல்லப்பட்டன. 1.54 மில்லியன் ஏக்கர் விவசாய நிலங்கள் வெள்ளத்தில் மூழ்கியதால், இப்பகுதியில் பயிரிடப்பட்ட பயிர்கள் வெள்ளப்பெருக்கில் அடித்துச் செல்லப்பட்டன.

லர்கானா மற்றும் சுக்கூர் பிரிவுகள் கனமழையால் கடுமையாகப் பாதிக்கப்பட்டுள்ளன. தாரி மிர்வா வெள்ளத்தில் மூழ்கியுள்ளது.

கராச்சி நகரம் தற்போது ஏற்பட்ட வெள்ளத்தால் பாதிக்கப்பட வில்லை என்றாலும் முன்னர் ஏற்பட்ட வெள்ளத்தால் பாதிக்கப் பட்டது.

பலுச்சிசுத்தானில் ஏற்பட்ட வெள்ளத்தில் 273 பேர் உயிரிழந்தனர். மழைநீர் பல வீடுகளுக்குள் புகுந்து குடியிருக்க முடியாத நிலை ஏற்பட்டது. இதனால் பல குடும்பங்கள் இடம் பெயர்ந்தன. 426,897

வீடுகள் சேதமடைந்துள்ளன அல்லது முற்றிலும் அழிக்கப்பட்டுள்ளன. மேலும் 304,000 ஏக்கர் பயிர்கள் அழிக்கப்பட்டுள்ளன. ஒரு மில்லியனுக்கும் அதிகமான கால்நடைகளும் கொல்லப்பட்டுள்ளன.

நிவாரண ஆணையர் மாகாண பேரிடர் மேலாண்மையின்படி, பலுச்சிசுத்தானின் தலைநகர் குவெட்டா மழையின் காரணமாகப் பேரிடர் பாதிப்பு பகுதியாக அறிவிக்கப்பட்டுள்ளது. மேலும் இந்த மாகாணத்தில் அவசரநிலை அறிவிக்கப்பட்டுள்ளது.

சூலையிலிருந்து, மொத்தம் குறைந்தது 235 பேர் கொல்லப் பட்டுள்ளனர். 450 பேர் வெள்ளத்தால் காயமடைந்துள்ளனர். இவர்களில் அப்பர் டிர் மாவட்டத்தில் ஐந்து சிறுவர்கள் பள்ளியி லிருந்து வீடு திரும்பிக் கொண்டிருந்தனர். இவர்கள் வெள்ளத்தில் அடித்துச் செல்லப்பட்டு வெள்ளத்தில் மூழ்கினர். வெள்ளம் மற்றும் நிலச்சரிவு காரணமாக 326,897 வீடுகள் சேதமடைந்தன. மேலும் 7,742 கால்நடைகள் கொட்டகைகள் இடிந்து இறந்தன. சுவாத் மாவட்டத்தில், அதிகப்படியான வெள்ளம் காரணமாகப் புதிதாகக் கட்டப்பட்ட உணவகம் இடிந்து விழுந்தது. இரண்டு மாதங்களுக்கு முன்னர் அண்டை நாடான ஆப்கானிஸ்தானில் ஏற்பட்ட நில

நடுக்கத்தால் மாகாணத்தின் தென்மேற்குப் பகுதி முன்பு பாதிக்கப் பட்டது.

கீழ் கோகிசுதான் மாவட்டத்தில் மலைப்பாதையில் சிக்கித் தவித்த 5 பேர் வெள்ளத்தில் அடித்துச் செல்லப்பட்டனர். இவர்களில் 4 பேர் கொல்லப்பட்டனர்; ஒருவர் மீட்கப்பட்டார். பாலகோட்டில் குன்ஹார் ஆற்றின் துணை ஆற்றில் வெள்ளப்பெருக்கு ஏற்பட்டதால் 8 நாடோடிகள் உயிரிழந்தனர். மலைப்பாதைகளில் திடீரென ஏற்பட்ட வெள்ளப்பெருக்கு காரணமாகத் தேரா இஸ்மாயில் கான் மாவட்டத்தின் வெவ்வேறு பகுதிகளில் ஏற்பட்ட வெள்ளத்தில் 12 பேர் இறந்தனர். .

சூலை முதல், ஏற்பட்ட வெள்ளத்தினால் சுமார் 19 பேர் கொல்லப் பட்டனர். நான்கு பேர் காணவில்லை. வெள்ளம் காரகோரம் நெடுஞ்சாலையை மோசமாகப் பாதித்தது. நிலச்சரிவு காரணமாக பல இடங்களில் சாலைகள் மூடப்பட்டன. கிசார், நகர், டயமர், காஞ்சே மற்றும் அஸ்தோர் மாவட்டங்கள் மிக மோசமாகப் பாதிக்கப்பட்ட மாவட்டங்களாகும். வெள்ளம் மற்றும் நிலச்சரிவு காரணமாக 420 வீடுகள் அழிந்தும், 740 வீடுகள் சேதமடைந்தும் உள்ளன. இதற்கிடையில், சிந்து ஆற்றில் அதிக நீர் பாய்வதால் எசு-1 மூலோபாய நெடுஞ்சாலையும் மண் அரிப்பைச் சந்தித்தது.

இஷ்கோமான் ஆற்றில் வெள்ளப்பெருக்கு ஏற்பட்டதால் குட்காஷில் இஷ்கோமான் பள்ளத்தாக்கு சாலை துண்டிக்கப் பட்டது. காஞ்சே மாவட்டத்தில் உள்ள சோர்பத் என்ற இடத்தில் உள்ள ஒரு பாலமும் வெள்ளத்தில் மூழ்கியது. நகர் மாவட்டத்தில் பள்ளத்தாக்கு சாலைகள் மற்றும் இரண்டு பாலங்கள் வெள்ளத்தில் அடித்துச் செல்லப்பட்டன. டயமர் மாவட்டத்தில் உள்ள கானார் மற்றும் போனார் பகுதிகளிலும் சேதம் ஏற்பட்டுள்ளதாகத் தகவல்கள் தெரிவிக்கின்றன. ஆகத்து 26 நிலவரப்படி, புபெர் பள்ளத்தாக்கு, காகுச் மற்றும் குல்முட்டி ஆகிய கிராமங்களில் பெரும்பாலான பகுதிகள் வெள்ளத்தால் அழிக்கப்பட்டன. வெள்ளம் பாதித்த பகுதிகளில் வசிக்கும் மக்கள் வெளியேறுமாறு கேட்டுக் கொள்ளப்பட்டனர். ஆற்றின் நீர்மட்டம் மிகவும் ஆபத்தான உயரத்திற்கு உயர்ந்து வருகிறது.

பஞ்சாபில், சமீபத்திய வெள்ளத்தில் மொத்தம் 203 பேர் உயிரிழந்துள்ளனர் மற்றும் 233 பேர் காயமடைந்துள்ளனர். தவுன்சா ஷெரீப்பில், பல குடியிருப்புகள் வெள்ள நீரில் மூழ்கின. தவுன்சா ஷெரீப்பின் மேற்கில் உள்ள வரலாற்று நகரமான மாங்கடோதவில், நூற்றுக்கணக்கான வீடுகள் மற்றும் கால்நடைகள் வெள்ள நீரில் அடித்துச் செல்லப்பட்டன. வெள்ளம் சூழ்ந்த ஆறுகளை ஒட்டிய பகுதிகளில் வசிப்பவர்கள் இடம்பெயரத் தொடங்கினர், பெரும் பாலான குடும்பங்கள் இடம் பெயர்ந்தன. சாலைகள், பாலங்கள் வெள்ளத்தில் அடித்துச் செல்லப்பட்டதால் பெரும்பாலான குடும்பங்கள் கால்நடையாகவும், ஒட்டகமாகவும் அத்தியாவசியப் பொருட்களுடன் பாதுகாப்பான இடங்களுக்குச் சென்றுள்ளனர்.

ஆசாத் காஷ்மீரில் ஏற்பட்ட வெள்ளத்தில் சிக்கி 47 பேர் உயிரிழந் துள்ளனர். சூலை 31 அன்று, பூஞ்ச் மாவட்டத்தில், கூரை இடிந்து விழுந்ததில் பத்து பேர் இறந்தனர். நான்கு பேர் காயமடைந்தனர். ஆகத்து 19 அன்று நீலம் பள்ளத்தாக்கில் ஐந்து சுற்றுலாப் பயணிகள் அடித்துச் செல்லப்பட்டனர். பின்னர் இவர்கள் வெள்ளத்தினால் கொல்லப்பட்டது உறுதி செய்யப்பட்டது. இவர்கள் அனைவரும் மியான்வாலியைச் சேர்ந்தவர்கள்.

ஆகத்து 1, 2022 அன்று, பலூசிஸ்தானின் லாஸ்பேலா பகுதியில் வெள்ள நிவாரண நடவடிக்கைகளில் ஈடுபட்டிருந்த பாகிஸ்தான் இராணுவ வான்படை உலங்கூர்தி வான் போக்குவரத்துக் கட்டுப் பாட்டுடனான தொடர்பை இழந்தது. இந்த விபத்தில் படைத்துறை தலைவர் சர்ப்ராஸ் அலி உட்பட XII கார்ப்ஸின் தளபதி உட்பட 6 ராணுவ வீரர்கள் உயிரிழந்தனர். பாகிஸ்தானிய அதிகாரிகளின் ஆரம்ப விசாரணைகளின் அறிக்கைகள் மோசமான வானிலையே விபத்துக்குக் காரணம் என்று கூறுகின்றன. அதேசமயம் பலோச் கிளர்ச்சி குடை குழுவான பலோச் ராஜி உலங்கூர்தியினை சுட்டு வீழ்த்தியதாக ஆஜோய் சங்கரின் சரிபார்க்கப்படாத செய்திகள் குறித்து ராய்ட்டர்ஸ் தெரிவித்தது.

●

# 10. 99 பெருவெள்ளம்

**99** பெரும் வெள்ளம் (great flood of "99*)* என்பது *1924* ஜூலை மாதம் இந்தியாவில் கேரள மாநிலத்தில் பெரியார் ஆற்றில் *99* என்ற பெரும் வெள்ளம் ஏற்பட்டது. இது மலையாள நாட்காட்டியில் (கொல்லம் சகாப்தம்) *1099*இல் ஏற்பட்டது. கேரளாவில் மலையாள நாட்காட்டி பிரபலமாக இருந்ததால், வெள்ளத்தைப் பற்றி பொது வாக 'தோன்னூட்டி ஒன்பதிலே வெல்லபோக்கம்' என்று குறிப்பிடப்பட்டுள்ளது. இது ஒரு வேளை 'இது *99* வெள்ளம்' என்று மொழிபெயர்க்கப்பட்டிருக்கலாம்.

சுமார் மூன்று வாரங்கள் மழை தொடர்ந்தது. இன்றைய கேரளாவின் திருச்சூர், எர்ணாகுளம் முதல் இடுக்கி, கோட்டயம் வரை மூழ்கியது. மேலும், ஆலப்புழா மற்றும் குட்டநாடு வரை பல மாவட்டங்கள் வெள்ளத்தால் மூழ்கியிருந்தன. இந்த வெள்ளத்தால் கரிந்திரி மலை என்ற பெரிய மலையில் நிலச்சரிவு ஏற்பட்டு, மூணாருக்கான சாலையும் அதனுடன் சென்றது. இந்த வெள்ளத்தால் மூணாருக்கான பாதை இழந்ததால், எர்ணாகுளத்திலிருந்து மூணாருக்கு ஒரு புதிய சாலை அவசியமானது - இன்றைய தினம்

எர்ணாகுளத்திலிருந்து மூணார் வரை சாலை இதற்குப் பிறகு அமைக்கப்பட்டது. இந்தியாவின் முதல் மோனோரெயில் அமைப் பாக இருந்த குண்டலா பள்ளத்தாக்கு இரயில்வேயும் முற்றிலுமாக அழிக்கப்பட்டது. பழைய இரயில்வே அமைப்புகளின் பல்வேறு எச்சங்கள் இன்னும் மூணாரில் உள்ளன.

1924 சூலை மாதத்தில் கேரள மாநிலத்தில் முன்னெப்போது மில்லாத வகையில் மழை பெய்தது. மழைக்காலத்தில் (சூன் முதல் செப்டம்பர் வரை) கேரளாவில் 3,368 மிமீ மழை பெய்தது. இது இயல்பை விட 64 சதவீதம் அதிகமாகும். இது அதிகபட்சமாக பதிவு செய்யப்பட்ட மழையாகும். ன்1தி மேற்கு கடற்கரையில் உள்ள கடல் சுழல்கள் மற்றும் வெப்பமண்டலத்தில் உயர்ந்து வரும் இடையூறுகள் காரணமாக இந்த வெள்ளம் ஏற்பட்டிருக்கலாம். மேலும் அரபிக்கடலில் அல்லது வங்காள விரிகுடாவில் எந்த விதமான காற்றழுத்தக் குறைவு மையம் அல்லது சூறாவளி ஏற்பட வில்லை.

மாநிலத்தில் உள்ள ஆறுகள் அனைத்தும் நிரம்பியது. திடீரென முல்லைப் பெரியாறு சதுப்பு நிலங்கள் திறக்கப்பட்டது இன்னும் பெரிய துயரத்தை ஏற்படுத்தியது. பெரியாறு நதியின் வீக்கம், குப்பைகளால் உருவாகும் அடைப்புகள், நதி ஓட்டத்தில் ஏற்படும் மாற்றங்கள் மற்றும் பிற தொடர்புடைய காரணங்களால் கடல் மட்டத்திலிருந்து 1500 மீட்டர் உயரத்தில் உள்ள மூணார் போன்ற இடங்களில் கூட வெள்ளப்பெருக்கு ஏற்பட்டது.

தேயிலை தோட்டங்களின் உரிமையாளர்களில் ஒருவரான பி. ஜான் என்பவர் நில வருவாய் ஆணையருக்கு எழுதிய கடிதம் இவ்வாறு கூறியது: 'கடந்த வெள்ளத்தின் போது கரியம்குளம் மற்றும் கரியம் தருவி பகுதிகளிருந்த எனது தேயிலைத் தோட்டங்கள் பெரும் இழப்பைச் சந்தித்தன. இழப்புகளைக் காட்டும் அறிக்கையை இங்கு இணைத்துள்ளேன். இதற்கு முன்னர் எந்த எச்சரிக்கையும் கொடு க்காமல் பெரியாறு அணையின் சதுப்பு முகப்புகளை கண்மூடித் தனமாக வேலை செய்வதே காரணமாக இருந்தது. நாடு முழுவதும் மற்றும் குறிப்பாக பீர்மேடு மாவட்டத்தில் மழை முன்னெப்போது

மில்லாத வகையில் இருந்தது. இந்த மழை மற்றும் சதுப்பு நிலங்கள் திறக்கப்பட்டதால் நதி ஏற்கனவே வெள்ளத்தில் மூழ்கியது. ஏரியின் நீர்மட்டம் அதிகபட்ச வரம்பை விட அதிகமாக உயர்ந்துள்ளதாக அதிகாரிகள் கண்டறிந்ததாகவும், அவர்கள் சதுப்பு நிலங்களை முழு உயரத்திற்கு திறந்து அதன் மூலம் ஆற்றை வெளியேற்றுவதாகவும் கூறப்படுகிறது. 30 அடிக்கு மேல் உயரமுள்ள சுவராக நீர் இறங்கி, அதற்கு முன்னால் இருந்த அனைத்தையும் துடைத்தது.'

அழிவுகரமான வெள்ளம் ஆயிரக்கணக்கான உயிர்களையும், விலங்குகளையும், பறவைகளையும் கொன்றது. மேலும் கேரளாவில் பயிர்கள் மற்றும் சொத்துக்களுக்கு கடுமையான சேதத்தை ஏற்படுத்தியது. முந்தைய திருவிதாங்கூர் மற்றும் கொச்சி மாநிலங்களில் பெரும்பாலான பகுதிகள், மலபார் பிராந்தியத்தின் சில பகுதிகள் வெள்ள நீரில் மூழ்கின.

மூணாரில் வெள்ளத்தின் போது சுமார் 4850 மி.மீ மழை பெய்தது. மேலும் பரந்த நிலங்களில் அழிவு ஏற்பட்டது. கோத்தமங்கலம்-குட்டன்பூழா-மாங்குளம் வழியாக பழைய ஆலுவா-மூணார் பாதை நிலச்சரிவு காரணமாக பயன்படுத்த முடியாததாக ஆனது. மூணாரில் உள்ள குறுகிய பாதையான குண்டலா பள்ளத்தாக்கு இரயில்வே ரயில் பாதை நிலச்சரிவு மற்றும் வெள்ள நீரால் முற்றிலுமாக அழிக்கப்பட்டது.

அதிகாரப்பூர்வ திருவிதாங்கூர் பதிவுகள் கூறுகையில், ஆலுவா-பெரும்பாவூர் சாலை முழு நீளத்திற்கும் 10 அடி நீர் வரை நீரில் மூழ்கியது.

ஆகத்து மாதத் தொடக்கத்தில், ஆயிரக்கணக்கான அகதிகள் மற்றும் இடம்பெயர்ந்த குடும்பங்களுக்கு வெவ்வேறு நிவாரண மையங்களில் உணவளிக்கப்பட்டன. அம்பலபுழாவில் 4000 பேர், அலெப்பியில் 3000 பேர், கோட்டயத்தில் 5000 பேர், சங்கனசேரியில் 3000 பேர், பருரில் 8000 பேர் மற்றும் பலர்' என்று சென்னை மாகாணத்தின் அரசு ஊழியரான தேவன் டி. ராகவையா என்பவர் எழுதியுள்ளார்.

இந்த வெள்ளம், கேரளாவில் இன்றும் உயிருடன் இருக்கும் பழைய தலைமுறையினருக்கு ஒரு பயமுறுத்தும் நினைவாக இருக்கிறது. அவர்களில் பெரும்பாலோர் அப்போது குழந்தைகளாக இருந்தனர். 'வெள்ளத்தின் முக்கியத்துவம் என்னவென்றால், திருவிதாங்கூரில் உள்ள பல வயதானவர்கள் வெள்ளம் தொடர்பாக தங்கள் நினைவுகளை நங்கூரமிட்டனர்' என்று வரலாற்றாசிரியர் மீனு ஜேக்கப் எழுதுகிறார். ன்5தி பல தேவாலய கட்டிடங்கள் அழிக்கப்பட்டன. இதன் பொருள் இந்த தேவாலயங்களில் இன்றைய தேவாலய பதிவுகள் 1924 முதல் தொடங்குகின்றன.

'கடல் மட்டத்திலிருந்து சுமார் 6000 அடி உயரத்தில் அமைந்துள்ள மூணார் பகுதியும் வெள்ள நீரின் கீழ் மூழ்கியது ஆச்சரியமளிக்கிறது' - கேரள அரசின் வலைத்தளத்திலிருந்து குறிப்பு.

திருச்சூர் நகர மையம் நன்கு திட்டமிடப்பட்டதால், கி.பி 1924 வெள்ளத்தின் போது (இதுவரை கண்டிராத மிகப்பெரிய வெள்ளம்), திருச்சூர் நகரத்தின் உள்ளூர்வாசிகள் பெரியவர்களின் கூற்றுப்படி வெள்ளத்தைக் காண அண்டை இடங்களுக்குச் சென்றனர்.

கரிந்திரியில் ஏற்பட்ட பேரழிவு நிலச்சரிவு காரணமாக 1924 ஆம் ஆண்டின் வெள்ளம் (கொ.ஆ 1099) மூணாருக்கான பாதையை நாசமாக்கியது. கி.பி 1924 (1924 ஜுலை 23) வெள்ளத்தின் போது, மூணாருக்கு அருகிலுள்ள கரிந்திரியில் நிலச்சரிவு ஏற்பட்டதால் பாதை சேதமடைந்தது. அப்போதிலிருந்து, சாலை பயன்படுத்தப் படவில்லை. மேலும் கோத்தமங்கலத்திலிருந்து ஒரு மாற்று பாதை கட்டப்பட்டது.

புதிய பாதை அப்போதைய பிரிட்டிசு அளவையாளர் திரு.வாலெட்டின் பரிந்துரைத்த நெரியமங்கலம், மன்னாம்கண்டம், பள்ளிவாசல் முதல் மூணார் வரை பரிந்துரைக்கப்பட்ட சீரமைப்பு மூலம் கட்டப் பட்டது. இந்த சாலை 1931 இல் கட்டி முடிக்கப்பட்டு, மார்ச் 31, அன்று ஆட்சியாளர் ராணி சேது லட்சுமி பாயி அவர்களால் திறக்கப் பட்டது. திறப்பு விழா நெரியமங்கலம் அருகே ராணிக்கல்லில் ஏற்பாடு செய்யப்பட்டது. கண்ணன் தேவன் தேயிலைத் தோட்டத்தின் பொது மேலாளர் திரு. வாலஸ் சாலையை திறப்பதற்காக ராணியை

அழைத்தார். இந்த சந்தர்ப்பத்தில் கோத்தமங்கலத்தின் திரு.தரியத்து குஞ்சிதோமன் ஒரு நீண்ட உரை நிகழ்த்தினார்.

நிர்வாக பொறியியலாளர் திரு. கே.தானு பிள்ளை 1924 ஜூலை 19 ஆம் தேதி தனது அறிக்கையில் இவ்வாறு கூறுகிறார்: 16 ஆம் தேதி இரவு ஆலுவா நகரத்திற்கு, குறிப்பாக அதன் தாழ்வான புறநகர்ப் பகுதிகளுக்கு ஒரு மோசமான ஒன்றாக இருந்தது. எல்லா தரப்பிலிருந்தும் உதவி கூக்குரல்கள் கேட்டது. குறைந்த எண்ணிக்கையிலான படகுகள், பொது மற்றும் தனியார், உயிர்களைப் மீட்பதைச் சமாளிக்க முடியாது. சொத்து பற்றி பேசக் கூடாது. நதி அதன் கரைகளில் நிரம்பி வழிகிறது.

மீட்புப் பணிகளில் ஈடுபட்டுள்ள பல படகுகள் கவிழ்ந்ததாகக் கூறப்படுகிறது. விபத்து ஏற்பட்டவர்களின் எண்ணிக்கை கணிசமான தாகக் கூறப்படுகிறது, ஆனால் இந்த முன்னோடியில்லாத வெள்ளத் தால் ஏற்பட்ட விபத்துக்கள் மற்றும் அழிவின் அளவு மற்றும் வெள்ளம் குறையும் வரை அறிய முடிய வில்லை. 17 ஆம் தேதி பிற்பகலில் வெள்ளம் அதன் உச்சத்தை எட்டியது. உள்ளூர் ரயில்வே பாலம் கிட்டத்தட்ட 6 அடி மூழ்கியுள்ளது. ஆழமான ரயில்வேயின் சுற்றுவட்டாரம் கிட்டத்தட்ட ஒரு அடி நீரில் மூழ்கியுள்ளது. 17 ஆம் தேதி மாலை முதல் வெள்ளம் குறையத் தொடங்கியது.

♦

11. தெற்காசிய பெருவெள்ளம் 2021

2021 தெற்காசிய வெள்ளம் (2021 South Asian floods) பல தெற்காசிய நாடுகளை தாக்கி அந்நாட்டு மக்களைப் பாதித்தது. 2020 ஆம் ஆண்டு சுமார் 6,500 பேர் வெள்ளத்தில் இறந்தனர் என்பது குறிப்பிடத்தக்கதாகும். தொடர்ந்து 2021 ஆம் ஆண்டும் தெற்கு ஆசியாவில் பருவ மழையும் வெள்ளமும் மீண்டும் தாக்கியது.

மே மாத தொடக்கத்தில், வடக்கு ஆப்கானிஸ்தானில் ஏற்பட்ட வெள்ளத்தில் 37 பேர் உயிரிழந்தனர். 200 எண்ணிக்கைக்கும் மேற்பட்ட வீடுகள் சேதமடைந்தன அல்லது அழிக்கப்பட்டன. ஜூலை மாதத்தின் பிற்பகுதியில் தொடங்கி ஆகஸ்ட் மாதம் வரை ஏற்பட்ட நூரித்தான் மாகாண வெள்ளத்தில் 113 பேர் இறந்தனர்.

வங்காளதேசத்தில் உள்ள காக்சு பசார் பகுதியில் ஏற்பட்ட வெள்ளத்தில் 8 பேர் கொல்லப்பட்டனர். இவர்களில் பாதி பேர் குழந்தைகளாவர்.

இந்தியாவின் உத்தரகாண்ட் மாநிலத்தில் ஏற்பட்ட வெள்ளம் காரணமாக நிகழ்ந்த பனிச்சரிவில் சிக்கி 83 பேர் இறந்தனர். 121 பேரைக் காணவில்லை.

அரபிக்கடலில் உருவான தாக்டே சூறாவளியால் தென்னிந்தியா பாதிக்கப்பட்டு 169 பேர் கொல்லப்பட்டனர். தொடர்ந்து வங்கக் கடலில் ஏற்பட்ட இயாசு புயல் மேலும் 20 பேரைக் கொன்றது.

சூலை மாதம முதல் ஆகத்து மாதம் வரை ஏற்பட்ட வெள்ளம் மகாராட்டிரா மாநிலத்தை பாதித்தது. 251 பேர் கொல்லப்பட்டனர் மற்றும் பலரை காணவில்லை. வெள்ளம் ஏற்படுவதற்கு முன்பு கனமழை காரணமாக மும்பை நகரில் நிலச்சரிவு ஏற்பட்டு பல வீடுகள் இடிந்து 32 பேர் உயிரிழந்தனர்.

ஜூலை மாதத்தின் பிற்பகுதியில் ஜம்மு மற்றும் காஷ்மீரில் பெய்த கனமழை வெள்ளத்தில் 7 பேர் கொல்லப்பட்டனர். 19 பேர் காணாமல் போனார்கள்.

மத்தியப் பிரதேச மாநிலத்தில் ஆகஸ்டு மாதம் ஏற்பட்ட வெள்ளத்தில் சிக்கி 24 பேர் உயிரிழந்தனர்.

கேரளா மற்றும் உத்தராகண்டம் மாநிலங்களில் அக்டோபர் மாதத்தில் ஏற்பட்ட வெள்ளத்தில் 47 பேர் இறந்தனர்.

அக்டோபர் மாதத்தில் மேற்கு நேபாளத்தில் ஏற்பட்ட வெள்ளத்தில் 88 பேர் கொல்லப்பட்டனர் மற்றும் 30 பேர் காணாமல் போனார்கள்.

செப்டம்பர் மாதத்தில் பாகிஸ்தான் நாட்டின் மிகப்பெரிய நகரமான கராச்சி வெள்ளத்தால் கடுமையாகப் பாதிக்கப்பட்டது. குறைந்தது 187 பேர் வீடுகள் இடிந்து விழுந்ததால் அல்லது வெள்ளத்தில் மூழ்கி இறந்தனர்.

மே முதல் நவம்பர் மாதம் வரை இலங்கையில் பெரும் வெள்ளம் ஏற்பட்டது. மே மாதத்தில் நான்கு பேர் இறந்தனர்.

12. பல்வேறு நாடுகளில் ஏற்பட்ட
வெள்ளப்பெருக்கு

**பிலிப்பைன்ஸில் வெள்ளப்பெருக்கில் 140 பேர் உயிரிழப்பு**

பிலிப்பைன்ஸில் ஏற்பட்ட பெருமழையினால் வெள்ளப் பெருக்கு ஏற்பட்டதில் 140 பேர் இறந்துள்ளதாகவும் மேலும் 30 பேரைக் காணவில்லை எனவும் அறிவிக்கப்பட்டுள்ளது. வெள்ளத்தில் சிக்கியோரை மீட்கும் பணிகள் தொடர்வதாகவும் தெரிவிக்கப்படு கின்றது. ஞாயிற்றுக்கிழமை மழை ஓய்ந்ததால் வெள்ளம் குறையத் தொங்கியது. இதனால் மீட்புப் பணிகள் தடையின்றித் தொடர்ந்தன.

மீட்கப்பட்டோரில் அறுபதாயிரம் பேர் நலன்புரி நிலையங்களில் தங்க வைக்கப்பட்டுள்ளனர். இவர்களில் பெண்கள் சிறுவர்களே அதிகமாகும் ஹெலிகாப்டர்கள், தோணிகளின் உதவியுடன் வெள்ளத்தில் தத்தளித்தோர் காப்பாற்றப்பட்டனர்.

வெள்ளம் முற்றாக வடிந்த பின்னரே சேத விபரங்களின் சரியான தகவல்களை அறிய முடியுமென மீட்புப் பணியாளர்கள் கூறினர். வெள்ளத்திலிருந்து தப்பும் பொருட்டு மக்கள் வீட்டுக் கூரைகளின் மேலும் உயரமான இடங்களிலும் ஏறிக் கொண்டனர்.

ஒன்பது மணித்தியாலங்களுக்கு இடைவிடாது மழை பெய்த தால் இருபது அடி உயரத்தில் வெள்ளம் நின்றது. பிலிப்பைன்ஸின் தலைநகர் மணிலா உட்பட நாட்டின் அனைத்துப் பாகங்களும் வெள்ளத்தால் பாதிக்கப்பட்டன. நாற்பது ஆண்டுகளின் பின்னர் இப்பெரு வெள்ளம் பிலிப்பைன்ஸைச் சேதப்படுத்தியது.

மக்களைப் பொறுமையாக இருக்கும்படி பிலிப்பைன்ஸ் ஜனாதிபதி கோரியுள்ளதுடன், வெளிநாட்டு உதவிகளை எதிர்பார்ப்பதாகவும் தெரிவித்துள்ளார். இடம் பெயர்ந்தோருக்குத் தேவையான அடிப்படை வசதிகளைச் செய்து கொடுக்க நடவடிக்கை எடுக்கப் பட்டுள்ளது. சுமார் மூன்று இலட்சத்து முப்பதாயிரம் பேர் வரை வெள்ளத்தால் இடம்பெயர்ந்துள்ளனர்.

●

**அகதிகள் ஏற்றிச்சென்ற துனிசிய கப்பல் கவிழ்ந்தது**

துனீசியா அருகே நடுக்கடலில் லிபியாவில் இருந்து வெளியேறிய அகதிகளை ஏற்றிச் சென்ற கப்பல் ஒன்று கவிழ்ந்து விபத்துக்குள்ளான தில் இருநூறுக்கும் அதிகமானோர் உயிரிழந்ததாக ஐக்கிய நாடுகள் அகதிகளுக்கான நிறுவனம் அறிவித்துள்ளது.

இந்தக் கப்பலில் 850 பேர் வரையில் பயணித்ததாகவும் இதுவரையில் 578 பேர் உயிருடன் மீட்கப்பட்டுள்ளதாகவும் தெரிவிக்கப் பட்டுள்ளது. பெண்கள், குழந்தைகள் உட்பட 150 பேரின் உடல்கள் கண்டெடுக்கப்பட்டுள்ளன. கடுமையான காற்று வீசியதாலும் அளவுக்கதிகமானோர் கப்பலில் பயணம் செய்ததாலும் இக்கப்பல் விபத்துக்குள்ளானது

ஆப்பிரிக்க, ஆசிய நாடுகளைச் சேர்ந்த இவர்கள் லிபியாவில் இருந்து இத்தாலி நோக்கிச் சென்று கொண்டிருந்தபோதே விபத்துக் குள்ளாக நெரிட்டது. உயிர் தப்பியோர் ஐ.நா. அகதிகள் முகாம் களுக்குக் கொண்டு செல்லப்பட்டனர்.

லிபியாவில் கடந்த சில நாட்களாக இராணுவ மற்றும் அரச நிலைகள் மீது நேட்டோ படையினர் வான் மற்றும் தரைவழித் தாக்குதல்கள் அதிகரித்துள்ளதை அடுத்து ஆயிரக்கணக்கானோர் உயிரிழந்துள்ள

னர். கடந்த மாதம் லிபிய அக்திகளை ஏற்றிச் சென்ற கப்பல் ஒன்று லிபியத் தலைநகர் திரிப்பொலிக்கு அருகே விபத்துக் குள்ளானதில் 16 பேர் உயிரிழந்தனர்.

●

### பாகிஸ்தான் வெள்ளத்தில் 900 பேர் உயிரிழப்பு

பாகிஸ்தானின் வடமேற்குப் பகுதில் இடம்பெற்ற வெள்ளம் காரணமாக 900க்கும் அதிகமானோர் உயிரிழந்துள்ளனர். மேலும் 10 இலட்சம் பேர் பாதிப்படைந்துள்ளனர். கடந்த 80 ஆண்டுகளில் இடம் பெற்ற மிக மோசமான வெள்ளம் இதுவெனத் தெரிவிக்கப்படு கிறது.

கைபர் பாஹ்துன்குவா என்ற வடக்கு மாகாணமே அதிகம் பாதிப் படைந்துள்ளது. இன்னும் பல இடங்களை சென்று சேர முடியாமல் இருப்பதாலும், மேலும் மழை பெய்யும் என எதிர்ப்பார்க்கப் பட்டுள்ளதாலும், உயிரிழந்தவர்களின் எண்ணிக்கை அதிகரிக்கலாம் என்ற அச்சம் நிலவுகிறது.

அடுத்த 24 மணி நேரத்தில் இங்கு பருவமழை மேலும் பெய்யக்கூடும் என எதிர்வு கூறப்பட்டுள்ளது பாகிஸ்தானில் செயல்படும் ஐ.நா. வின் மனிதாபிமான உதவிகளுக்கான ஒருங்கிணைப்பு அலுவலகத் தின் தலைவரான மனுவல் பெசுலர், தன்னால் பாதிப்புகளை முழுமையாக கூறமுடியாத நிலையில் இருப்பதாகவும், ஏனென்றால் மிகவும் பாதிக்கப்பட்ட பகுதிகளில் இருக்கும் தன்னுடைய அலுவலகங்களையே சென்று சேர முடியாத நிலை இருப்பதாக அவர் கூறியதாக பிபிசி செய்தி வெளியிட்டுள்ளது.

கடுமையான காலநிலையினால் மீட்புப் பணிகள் மிகவும் மந்த கதியிலேயே நடைபெற்று வருகின்றன. கடந்த சில நாட்களாக பெஷாவாருக்கும் தலைநகர் இஸ்லாமாபாதிற்கு இடையில் போக்குவரத்துப் பாதை மூடப்பட்டிருந்தது. இன்று அப்பாதை திறக்கப்பட்டு ஓரளவு போக்குவரத்து இடம்பெறுவதாக பிபிசி செய்தியாளர் தெரிவிக்கிறார்.

இவ்வார ஆரம்பத்தில் கடும் மழை காரணமாக இஸ்லாமாபாதில் விமானம் ஒன்று வீழ்ந்ததில் 153 பேர் உயிரிழந்தனர்.

**செங்கடலில் படகு மூழ்கி 197 பேர் உயிரிழப்பு**

சட்டவிரோதக் குடியேறிகள் 200 பேரை ஏற்றிச் சென்ற படகு ஒன்று செங்கடல் பகுதியில் சூடான் கரையோரத்துக்கு அப்பால் தீப்பிடித்து மூழ்கியதில் 197 பேர் கொல்லப்பட்டதாக சூடானியத் தகவல்கள் தெரிவிக்கின்றன மூவர் மட்டுமே காப்பாற்றப் பட்டுள்ளனர்.

சவுதி அரேபியாவை நோக்கிச் சென்று கொண்டிருந்த போதே இப்படகில் தீ பரவியதாகத் தெரிவிக்கப்படுகிறது. இவர்களில் பலர் சோமாலியர்கள் எனவும் அங்கு நிலவும் கடும் வறட்சி காரணமாக வெளியேறியவர்கள் எனவும் கூறப்படுகிறது எரித்திரியா எல்லைக்கு அருகில் குடான் துறைமுகத்துக்கு தெற்கே 150 கி.மீ தூரத்தில் இவ்விபத்து ஏற்பட்டது.

சவுதி அரேபியா மற்றும் ஏமன் ஆகிய நாடுகளுக்குக் குடிபெயர் பவர்கள் செங்கடல் வழியையே தெரிந்து எடுக்கின்றனர்.

விபத்துக்கு காரணமான நான்கு ஏமன் உரிமையாளர்கள் கைது செய்யப்பட்டனர். கடல் வழியாக 247 பேர் கடத்திச் செல்லும் முயற்சியையும் சூடான் உள்ளூர் நிர்வாகத்தினர் முறியடித்தனர்.

## 13. பனிச்சரிவுகளின் உருவாக்கமும் ஆபத்துக்களும்

பனிச்சரிவு என்பது ஒரு மலை அல்லது மலை போன்ற ஒரு சரிவில் பனியின் விரைவான ஓட்டம் ஆகும். பனிச்சரிவுகள் தன்னிச்சையாக, அதிகரித்த மழைப்பொழிவு அல்லது பனிப்பொழிவு பலவீனமடைதல் போன்ற காரணிகளால் அல்லது மனிதர்கள், பிற விலங்குகள் மற்றும் பூகம்பங்கள் போன்ற வெளிப்புற வழிமுறைகளால் தூண்டப்படலாம். முதன்மையாக பாயும் பனி மற்றும் காற்றினால் ஆனது, பெரிய பனிச்சரிவுகள் பனி, பாறைகள் மற்றும் மரங்களை கைப்பற்றி நகர்த்தும் திறனைக் கொண்டுள்ளன.

பனிச்சரிவுகள் இரண்டு பொதுவான வடிவங்களில் அல்லது அவற்றின் கலவையில் நிகழ்கின்றன. இறுக்கமாக நிரம்பிய பனியால் செய்யப்பட்ட ஸ்லாப் பனிச்சரிவுகள், அடிப்படை பலவீனமான பனி அடுக்கின் சரிவால் தூண்டப்படுகின்றன, மற்றும் தளர்வான பனியால் செய்யப்பட்ட பனிச்சரிவுகள். புறப்பட்ட பிறகு, பனிச்சரிவுகள் பொதுவாக வேகமாக முடுக்கி, அதிக பனியைப் பிடிக்கும் போது வெகுஜன மற்றும் கன அளவில் வளரும். ஒரு பனிச்சரிவு போதுமான அளவு வேகமாக நகர்ந்தால், சில பனி காற்றில் கலந்து, தூள் பனி பனிச்சரிவை உருவாக்கும்.

அவை ஒற்றுமைகளைப் பகிர்ந்து கொள்வது போல் தோன்றினாலும், பனிச்சரிவுகள் சேற்றுப் பாய்ச்சல்கள், மண்சரிவுகள், பாறை சரிவுகள் மற்றும் செராக் சரிவுகள் ஆகியவற்றிலிருந்து வேறுபட்டவை. அவை பனியின் பெரிய அளவிலான இயக்கங்களிலிருந்தும் வேறு பட்டவை.

நீடித்த பனிப்பொழிவு உள்ள எந்த மலைத்தொடரிலும் பனிச்சரிவுகள் நிகழலாம். அவை குளிர்காலம் அல்லது வசந்த காலத்தில் அடிக்கடி நிகழ்கின்றன, ஆனால் ஆண்டின் எந்த நேரத்திலும் ஏற்படலாம். மலைப்பகுதிகளில், பனிச்சரிவுகள் உயிர் மற்றும் உடைமைகளுக்கு மிகவும் கடுமையான இயற்கை ஆபத்துகளில் ஒன்றாகும், எனவே பனிச்சரிவு கட்டுப்பாட்டில் பெரும் முயற்சிகள் மேற்கொள்ளப்படுகின்றன.

பனிச்சரிவுகளின் வெவ்வேறு வடிவங்களுக்கு பல வகைப்பாடு அமைப்புகள் உள்ளன. பனிச்சரிவுகளை அவற்றின் அளவு, அழிவு திறன், துவக்க பொறிமுறை, கலவை மற்றும் இயக்கவியல் ஆகியவற்றால் விவரிக்கலாம்.

பனிப்பொழிவு அல்லது அரிப்பு காரணமாக அதிக சுமையின்கீழ் புயல்களின் போது பெரும்பாலான பனிச்சரிவுகள் தன்னிச்சையாக நிகழ்கின்றன. சூரியக் கதிர்வீச்சினால் உருகுவது போன்ற பனிப் பொழிவில் ஏற்படும் உருமாற்ற மாற்றங்கள் இயற்கை பனிச்சரிவு களுக்கு இரண்டாவது பெரிய காரணமாகும். மற்ற இயற்கை காரணங்களில் மழை, நிலநடுக்கம், பாறைகள் மற்றும் பனிப் பொழிவு ஆகியவை அடங்கும். பனிச்சறுக்கு மற்றும் கட்டுப் படுத்தப்பட்ட வெடிக்கும் வேலை ஆகியவை பனிச்சரிவுகளின் செயற்கை தூண்டுதல்களில் அடங்கும். பிரபலமான நம்பிக்கைக்கு மாறாக, பனிச்சரிவுகள் உரத்த ஒலியால் தூண்டப்படுவதில்லை; ஒலியின் அழுத்தம் என்பது பனிச்சரிவைத் தூண்டுவதற்கு மிகவும் சிறிய அளவிலான ஆர்டர்கள் ஆகும்.

பனிச்சரிவு துவக்கமானது ஒரு கட்டத்தில் ஒரு சிறிய அளவு பனி மட்டுமே ஆரம்பத்தில் நகரும். இது ஈரமான பனி பனிச்சரிவுகள் அல்லது வறண்ட ஒருங்கிணைக்கப்படாத பனியில் பனிச்சரிவு

களுக்கு பொதுவானது. இருப்பினும், பனி ஒரு பலவீனமான அடுக்குக்கு மேல் ஒரு கடினமான அடுக்கில் படிந்திருந்தால், எலும்பு முறிவுகள் மிக விரைவாக பரவக்கூடும், இதனால் ஒரு பெரிய அளவிலான பனி, ஆயிரக்கணக்கான கன மீட்டர்கள், கிட்டத்தட்ட ஒரே நேரத்தில் நகரத் தொடங்கும்.

சுமை வலிமையை மீறும்போது ஒரு ஸ்னோபேக் தோல்வி யடையும். சுமை நேரடியானது; அது பனியின் எடை. இருப்பினும், பனிக்கட்டியின் வலிமையை தீர்மானிப்பது மிகவும் கடினம் மற்றும் மிகவும் பன்முகத்தன்மை கொண்டது. இது பனி தானியங்களின் பண்புகள், அளவு, அடர்த்தி, உருவவியல், வெப்பநிலை, நீர் உள்ளடக்கம் ஆகியவற்றுடன் விரிவாக வேறுபடுகிறது; மற்றும் தானியங்களுக்கு இடையிலான பிணைப்புகளின் பண்புகள். இந்த பண்புகள் அனைத்தும் உள்ளூர் ஈரப்பதம், நீராவிப் பாய்வு, வெப்ப நிலை மற்றும் வெப்பப் பாய்வு ஆகியவற்றின் படி உருமாற்றம் பெறலாம்.

பனிப்பொழிவின் மேற்பகுதி உள்வரும் கதிர்வீச்சு மற்றும் உள்ளூர் காற்று ஓட்டம் ஆகியவற்றால் பெரிதும் பாதிக்கப்படுகிறது. பனிச்சரிவு ஆராய்ச்சியின் நோக்கங்களில் ஒன்று, காலப்போக்கில் பருவகால பனிப்பொழிவின் பரிணாமத்தை விவரிக்கக்கூடிய கணினி மாதிரிகளை உருவாக்குவதும் சரிபார்ப்பதும் ஆகும். ஒரு சிக்கலான காரணி நிலப்பரப்பு மற்றும் வானிலையின் சிக்கலான தொடர்பு ஆகும், இது பருவகால பனிப்பொழிவின் ஆழம், படிக வடிவங்கள் மற்றும் அடுக்குகளின் குறிப்பிடத்தக்க இடஞ்சார்ந்த மற்றும் தற்காலிக மாறுபாட்டை ஏற்படுத்துகிறது.

பனிப்பாறை பனிச்சரிவுகள் அடிக்கடி உருவாகின்றன, அவை பனியில் டெபாசிட் செய்யப்படுகின்றன, அல்லது காற்றினால் மீண்டும் சேமிக்கப்படுகின்றன. அவை அதன் சுற்றுப்புறத்திலிருந்து எலும்பு முறிவுகளால் வெட்டப்பட்ட பனியின் ஒரு தொகுதி (ஸ்லாப்) தோற்றத்தைக் கொண்டுள்ளன. ஸ்லாப் பனிச்சரிவுகளின் கூறுகளில் தொடக்க மண்டலத்தின் மேற்புறத்தில் ஒரு கிரீடம் எலும்பு முறிவு, தொடக்க மண்டலங்களின் பக்கங்களில் பக்க

வாட்டு முறிவுகள் மற்றும் கீழே ஸ்டாச்வால் எனப்படும் எலும்பு முறிவு ஆகியவை அடங்கும். கிரீடம் மற்றும் பக்கவாட்டு எலும்பு முறிவுகள் பனியில் உள்ள செங்குத்து சுவர்கள், சரிவில் தங்கியிருந்த பனியிலிருந்து பனிச்சரிவில் சிக்கிய பனியை விவரிக்கிறது. அடுக்குகள் சில சென்டிமீட்டர் முதல் மூன்று மீட்டர் வரை தடிமன் மாறுபடும். பனிச்சரிவு தொடர்பான இறப்புகளில் 90% பனிச் சரிவுகள் காரணமாகும்.

மிகப்பெரிய பனிச்சரிவுகள் தூள் பனி பனிச்சரிவுகள் அல்லது கலப்பு பனிச்சரிவுகள் என அழைக்கப்படும் கொந்தளிப்பான இடைநீக்க மின்னோட்டங்களை உருவாக்குகின்றன. ஒரு வகை யான ஈர்ப்பு மின்னோட்டம். இவை ஒரு தூள் மேகத்தைக் கொண்டிருக்கின்றன, இது அடர்த்தியான பனிச்சரிவுக்கு மேல் உள்ளது. அவை எந்த வகையான பனி அல்லது துவக்க பொறிமுறையி லிருந்தும் உருவாகலாம், ஆனால் பொதுவாக புதிய உலர் பொடி யுடன் நிகழ்கின்றன. அவை 300 km/h (190 mph) வேகத்தையும், 1,000,000 டன் எடையையும் தாண்டலாம்; அவற்றின் ஓட்டங்கள் தட்டையான பள்ளத்தாக்குகளில் நீண்ட தூரம் பயணிக்கலாம் மற்றும் குறுகிய தூரத்திற்கு மேல்நோக்கி கூட செல்லலாம்.

தூள் பனி பனிச்சரிவுகளுக்கு மாறாக, ஈரமான பனி பனிச்சரிவுகள் என்பது பனி மற்றும் நீரின் குறைந்த வேகம் இடைநீக்கம் ஆகும், ஓட்டம் பாதையின் மேற்பரப்பில் மட்டுப்படுத்தப்பட்டுள்ளது. பயணத்தின் குறைந்த வேகமானது பாதையின் நெகிழ் மேற் பரப்புக்கும், நீர் நிறைவுற்ற ஓட்டத்திற்கும் இடையிலான உராய்வு காரணமாகும். பயணத்தின் வேகம் குறைவாக இருந்தாலும், அதிக நிறை மற்றும் அடர்த்தி காரணமாக, ஈரமான பனி பனிச்சரிவுகள் சக்திவாய்ந்த அழிவு சக்திகளை உருவாக்கும் திறன் கொண்டவை. ஒரு ஈரமான பனி பனிச்சரிவு ஓட்டத்தின் உடல் மென்மையான பனி மூலம் உழ முடியும், மேலும் கற்பாறைகள், பூமி, மரங்கள் மற்றும் பிற தாவரங்களை துடைக்க முடியும்; பனிச்சரிவு பாதையில் வெளிப்படும் மற்றும் அடிக்கடி அடித்தார். ஈரமான பனி பனிச் சரிவுகள் தளர்வான பனி வெளியீடுகள் அல்லது ஸ்லாப் வெளியீடுகள் ஆகியவற்றிலிருந்து தொடங்கப்படலாம், மேலும் நீர்

நிறைவுற்ற மற்றும் சமவெப்பநிலை நீரின் உருகுநிலைக்கு சமமாக இருக்கும் பனிப்பொழிவுகளில் மட்டுமே நிகழ்கிறது. ஈரமான பனி பனிச்சரிவுகளின் சமவெப்ப பண்பு இலக்கியத்தில் காணப்படும் சமவெப்ப ஸ்லைடுகளின் இரண்டாம் நிலைக்கு வழிவகுத்தது (உதாரணமாக டாஃபர்ன், 1999, ப.93). மிதமான அட்சரேகைகளில் ஈரமான பனி பனிச்சரிவுகள், குறிப்பிடத்தக்க பகல்நேர வெப்பமய மாதல் இருக்கும் போது, குளிர்காலத்தின் முடிவில், காலநிலை பனிச் சரிவு சுழற்சிகளுடன் அடிக்கடி தொடர்புடையது.

செராக் அல்லது கன்று ஈன்ற பனிப்பாறை போன்ற ஒரு பெரிய பனிக்கட்டி பனியின் மீது விழும்போது (கும்பு பனிப்பொழிவு போன்றவை), உடைந்த பனிக்கட்டிகளின் இயக்கத்தைத் தூண்டும் போது பனி பனிச்சரிவு ஏற்படுகிறது. இதன் விளைவாக ஏற்படும் இயக்கம் பனி பனிச்சரிவை விட பாறை வீழ்ச்சி அல்லது நிலச் சரிவுக்கு மிகவும் ஒத்ததாக இருக்கிறது. அவை பொதுவாக கணிப்பது மிகவும் கடினம் மற்றும் தணிப்பது கிட்டத்தட்ட சாத்திய மற்றது.

ஒரு பனிச்சரிவு ஒரு சாய்வின் கீழ் நகரும்போது அது ஒரு குறிப்பிட்ட பாதையை பின்பற்றுகிறது, இது சாய்வின் செங்குத்தான அளவு மற்றும் வெகுஜன இயக்கத்தில் ஈடுபடும் பனி / பனியின் அளவை சார்ந்துள்ளது. பனிச்சரிவின் தோற்றம் தொடக்கப் புள்ளி என்று அழைக்கப்படுகிறது மற்றும் பொதுவாக 30-45 டிகிரி சாய்வில் நிகழ்கிறது. பாதையின் உடல் பனிச்சரிவின் பாதை என்று அழைக்கப் படுகிறது மற்றும் பொதுவாக 20-30 டிகிரி சாய்வில் நிகழ்கிறது. பனிச்சரிவு அதன் வேகத்தை இழந்து இறுதியில் நிறுத்தப்படும்போது அது ரன்அவுட் மண்டலத்தை அடைகிறது. சாய்வு 20 டிகிரிக்கும் குறைவான செங்குத்தான நிலையை அடைந்தால் இது வழக்கமாக நிகழ்கிறது.

ஒவ்வொரு பனிச்சரிவும் அது பெறப்பட்ட பனிப்பொழிவின் நிலைத்தன்மை மற்றும் வெகுஜன இயக்கத்தைத் தூண்டிய சுற்றுச் சூழல் அல்லது மனித தாக்கங்களைப் பொறுத்து தனித்துவமானது என்பதன் காரணமாக இந்த அளவுகள் தொடர்ந்து உண்மையாக இல்லை.

பனிச்சரிவுகளில் சிக்கியவர்கள் மூச்சுத் திணறல், அதிர்ச்சி அல்லது தாழ்வெப்பநிலை ஆகியவற்றால் இறக்கலாம். 1950-1951 முதல் 2020-2021 வரை அமெரிக்காவில் பனிச்சரிவுகளில் இறந்தவர்கள் 1,169 பேர். ஏப்ரல் 2006 இல் முடிவடைந்த 11 வருட காலப்பகுதியில், வட அமெரிக்கா முழுவதும் பனிச்சரிவுகளில் 445 பேர் இறந்தனர். அமெரிக்காவில் ஒவ்வொரு குளிர்காலத்திலும் சராசரியாக 28 பேர் பனிச்சரிவில் இறக்கின்றனர். 2001 ஆம் ஆண்டில் உலகளவில் சராசரி யாக 150 பேர் ஒவ்வொரு ஆண்டும் பனிச்சரிவுகளால் இறப்பதாக அறிவிக்கப்பட்டது. பதிவுசெய்யப்பட்ட மிக மோசமான பனிச்சரிவு களில் மூன்று ஒவ்வொன்றும் ஆயிரத்திற்கும் மேற்பட்டவர்களைக் கொன்றுள்ளன.

டக் ஃபெஸ்லர் மற்றும் ஜில் ஃப்ரெட்ஸ்டன் பனிச்சரிவுகளின் மூன்று முதன்மை கூறுகளின் கருத்தியல் மாதிரியை உருவாக்கினர்: நிலப்பரப்பு, வானிலை மற்றும் பனிப்பொழிவு. நிலப்பரப்பு பனிச் சரிவு ஏற்படும் இடங்களை விவரிக்கிறது, வானிலை பனிப்

பொழிவை உருவாக்கும் வானிலை நிலைமைகளை விவரிக்கிறது, மற்றும் பனிச்சரிவு உருவாக்கத்தை சாத்தியமாக்கும் பனியின் கட்டமைப்பு பண்புகளை பனிப்பொழிவு விவரிக்கிறது.

பனிச்சரிவு உருவாவதற்கு பனி குவிவதற்கு போதுமான ஆழமற்ற சாய்வு தேவைப்படுகிறது, ஆனால் இயந்திர செயலிழப்பு (பனிப் பொதியின்) மற்றும் ஈர்ப்பு விசையின் கலவையால் பனி யானது ஒரு முறை வேகமெடுக்கும் அளவுக்கு செங்குத்தானது. பனியைப் பிடிக்கக்கூடிய சாய்வின் கோணம், ஓய்வுக் கோணம் எனப்படும், படிக வடிவம் மற்றும் ஈரப்பதம் போன்ற பல்வேறு காரணிகளைப் பொறுத்தது.

உலர்ந்த மற்றும் குளிர்ந்த பனியின் சில வடிவங்கள் ஆழமற்ற சரிவு களில் மட்டுமே ஒட்டிக்கொண்டிருக்கும், அதே நேரத்தில் ஈரமான மற்றும் சூடான பனி மிகவும் செங்குத்தான மேற்பரப்புகளுடன் பிணைக்க முடியும். படகோனியாவின் கார்டில்லெரா டெல் பெயின் பகுதி போன்ற கடலோர மலைகளில், செங்குத்து மற்றும் மேலோட்டமான பாறை முகங்களில் ஆழமான பனிப்பொழிவுகள் சேகரிக்கப்படுகின்றன. நகரும் பனியை விரைவுபடுத்த அனுமதிக்கும் சாய்வுக் கோணமானது பனியின் வெட்டு வலிமை (இது படிக வடிவத்தைச் சார்ந்தது) மற்றும் அடுக்குகள் மற்றும் இடை-அடுக்கு

இடைமுகங்களின் உள்ளமைவு போன்ற பல்வேறு காரணிகளைப் பொறுத்தது.

### ஆப்கன் பனிச்சரிவில் சிக்கி 150 பேர் பலி

ஆப்கானிஸ்தானில் மலைச் சுரங்கப் பாதை ஒன்றைச் சுற்றி வரிசையாக நடந்துள்ள பனிச் சரிவுகளால் குறைந்தது 150 பேர் கொல்லப்பட்டுள்ளனர். நூற்றுக்கணக்கானோரைக் காணவில்லை என அறிவிக்கப்படுகிறது.

சலங் என்ற இந்த சுரங்கப் பாதையின் உள்ளே புகையில் மூச்சுத் திணறி சிலர் இறந்தனர். மற்றவர்கள் பனிச் சரிவில் புதையுண்டு உயிரிழந்துள்ளனர். சுரங்கப்பாதையின் உள்ளே எத்தனை பேர் சிக்குண்டுள்ளனர் என்பது இன்னும் தெளிவில்லாமல் இருக்கிறது 2,500 பேர் வரையில் காப்பாற்றப்பட்டுள்ளார்கள்.

அப்பகுதியில் கடந்த பல நாட்களாக கடுமையான பனிப்பொழிவு ஏற்பட்டதை அடுத்து தற்போது இந்த பனிச் சரிவு ஏற்பட்டுள்ளது. இருபதிற்கும் மேற்பட்ட பனிச்சரிவுகள் அங்கு ஏற்பட்டு 21 மைல் நீளப் பாதையை மூடியுள்ளன.

இந்து குஷ் மலைத்தொடரில் உயரமான இடத்தில் இந்த சலங் சுரங்கப்பாதை அமைந்துள்ளது

ஆப்கானிஸ்தானின் வடபகுதியிலிருந்து காபூல் நோக்கி செல்லும் முக்கியப் பாதையில் உள்ள இச்சுரங்கப்பாதை மத்திய ஆசியாவை துணைக் கண்டத்துடன் தொடர்புபடுத்தும் பாதையாக அமைந் துள்ளது.

இதற்கிடையில் இந்திய ஆளுகைக்கு உட்பட்ட காஷ்மீரில் பனிச்சரிவுகளில் சிக்கி 17 இந்திய இராணுவத்தினர் இறந்ததாக இந்திய அரசு அறிவித்துள்ளது.

14. ராட்சத பனிப்பாறை

A68 என்கிற மிகப்பெரிய பனிப்பாறை உருகுவதால் அட்லாண்டிக் பெருங்கடலில் நாள் ஒன்றுக்கு 150 கோடி டன் தண்ணீர் கலந்தது.

இதை ஒப்பிட்டுப் பார்க்க வேண்டுமானால், பிரிட்டனில் உள்ள மொத்த மக்கள் தொகையும் ஒரு நாளில் பயன்படுத்தும் நீரைப் போல 150 மடங்கு அதிக தண்ணீர் ஒரே நாளில் கடலில் கலந்தது.

A68 உலகின் மிகப்பெரிய பனிப்பாறையாக, குறைந்த காலத்துக்கு இருந்தது. கடந்த 2017ஆம் ஆண்டு அண்டார்டிகாவில் இருந்து பிரிந்த போது கிட்டத்தட்ட 6,000 சதுர கிலோமீட்டர் பரப்பு கொண்ட தாக இருந்தது. ஆனால் 2021ஆம் ஆண்டில் அத்தனை பெரிய பனிப்பாறை காணாமல் போய்விட்டது. ஒரு டிரில்லியன் டன் அளவிலான பனிப்பாறையை கரைந்துவிட்டது.

தற்போது விஞ்ஞானிகள் மற்றும் ஆராய்ச்சியாளர்கள் A68 பனிப் பாறை சுற்றுச்சூழலில் ஏற்படுத்திய தாக்கத்தைக் குறித்து ஆராய் வதில் மும்முரமாக இருக்கின்றனர்.

A68 பனிப்பாறை அண்டார்டிகாவிலிருந்து பிரிந்து, தெற்கு பெருங்கடல் வழியாக வடக்கு நோக்கி பயணித்து, தெற்கு அட்லாண்டிக் கடலை வந்தடைந்தது.

லீட்ஸ் பல்கலைக்கழகத்தைச் சேர்ந்த குழு ஒன்று, செயற்கைக் கோளின் தரவுகளைக் கொண்டு அப்பனிப்பாறை பயணித்த வழித் தடம் முழுக்க அதன் உருவம் எப்படியெல்லாம் மாறியது என்பதைக் கணக்கிட தேவையான தரவுகளை சேகரித்து வருகிறது.

எனவே, கடந்த மூன்றரை ஆண்டுகளுக்கு மேலாக அப்பனிப்பாறை யின் பயணத்தில், அது உருகும் விகிதம் எப்படி மாறுபட்டது என்பதை மதிப்பிட முடிந்தது.

A68 பனிப்பாறை அதன் கடைசி காலத்தில், பிரிட்டிஷ் ஓவர்சீஸ் டெரிட்டரி ஆஃப் சவுத் ஜார்ஜியா என்கிற வெப்பமான பகுதிக்கு வந்தடைந்தது.

இந்த ராட்சத பனிப்பாறை ஆழம் குறைவான, லட்சக்கணக்கான பென்குயின்கள், கடல் சிங்கங்கள், திமிங்கலங்கள் வேட்டையாடும் பாதையில் சிக்கிக் கொள்ளுமோ என்றும் கொஞ்ச காலத்துக்கு ஓர் அச்சம் நிலவியது. ஆனால் அப்படி எதுவும் நடக்கவில்லை, காரணம் A68 பனிப்பாறை மிதப்பதற்குத் தேவையான ஆழத்தை இழந்தது.

"A68 பனிப்பாறை கண்டத்தின் நிலபரப்பின் மீது மோதியது போலத் தான் தெரிகிறது. அப்போது தான் பனிப்பாறை திரும்பி, சிறு துண்டு உடைவதைக் கண்டோம். அது மட்டுமே புகு68 பனிப்பாறையை நிறுத்த போதுமானதாக இல்லை" என பிபிசியிடம் கூறினார் அந்த ஆய்வறிக்கையின் ஆசிரியர் மற்றும் லீட்ஸ் பல்கலைக்கழகத்தின் நெர்க் சென் டர் ஃபார் போலார் அப்சர்வேஷன் அண்ட் மாடலிங்கைச் சேர்ந்த அனே ப்ராக்மான் - ஃபோல்கன்.

ஏப்ரல் 2021 காலத்தில், A68 பனிப்பாறை, கண்காணிக்க முடியாத அளவுக்கு எண்ணற்ற சிறிய துண்டுகளாக உடைந்தது. ஆனால் அது சுற்றுச்சூழலின் மீது ஏற்படுத்திய தாக்கங்கள் மிக நீண்ட காலத்துக்கு இருக்கும்.

ஜெயின்ட் டேபுலர் அல்லது ஃப்ளாட் டாப் பனிப்பாறைகள் எந்த பகுதியில் சுற்றித் திரிந்தாலும் அது இருக்கும் பகுதியில் கணிசமான தாக்கத்தை ஏற்படுத்தியுள்ளது.

அப்பனிப்பாறைகள் வெளியிடும் நன்னீர், கடலின் நீரோட்டத்தை மாற்றும். மேலும் இரும்பு போன்ற தாதுப் பொருட்கள், நுண்ணுயிரிகள் கடலில் கலந்து உயிரி உருவாக்கத்தை ஏற்படுத்தும்.

A68 பனிப்பாறை பிளவுபட்டு காணாமல் போவதற்கு முன், பிரிட்டிஷ் அண்டார்டிக் சர்வேயால், அப்பனிப்பாறைக்கு அருகில் சில எந்திர கிளைடர்களை நிலைநிறுத்த முடிந்தது.

இந்த கிளைடர்கள் உட்பட பல்வேறு சாதனங்களிலிருந்து கிடைத்த தரவுகளை இதுவரை முழுமையாக பகுப்பாய்வு செய்யப்படவில்லை என்றாலும், சில ஆர்வத்தைத் தூண்டக்கூடிய விஷயங்களை வெளிப்படுத்துவதாக உயிரியல் கடல் ஆய்வு நிபுணர் பேராசிரியர் ஜெரைன்ட் டார்லிங் கூறினார்.

"A68 பனிப்பாறையைச் சுற்றியுள்ள பைட்டோபிளாங்க்டன் இனங்களின் தாவரங்களில் மாற்றம் ஏற்படுவதை வெளிப்படுத்தும் வகையில் மற்றும் கடலின் ஆழமான பகுதிகளில் தாதுப் பொருட்களின் படிமானங்கள் தொடர்பாக வலுவான சமிக்ஞைகள் இருப்பதாக நாங்கள் கருதுகிறோம். கிளைடரில் உள்ள சிறு துகள்களைக் கண்டறியும் சென்சார், பனிப்பாறையிலிருந்து படிமானங்கள் தொடர்பாக வலுவான சமிக்ஞைகள் கண்டுணர்ந்துள்ளது" என்று அவர் பிபிசி செய்தியிடம் கூறினார்.

15. கால்டூர் பனிச்சரிவு

**கா**ல்டூர் பனிச்சரிவு 23 பிப்ரவரி 1999 அன்று ஆஸ்திரியாவின் கால்டூரில் உள்ள ஆல்பைன் கிராமத்தில் ஏற்பட்டது. 50 மீ (160 அடி) உயரத்திலும், மணிக்கு 290 கி.மீ (180 மைல்) வேகத்திலும் பயணித்த தூள் பனிச்சரிவு கார்களை கவிழ்த்து, கட்டிடங்களை அழித்தது மற்றும் 57 பேரை புதைத்தது. மீட்புக் குழுவினர் வருவதற்குள், 31 பேர் உயிரிழந்தனர். 40 ஆண்டுகளில் ஏற்பட்ட மோசமான ஆல்பைன் பனிச்சரிவாக இது கருதப்பட்டது.

அட்லாண்டிக்கில் இருந்து தோன்றிய மூன்று முக்கிய வானிலை அமைப்புகள் அப்பகுதியில் மொத்தம் நான்கு மீட்டர் அளவுக்கு பெரிய பனிப்பொழிவை ஏற்படுத்தியது. உறைதல்-கரை நிலைகள் ஏற்கனவே இருக்கும் பனிப் பொதியின் மேல் பலவீனமான அடுக்கை உருவாக்கியது; மேலும் பனி மேல் படிந்தது. இது, அதிக காற்றின் வேகத்துடன் இணைந்து, பெரிய பனி சறுக்கல்களை உருவாக்கியது மற்றும் தோராயமாக 170,000 டன் பனி படிவுகளை ஏற்படுத்தியது.

ஆல்ப்ஸின் பெரும்பாலான மக்கள்தொகைப் பகுதிகளைப் போலவே, கல்டரும் சிவப்பு, மஞ்சள் மற்றும் பச்சைப் பகுதிகளாக

பனிச்சரிவுகள் ஏற்படும் அபாயத்தின்படி ஆபத்து மண்டலமாக இருந்தது. சிவப்பு மண்டலங்கள் மிகவும் பாதிக்கப்படக்கூடிய தாகக் கருதப்படுகின்றன. இந்தப் பகுதிகளில் எந்த வளர்ச்சியும் அனுமதிக்கப்படவில்லை. மஞ்சள் மண்டலங்கள் மிதமான ஆபத்தை ஏற்படுத்துகின்றன; வளர்ச்சி அனுமதிக்கப்படுகிறது. ஆனால் பனிச்சரிவுகளை எதிர்க்க கட்டமைப்புகள் வலுப்படுத்தப் பட வேண்டும். பசுமை மண்டலங்கள் பனிச்சரிவு-பாதுகாப்பான தாகக் கருதப்படுகின்றன; வலுவூட்டல் தேவையில்லாமல் வளர்ச்சி அனுமதிக்கப்படுகிறது. கால்டூர் ஒரு பசுமை மண்டலமாக நியமிக்கப்பட்டது, இதன் காரணமாக, ரிசார்ட் பனிச்சரிவுக்கு நன்கு தயாராக இல்லை.

ஜனவரி 1999 இல், தொடர்ச்சியான புயல்கள் ஏற்பட்டன, அவற்றுடன் 4 மீ (13 அடி) மெல்லிய பனியைக் கொண்டு வந்தது, கல்டருக்கு மேலே உள்ள மலைகளில் ஒரு பெரிய பனிப் பொதியை உருவாக்கியது. அந்த மாதத்தின் பிற்பகுதியில் ஒரு உருகும் மேலோடு உருவானது. மேல் அடுக்குகள் பகலில் உருகும் மற்றும் இரவில் குளிர்ச்சியடையும். பனிச்சரிவுகளுக்கான காரணம் நீண்ட காலமாக விஞ்ஞானிகளை குழப்பத்தில் ஆழ்த்தியது: இப்பகுதி பனிச்சரிவுகளுக்கு ஆளாகியிருந்தாலும், கிராமத்தை அடையும் அளவுக்கு இதுபோன்ற அளவில் இதற்கு முன் நிகழ்ந்ததில்லை. நிகழ்வுகளின் சிக்கலான வரிசை நிகழ்வுக்கு வழிவகுத்தது. ஜனவரி 20 அன்று, அட்லாண்டிக் புயல் 4,000 கிமீ (2,500 மைல்) தொலைவில் உருவானது. வெப்பமண்டலத்திலிருந்து கொந்தளிப்பான சூடான காற்று வடக்கு நோக்கிச் சென்று, குளிர்ந்து, மீண்டும் ஐரோப்பாவை நோக்கிச் சென்றது. இது தொடர் புயல்களை ஏற்படுத்தியது. வடக்கில் இருந்து வரும் குளிர்ந்த ஆர்க்டிக் காற்றுடன் இணைந்து, மிகவும் வறண்ட மற்றும் லேசான வகை பனிப்பொழிவு 4 மீ (13 அடி) அதிகமாக இருந்தது. எனவே, கல்தூருக்கு மேலே உள்ள மலை களில் ஒரு பெரிய பனி மூட்டம் உருவானது. வடமேற்கு காற்று பனியை ஆழமாக அதிகரிக்கச் செய்தது. கால்டூரில், பனி முதலில் உருகும் மேலோட்டத்தின் அடிப்படை பனியுடன் பிணைக்கப் பட்டது மற்றும் அது வழக்கத்தை விட அதிக நேரம் இருக்க முடிந்தது.

புதிய பனி விழும்போது, மேல் பனியின் எடை அதிகரித்து வருவதால் உருகும் மேலோடு நிலையற்றது. பிப்ரவரி 23 அன்று 15:59 மணிக்கு, உருகும் மேலோடு தோல்வியடைந்தது; விளைந்த தூள் பனிச்சரிவில் விஞ்ஞானிகள் அறியாத ஒரு மைய அடுக்கு இருந்தது. உப்பு அடுக்கு என்று அறியப்படுகிறது, இது கட்டிடங் களின் அழிவுக்கு முதன்மையாக காரணமாகும். சக்தி வாய்ந்த தூள் பனிச்சரிவு மலைப்பகுதியில் மோதியதால், அது செல்லும்போது மேலும் மேலும் பனியை எடுத்தது. 120 km/h (75 mph) காற்றும் வீசியது, இதனால் பனியின் உப்பு அடுக்கு நகர்ந்து இந்த பேரழிவை ஏற்படுத்தியது.

பனிச்சரிவு மீட்புப் படையினர் தப்பிப்பிழைத்தவர்களைத் தேடத் தொடங்கினர். 24 மணி நேரத்தில் மீட்புக்குழுவினர் 26 பேரை காப்பாற்றினர். ஹெய்கோ என்ற மீட்பு நாய், பனிச்சரிவு மீட்பு நடவடிக்கையில் நாய்களுக்கு எவ்வளவு மதிப்புள்ளது என்பதை நிரூபித்தது, பல உயிர்களைக் காப்பாற்றியது, 24 மணிநேரம் பனியின் கீழ் புதைந்திருந்த ஜாக் என்ற லாப்ரடோர்-அல்சேஷியன் சிலுவை இரண்டாவது நாய் செய்தது. பனிச்சரிவுக்கு அடுத்த நாள், 31 பேர் இறந்தது உறுதி செய்யப்பட்டது. ஆறு பேர் உள்ளூர் வாசிகள் மற்றும் 25 பேர் சுற்றுலாப் பயணிகள்.

கால்டூர் மற்றும் பல அண்டை சமூகங்களுக்கு பொருட்கள் மற்றும் வெளியேற்றம் தேவைப்பட்டது. பல நாடுகள் விமானங்களை பங்களித்தன: ஆஸ்திரிய பெல் 212 , பெல் 204 மற்றும் அலோயெட் III ஹெலிகாப்டர்களை ஆதரிக்க, ஜெர்மனி UH-1ம் மற்றும் CH-53G, ஜெர்மன் ஃபெடரல் பார்டர் கார்டு (Bundesgrenzschutz) சூப்பர் பூமாஸ், அமெரிக்க இராணுவம் 10 UH-60 பிளாக் ஹாவ்ஸ் ஆகிய வற்றை அனுப்பியது. மற்றும் சுவிஸ் மற்றும் பிரெஞ்சு விமானப் படைகள் இணைந்து ஆறு சூப்பர் பூமா/ கூகர் ஹெலிகாப்டர்கள். அவர்களுக்கு கூடுதலாக, ஆஸ்திரிய உள்துறை அமைச்சகம் ஆறு ஹெலிகாப்டர்கள், தனியார் நிறுவனங்கள் ஒன்பது, மற்றும் AMTC இரண்டு EC 135 மீட்பு ஹெலிகாப்டர்களை காயமடைந்த நோயாளி களை கொண்டு செல்ல பயன்படுத்தியது.

ஆஸ்திரியா, பிரான்ஸ், சுவிட்சர்லாந்து, ஜெர்மனி மற்றும் அமெரிக்காவிலிருந்து 50 க்கும் மேற்பட்ட ஹெலிகாப்டர்களைக் கொண்ட ஒரு சர்வதேச குழு 7000 க்கும் மேற்பட்ட மக்களை வெளி யேற்றியது.

935 மணிநேர விமானத்தில், 18,406 பேர் மற்றும் 271 டன் பொருட்கள் கொண்டு செல்லப்பட்டன. கூடுதல் பனிச்சரிவு ஏற்படுவதைத் தவிர்ப்பதற்காக, குழுவினர் மரக் கோட்டிற்கு கீழே பறந்தனர். ஹெலிகாப்டர்கள் போக்குவரத்தை பிரிக்க பள்ளத்தாக்கின் வலது பக்கத்தில் பறந்தன. ஆஸ்திரிய ஹெலிகாப்டர்கள் வெளியேற்றப் பட்டவர்களை லாண்டெக்கில் உள்ள இராணுவ முகாம்களுக்கு கொண்டு சென்றன, மற்ற விமானக் குழுக்கள் வெளியேற்றப்பட்ட வர்களை இன் பள்ளத்தாக்கு நெடுஞ்சாலையின் ஒரு பகுதிக்கு கொண்டு சென்றன.

பனிச்சரிவு ஏன் பாதுகாப்பான வலயத்தில் ஊடுருவி கல்டரை நாச மாக்கியது என்பதை அறிய பாதிக்கப்பட்டவர்களின் குடும்பங்கள் கோரின. இருப்பினும், ஆபத்து மண்டலம் என்பது வரலாற்றுப் பதிவைச் சார்ந்தது, கடந்த காலத்தில் இந்த பாதையில் பனிச்சரிவுகள் இதுவரை பயணித்ததற்கான எந்த ஆதாரமும் இல்லை. இந்தப் பேரழிவுக்குப் பிறகு, பனிச்சரிவு பற்றிய அறிவையும் முன்னறி விப்பையும் மேம்படுத்துவதற்கான முயற்சிகள் புதுப்பிக்கப் பட்டுள்ளன. இதனால் ஆபத்து மண்டலங்களை துல்லியமாக கணிக்க முடியும். நிலப் பயன்பாடு அல்லது காலநிலை மாற்றங்கள் கடந்த காலத் தகவல்களைக் குறைவாகப் பயன்படுத்தினால் இது மிகவும் முக்கியமானது. இந்த பதிலில், அபாய மண்டலங்களின் விரிவாக்கம், கிராமத்திற்கு மேலே உள்ள அனைத்து மலைப்பகுதி களிலும் இரும்பு வேலிகள் அமைக்கப்பட்டு, நிலையற்ற பனிப் பொதிகள் உருவாகக்கூடிய பகுதிகளை உடைத்து, ஒட்டுமொத்த மாக சிறிய அலமாரிகளை உருவாக்கி, எதிர்காலத்தில் ஏற்படும் பனிச்சரிவுகளின் அளவையும் அளவையும் குறைக்கிறது. 300 மீ (980 அடி) பனிச்சரிவு அணை கிராமத்தை நேரடியாகப் பாதுகாக்கிறது. மறுசீரமைப்பு உள்ளது, எனவே முந்தைய பசுமை மண்டலம் இப்போது அதிக ஆபத்து மண்டலமாக உள்ளது.

### 16. புதையுண்டவர்களை மீட்கும் பனிச்சரிவு தண்டு

ஒரு பனிச்சரிவு தண்டு என்பது பனிச்சரிவில் புதையுண்டவர்களை விரைவாகக் கண்டுபிடித்து மீட்கும் வகையில் வடிவமைக்கப்பட்ட நபரைக் கண்டறியும் சாதனத்தின் பழைய வடிவமாகும். ஒரு பனிச்சரிவு தண்டு 20-25 மீட்டர் நீளம் மற்றும் சுமார் 3.5மிமீ தடிமன் கொண்டது. இது வழக்கமாக சிவப்பு பருத்தியால் ஆனது, திசை அம்புகள் மீட்டர் இடைவெளியில் நிலைநிறுத்தப்படுகின்றன. ஒவ்வொன்றும் மீட்டரில் குறிக்கப்பட்ட நீளம் மற்றும் 10 செமீ நீளமுள்ள சுழல்கள் இது ஒரு பந்தில் காயப்படுத்தப்பட்டுள்ளது பனிச்சறுக்கு மலையேறுபவர் அல்லது ஏறுபவர் தனது இடுப்பைச் சுற்றி 1-மீட்டர் குறியுடன் (தனக்கு எதிரான அம்பு) வளையத்தைக் கட்டுகிறார். பனிச்சரிவு ஏற்படும் அபாயம் இருந்தால், அவர் பந்தை வெளியே எறிந்து, பனிச்சரிவு கம்பியை அவருக்குப் பின்னால் இழுப்பார். அவர் ஒரு பனிச்சரிவில் புதைக்கப்பட்டால், பனிச்சரிவு ஸ்லைடின் மேல் பனிச்சரிவு வடத்தின் ஒரு பகுதி தெரியும். மீட்பவர்கள் திசை அம்புகளிலிருந்து எந்த திசையில், எத்தனை மீட்டர் தோண்ட வேண்டும் என்பதைத் தீர்மானிக்க முடியும், பின்னர் பாதிக்கப்பட்டவருக்கு வடத்தைப் பின்தொடர முடியும்.

பனிச்சரிவு தண்டு முதல் உலகப் போரில் ஆஸ்ட்ரோ-ஹங்கேரிய ஆல்பைன் நிறுவனங்களின் தனிப்பட்ட மலையேறும் கருவியின் ஒரு பகுதியாக இருந்தது. அவர்கள் 1915 ஆம் ஆண்டில் மலைகளில் நடந்த போரில் ஆஸ்திரிய மலைப் படைகளுக்கு பரிந்துரைக்கப்பட்டனர். பனிச்சரிவு டிரான்ஸ்ஸீவர்ஸ் போன்ற சமீபத்திய முன்னேற்றங்களுக்கு நன்றி, கிளாசிக் பனிச்சரிவு தண்டு இன்று அரிதாகவே பயன்படுத்தப்படுகிறது. பனிச்சரிவு கம்பியின் செயல்பாட்டுக் கொள்கையானது பனிச்சரிவு பந்தில் தொடர்ந்து பயன்படுத்தப்பட்டு உருவாக்கப்படுகிறது.

பனிச்சரிவுக்குப் பிறகு 30 மணி நேரத்திற்கும் மேலான ஜனவரி 20 அன்று 12:00 மணியளவில் கண்டுபிடிக்கப்பட்டனர்.

ஒட்டுமொத்தமாக, இடிபாடுகள் மற்றும் பனிக்கு கீழே சிக்கிய ஐந்து பெரியவர்கள் மற்றும் நான்கு குழந்தைகள், 58 மணி நேரத்திற்குப் பிறகு, உறைந்த பனியில் உயிர் பிழைத்த நிலையில் மீட்கப்பட்டனர். மீட்கப்பட்ட பதினொரு பேரில் பத்து பேர் தாழ்வெப்பநிலை தொடர்பான சிறு காயங்களைப் பெற்றனர். பதினொன்றாவது நபரும் அவரது மேல் கையில் சுருக்க காயம் ஏற்பட்டது, அவர் அறுவை சிகிச்சைக்கு உட்படுத்தப்பட்டார். ஜனவரி 23 அன்று, மீட்பவர்கள் பன்னிரண்டாவது உடலை. மீட்டனர், ஆனால் பனியின் கீழ் மூன்று நாய்க்குட்டிகள் உயிருடன் இருப்பதைக் கண்டறிந்தனர். காணாமல் போன இருபத்தி இரண்டு பேர் இன்னும் உயிருடன் இருந்திருக்கலாம் என்பதைக் குறிக்கிறது. இருப்பினும், பனிச்சரிவில் வேறு யாரும் உயிர் பிழைக்கவில்லை என்பது பின்னர் தெரிய வந்தது. பாதிக்கப்பட்டவர்களில் ஒருவர், அவரது ஸ்மார்ட்போனில் ஒரு குறுஞ்செய்தியில் இருந்து தெரி விக்கப்பட்டபடி, 40 மணி நேரத்திற்கும் மேலாக உயிர் பிழைத்தார்.

ஹெலிகாப்டர்கள் பறப்பதைத் தடுக்கும் கடுமையான நிலைமைகள் காரணமாக, முதலில் பதிலளித்தவர்கள் ஹோட்டலை அடைவதில் சிரமப்பட்டனர். விபத்துக்கு பல நாட்களுக்கு முன்பு பெரிய அளவிலான பனி விழுந்தது, தெருக்களில் விழுந்த மரங்கள் மற்றும் இடிபாடுகள் பனியை அகற்றுவதில் தாமதத்தை ஏற்படுத்தியது.

இதனால் ஜனவரி 19 அன்று 04: 30 மணிக்கு பனிச்சறுக்குகளில் முதல் மீட்பு வீரர்கள் சம்பவ இடத்திற்கு வந்தனர். ஹோட்டல் குறைந்தது நான்கு மீட்டர் (13 அடி) பனியின் கீழ் புதைந்திருப்பதாகவும், உயிர் பிழைத்தவர்கள் யாராவது இருக்கிறார்களா என்பதை அறிய சில நாட்கள் ஆகலாம் என்றும் அவர்கள் சில நாட்கள் ஆகலாம் என்றும் அவர்கள் தெரிவித்தனர். ஆம்புலன்ஸ்களுடன் கூடிய மீட்புப் பணியாளர்களின் அடிப்படை முகாம் தோராயமாக 10 கிமீ (6 மைல்) தொலைவில் அமைக்கப்பட்டது. அவசரகால சேவைகள், சிவில் பாதுகாப்பு, அல்பைன் மீட்பு மற்றும் தன்னார்வத் தொண்டர்கள் உட்பட புகலிடக் கோரிக்கையாளர்கள் உடல் வெப்பம் தொலைபேசி சமிக்ஞைகள் மற்றும் பிற தரவு மற்றும் பாதிக்கப்பட்டவர்களைக் கண்டறிவதற்கான தொழில்நுட்பத் துடன் பணிபுரிந்தனர்.

இரண்டு நாட்களுக்குப் பிறகு, அழிக்கப்பட்ட ஹோட்டலின் விமானப் பையில் தப்பிய ஆறு பேருடன் அவசரகாலப் பணி யாளர்கள் தொடர்பு கொண்டு அவர்களைக் காப்பாற்ற முடிந்தது. பனிச்சரிவு ஏற்பட்ட ஐந்து நாட்களுக்குப் பிறகு ஹோட்டலில் வசிக்கும் நாய்களில் இருந்து மூன்று நாய்க்குட்டிகள் தொழிலாளர் களால் கண்டுபிடிக்கப்பட்டு மீட்கப்பட்டன, மேலும் அவற்றின் பெற்றோருடன் மீண்டும் இணைந்தன. லூபோ (ஓநாய்) மற்றும் நுவோலா (கிளவுட்) அவர்கள் தப்பி ஓடி அருகிலுள்ள கிராமமான ஃபரிண்டோலாவில் தஞ்சம் அடைந்தனர். நாய்க்குட்டிகள் நம்பிக்கையின் அடையாளமாகக் கருதப்பட்டன. ஆனால் அவைகள் உயிர் பிழைத்திருப்பதால் அதிகமான மனிதர்கள் உயிர் பிழைத்தவர்கள் கண்டுபிடிக்கப்படுவார்கள் என்று அதிகாரிகள் எச்சரித்தனர்.

விபத்துக்கு பதிலளிக்க அவசர சேவைகள் எடுத்த நேரம் குறித்து விமர்சனம் இருந்தது. பனிச்சரிவைத் தொடர்ந்து ஹோட்டலுக்கு வெளியே தங்கியிருந்த ஒரு உயிர் பிழைத்தவர் உதவிக்காக தொலை பேசியில் அழைத்தார், ஆனால் இத்தாலிய அதிகாரிகள் விபத்து நடந்ததாக முதலில் நம்பவில்லை. சில்வியில் உள்ள L"Isola Felice உணவகத்தின் உரிமையாளரான Quintino Marcella, உயிர் பிழைத்த

வரிடமிருந்து ஒரு அழைப்பைப் பெற்று, பலமுறை அதிகாரிகளைத் தொடர்பு கொள்ள முயன்றார், ஆனால் அது பெரிதாக எடுத்துக் கொள்ளப்படவில்லை.

ஜனவரி 23 அன்று, உள்ளூர் செய்தித்தாள்கள் பனிச்சரிவுக்கு முன், ஹோட்டலின் உரிமையாளர், ஹோட்டல் விருந்தினர்கள் பூகம்பத்திற்குப் பிறகு பீதியடைந்ததால், ஹோட்டல் விருந்தினர்கள் குறித்து தனது கவலையை தெரிவித்தது.

ஜனவரி 18, 2017 அன்று பிற்பகலில், ரிகோபியானோவுக்கு மேலே உள்ள மலைகளில் ஒன்றான கிரான் சாஸ்ஸோ டி இத்தாலியா மாசிஃஃப் மீது ஒரு பெரிய பனிச்சரிவு ஏற்பட்டது. அப்ரூஸ்ஸோவின் ஃபரிண்டோலாவில் உள்ள ரிகோபியானோ என்ற நான்கு நட்சத்திர ஹோட்டலை பாதித்து அழித்தது. இதன் தாக்கம் இருபத்தி ஒன்பது பேரைக் கொன்றது மற்றும் பதினொரு பேர் காயமடைந்தனர். 1916இல் வெள்ளை வெள்ளி பனிச்சரிவுகளுக்குப் பிறகு இத்தாலியில் பனிச்சரிவு மிகவும் ஆபத்தானது. மேலும் 1999இல் கால்டூர் பனிச் சரிவுக்குப் பிறகு ஐரோப்பாவில் ஏற்பட்ட மிக மோசமான பனிச்சரிவு.

2017 ஆம் ஆண்டு பனிச்சரிவுக்கான காரணமான இரண்டு காரணிகளில், முந்தைய நாளில் இப்பகுதியில் ஏற்பட்ட தொடர்ச்சியான பூகம்பங்கள் மற்றும் பனிச்சரிவுக்கு சில நாட்களுக்கு முன்னர் இப்பகுதியில் ஏற்பட்ட சாதனை பனிப்பொழிவு ஆகியவை அடங்கும்.

இப்பகுதியில் தொடர்ச்சியான பூகம்பங்கள் ஏற்பட்ட சிறிது நேரத்திலேயே, ஜனவரி 18 அன்று உள்ளூர் நேரப்படி 16:48 மணிக்கு பனிச்சரிவு ஏற்பட்டபோது, நான்கு நட்சத்திர ஹோட்டல் ரிகோபியானோவின் பல விருந்தினர்கள் தரை தளத்தில் இருந்து வெளியேற்றுவதற்காகக் காத்திருந்தனர். அந்த நேரத்தில், ஹோட்டலில் இருபத்தெட்டு விருந்தினர்கள் மற்றும் பன்னிரண்டு பணியாளர்கள் உட்பட நாற்பது பேர் இருந்தனர். தாக்கத்தின் போது, பனிச்சரிவு காரணமாக ஹோட்டலின் மேற்கூரையின் ஒரு பகுதி இடிந்து, மலையின் கீழே 10 மீட்டர் (33 அடி) நகர்த்தப்பட்டது.

இத்தாலிய அதிகாரிகள் பனிச்சரிவு ஹோட்டலைத் தாக்கியபோது 40,000 முதல் 60,000 டன்கள் வரை எடையுள்ளதாக மதிப்பிட்டது, மேலும் கட்டிடத்தின் மீது அழுத்தும் பனி மற்றும் பனிக்கட்டிகள் அதிகமாக இருப்பதால் பனியின் எடை 120,000 டன்களாக அதிகரித்தது. ஹோட்டலின் தாக்கத்தின் போது வேகம் 100 km/h (62mph) ஆக இருந்தது.

பனிச்சரிவு பெரும்பாலும் ஹோட்டலை அழித்தது. இருபத்தி ஒன்பது பேரைக் கொன்றது. பனிச்சரிவைத் தொடர்ந்து மொத்தம் பதினொரு பேர் மீட்கப்பட்டனர்.

♦

# 17. வானிலை ஆய்வில் பொலிவு

வானிலையியலில், பொழிவு (precipitation) எனப்படுவது புவி யீர்ப்பு விசையினால் புவியின் வளிமண்டலத்தில் உள்ள நீராவி குளிர்கையினால் புவியை நோக்கி விழுகின்ற அனைத்தும் ஆகும். பொதுவாக இது மழையைக் குறித்தாலும் வழக்கமாக இது தூறல், மழை, பனி மழை, உறைநிலை மழை, பனி, ஆலங்கட்டி மழை என பல்வகைப்படும். உள்ளூர் வளிமண்டலத்தில் நீராவியின் அடர்த்தி கூடுதலாகிக் குளிர்வதினால் ஏற்படுகிறது. இரண்டு விதங்களில், சில நேரங்களில் இரண்டும் ஒரேவேளையில் நிகழ்ந்தும், காற்றில் ஈரப் பதம் கூடுதலாகிறது. ஒன்று காற்று குளிர்ந்துவிடுவதால் மற்றொன்று நீராவியைச் சேர்ப்பதால். பொதுவாக, பொழிவு நிலத்தில் விழும்;

விலக்காக விர்கா எனப்படும் மழை விண்ணிலிருந்து மண்ணிற்கு வரும் வழியிலேயே ஆவியாகிவிடும். மழை பெரும்பாலும் சிறுதுளி களாக கோள வடிவில் அமைந்திருக்கும். பனிப்பொழிவு அதன் வழியில் எதிர்கொள்ளும் காற்றின் வெப்பம் மற்றும் ஈரப்பதத்தைப் பொறுத்து பல வடிவங்களில் விழுகின்றது. பனிப்பொழிவு மற்றும் பனிக்கட்டி மழைக்கு நிலத்தின் சூன்ய வெப்பநிலை அல்லது

அதற்கும் கீழே உறைநிலையில் இருக்கவேண்டும்; ஆலங்கட்டி மழை, அதன் உருவாக்க முறை காரணமாக நிலத்தின் வெப்பநிலை உயர்வாக இருப்பினும் நிகழலாம்.

வானிலை ஆய்வில், பல்வேறு வகையான மழைப்பொழிவுகள் உள்ளன. அவை பெரும்பாலும் தரை மட்டத்திற்கு விழும் மழைப் பொழிவின் தன்மையை பொறுத்ததாக உள்ளன. மழைப்பொழிவு நீர்ம அல்லது திட நிலைகளில் விழலாம். மழைப்பொழிவின் நீர்ம வடிவங்களில் மழை, தூறல், பனி ஆகியவை அடங்கும். மழை அல்லது தூறல் உறைந்த நிலையில் பொழியும்போது உறைபனி மழை அல்லது உறைபனி தூறல் என அறியப்படுகிறது. பனிப் பொழிவின் உறைந்த வடிவங்களில் பனி, பனிக்கட்டிகள், பனித் துகள்கள் (பனிப்பொழிவு), ஆலங்கட்டி மழை ஆகியவை அடங்கும்.

வெப்பச் சலன மழை என்பது சூரியக் கதிர்கள் பூமத்தியரேகைப் பகுதியில் செங்குத்தாக விழுவதால் வெப்பமான பகுதியாக உள்ளது. இதனால் காற்று விரிவடைந்து செங்குத்தாக மேலெழும்புகிறது. உயரம் செல்லச் செல்ல வெப்பநிலை படிப்படையாக குறைவதால் காற்று குளிர்ச்சியடைந்து முகில்கள் உருவாகின்றன. இந்த முகில்கள் பனி விழும் நிலையை அடையும்போது மழைப்பொழிவு உருவா கிறது. இதுவே வெப்பச் சலன மழை எனப்படுகிறது. இவ்வகையான மழைப்பொழிவு இடி மற்றும் மின்னலினைக் கொண்டிருக்கும். வழக்கமாக இம்மழைப்பொழிவானது மாலை நேரங்களில் குறிப்பாக 4 மணிக்கு வருவதால், மாலை நேர நான்கு மணி மழைப் பொழிவு (4"O Clock rain fall) என்று அழைக்கப்படுகிறது.

இது நில அமைப்பால் ஏற்படும் மழை எனப் பொருள்படும் ரிலிப் ரெய்ன் என்று ஆங்கிலத்தில் வழங்கப்படுகிறது. வெப்பச் சலன முறையால் உயரவாக்கில் ஈரப்பதம் செலுத்தப்படுவதுபோல சில சமயங்களில் ஈரப்பதமும் வெப்பமும் கிடைமட்டமாகவும் பூமியின் ஒரு பகுதியிலிருந்து மற்றொரு பகுதிக்கு பரிமாறப்படுகிறது. இப் பரிமாற்றம் காற்றோட்டத்தால் நடைபெறுகிறது. கிடைமட்டத்தில் காற்றோட்டம் (1) அழுத்தச் சரிவு விசை, (2) கொரியாலிஸ் விசை, (3) மைய விலக்கு விசை (4) உராய்வு விசை ஆகியவற்றால்

ஏற்படுகிறது. இவ்விசைகளால் ஏற்படுகின்ற காற்றோட்டம், காற்றினை கடல், நிலம், காடுகள், மலை ஆகிய எல்லாப் பகுதிகளின் வழியாகவும் இட்டுச் செல்கின்றது. காற்றோட்டத்தின் குறுக்காக ஒரு மலைப்பகுதி இருந்தால் காற்று அந்த மலைச்சரிவின் மீது ஏறிச் செல்கிறது. இவ்வாறு ஏறுகின்ற காற்று ஈரப்பதம் நிறைந்த காற்றாக இருப்பின், அது குளிரடைந்து, மேகமாகி மழையாய்ப் பொழிகிறது. இவ்வகை மழையையே மலைப்பகுதி மழை என்கிறோம்.

இத்தகைய மழை பொழிய குறிப்பிட்ட மலைப்பகுதி காற்றோட்டத்தின் குறுக்காக அமைய வேண்டும். இந்தியாவில் மேற்குத் தொடர்ச்சி மலைகள் தென்மேற்குப் பருவமழைக் காலக் காற்றோட்டத்திற்குக் குறுக்காக அமைந்துள்ளதால் அப்பருவத்தில் காற்று வீசும் திசையான மேற்கு திசையில், அதாவது மேற்குத் தொடர்ச்சி மலைகளுக்கும் மேற்குக் கடற்கரைக்கும் இடையில் உள்ள பகுதியில் பெருமழை பொழிகிறது. அதே சமயத்தில் மலைத் தொடரின் மறுபக்கமான கிழக்கு திசையில் மழை பொழிவதில்லை. ஏனெனில் மலையிலிருந்து கீழிறங்கும் காற்று வறண்ட காற்றாகவும் கீழிறங்கும்போது படிப்படியாக வெப்பமடைவதாலும் மழையைத் தருவதில்லை. எனவே இப்பகுதிகள் மழை மறைவுப் பகுதிகள் என அழைக்கப்படுகின்றன.

மேலும் ஈரமான காற்று ஒரு குறிப்பிட்ட உயரம் வரை மேலே செல்லும்போது மட்டுமே மேகங்கள் உருவாகி மழை பொழியும். இந்த உயரம் நிலையானதல்ல. ஆயினும் பொதுவாக இது சுமார் 600 மீட்டர் ஆகும். காற்றோட்டத்தின் குறுக்கே அமையும் மலைத் தொடரின் உயரம் இதனைவிடக் குறைவாக இருந்தால் மழை மேகங்கள் உருவாக வாய்ப்பில்லை. கருங்கற் பாறைகளுக்காக மலைகளை உடைக்கும்போது இதனைக் கருத்தில் கொள்ள வேண்டும். மேற்குத் தொடர்ச்சி மலைகளின் சராசரி உயரம் 900 முதல் 1600 மீட்டர் வரை இருப்பதால் மேகங்கள் உருவாகச் சாதகமாக உள்ளது.

இந்தியாவின் வடமேற்குப் பகுதியில் உள்ள ஆரவல்லி மலைத் தொடர் இதற்கு நேர்மாறானது. இம்மலைத்தொடர் தென்மேற்குப்

பருவமழைக் காலக் காற்று வீசும் திசைக்கு இணையாக அமைந்துள்ளது. எனவே இம்மலைப் பகுதிகளில் மழை பொழிய வாய்ப்பில்லாமல் போகிறது.

மலைகள் மிக உயரமாக இருந்தால் ஈரக்காற்று மலையைத் தாண்டி மறுபக்கத்திற்கு செல்லவியலாது. இதனால் மலையின் மழை பெறும் பகுதி பசுமையாகவும் மறுபக்கம் பாலைவனமாகவும் இருக்கும். திபத்திய பீடபூமி உலகிலேயே மிக உயரத்தில் அமைந் துள்ள பாலைவனப் பகுதியாகும். ஏனெனில் ஈரமான காற்று இமய மலையின் தென்பகுதியில் நல்ல மழையைத் தருகிறது. அதே சமயம் இமயமலை மிக மிக உயரமான மலை என்பதால் ஈரமான காற்று மலையைத் தாண்டி மறுபுறம் செல்வதில்லை. எனவே திபத்தியப் பீடபூமி மழையற்ற பாலைவனமாக உள்ளது. இவ்வகை மழை பொதுவாக வட அமெரிக்கா, கனடா, ஐரோப்பிய நாடுகள் ஆகிய பகுதிகளில் பெய்யும். இரண்டு வெவ்வேறு பண்புடைய காற்றுத் தொகுதிகள் ஒன்றோடொன்று இணைவதால் இவ்வகை மழை ஏற்படுகிறது.

பருவக்காற்று மழை ஒரு புவியியல் அமைப்பு சார்ந்த மழையாகும். காற்றுச் சுழற்சி ஓராண்டின் வெவ்வேறு காலகட்டத்தில் மாறுவ தால் இவ்வகையான மழை ஏற்படுகிறது. இவ்வகை மழை ஒரு நிலப்பகுதியில் ஏற்பட அது ஒரு பெரிய கடற்பகுதிக்கு அருகாமை யில் இருக்க வேண்டும். கடற்பகுதி நிலப்பகுதியை விட வெப்ப நிலை அதிகமாக உள்ள காலத்தில், அங்கிருந்து காற்று வளி மண்டலத்தின் மேலெழும்புகிறது. பின்னர் வளிமண்டலத்தின் மேல் மட்டத்தில் இடம் பெயர்ந்து நிலப்பகுதியில் இறங்குகிறது. மேலிருந்து கீழிறங்கும் காற்று மழையைத் தருவதில்லை. இக்காற்று தரைவழியே கடல் பகுதிக்குச் சென்று மீண்டும் மேலெழும்புகிறது. இவ்வாறு இக்காற்றுச் சுழற்சி ஓராண்டில் ஏறத்தாழ ஆறு மாதங்கள் நீடிக்கிறது. இக்காலம் நிலப்பகுதியின் மழையில்லா வறண்ட காலமாகும்.

ஆண்டின் ஒரு குறிப்பிட்ட நேரத்தில் இச்சுழற்சி அப்படியே திசை திரும்புகிறது. இச்சமயத்தில் நிலப்பகுதி வெப்பமடைந்து அப்பகுதி

யிலுள்ள காற்று மேலெழும்புகிறது. பின்னர் வளிமண்டலத்தின் மேல்மட்டத்தில் இடம் பெயர்ந்து கடல் பகுதியில் இறங்குகிறது. கடல் பகுதியிலிருந்து தரை வழியே நிலப்பகுதி நோக்கி வீசுகிறது. தற்போது நிலப்பகுதியில் மேலெழும்பும் காற்று கடலிலிருந்து வரும் ஈரப்பதம் மிகுந்த காற்றாகும். எனவே இது குளிரடைந்து மேகமாகி மழையைத் தருகிறது. இது பூமியின் சில பகுதிகளில் மட்டும் சில மாதங்களில் பொழியும் மழையாகும். இந்தியாவில் தென்மேற்குப் பருவக்காற்றுக் கால மழை இத்தகைய மழையாகும்.

**இந்தியாவில் மழை தரும் வானிலை நிகழ்வுகள்**

ஜனவரி, பிப்ரவரி, மார்ச் மாதங்களில் இந்தியாவின் வடபகுதி களில் காஸ்பியன் கடலில் இருந்து உருவாகி கிழக்கு நோக்கி நகரும் மேற்கத்திய தொந்தரவுகளால் லேசான முதல் மிதமான மழை பொழிகிறது. ஏப்ரல், மே மாதங்களில் நாட்டின் வடகிழக்கு மற்றும் தென்னிந்தியப் பகுதிகளில் இடிமழை பொழிகிறது. தென்மேற்குப் பருவ காலத்தில்,

- மேற்குக் கடற்கரையோரத்தில் காற்றழுத்தத் தாழ்வு நிலை யாலும், குறைந்த காற்றழுத்தச் சுழலாலும்;
- மேற்கு வங்கம், பீஹார், உத்திரப்பிரதேசம், மத்தியப்பிரதேசம் ஆகிய பகுதிகளில் பருவக்காற்றுக் கால தாழ்வுமண்டலங்கள், தாழ்வுப் பகுதிகளாலும்;
- வடகிழக்குப் பகுதிகளில் மலைப்பகுதி மழையாலும்;
- பஞ்சாப், ஹரியானா, டில்லி, உத்திரப்பிரதேசம் ஆகிய பகுதி களில் பருவக்காற்றுத் தாழ்வு நிலையாலும்;
- குஜராத், மகாராஷ்ட்ர உட்பகுதிகளில் பருவக்காற்றுக் கால மேல்மட்ட காற்றுச் சுழற்சியாலும் மழை பொழிகிறது.

வடகிழக்குப் பருவ மழைக்காலத்தில் புயல்களாலும் கிழக்கிலிருந்து மேற்கு நோக்கி நகரும் ஒருவித வானிலை சார்ந்த அலைகளாலும் மழை பொழிகிறது. இக்காலத்தில் வளிமண்டலத்தில் (கீழ்மட்டத்தில்) ஏற்படும் சுழற்சி காரணமாகவும் மழை பொழிகிறது.

எடுத்துக்காட்டாக வளிமண்டலத்தில் தரையிலிருந்து 0.9 கிலோமீட்டர் உயரம் வரை உள்தமிழகத்தில் ஒரு காற்றுச் சுழற்சி இருக்குமானால் கடலிலிருந்து ஈரப்பதம் மிகுந்த காற்று தமிழகப் பகுதிகளுக்கு வீசுகிறது. இதனால் காவிரி டெல்டா மாவட்டங் களுக்கு நல்ல மழை பொழிகிறது.

மற்றொரு எடுத்துக்காட்டாக, தென்னிந்தியப் பகுதியில் தமிழகக் கடற்கரையை ஒட்டி வங்கக்கடலிலும் கேரளக் கடற்கரையை ஒட்டி அரபிக்கடல் பகுதியிலும் இரண்டு காற்றுச் சுழற்சிகள் தரையி லிருந்து 3.1 கிலோமீட்டர் வரை நீடித்தால் அதனால் தமிழகம், கேரளம், தென் கர்நாடகப் பகுதிகளில் மழை பொழிய வாய்ப் புள்ளது.

இவ்வாறு மழை பொழிய வெவ்வேறு இடங்களில் வெவ்வேறு காரணங்கள் உள்ளன. இக்காரணங்களை நன்குணர்ந்து மழை நீரைத் திட்டமிட்டுப் பயன்படுத்தினால் நாடு வளம் பெறும்.

🌢

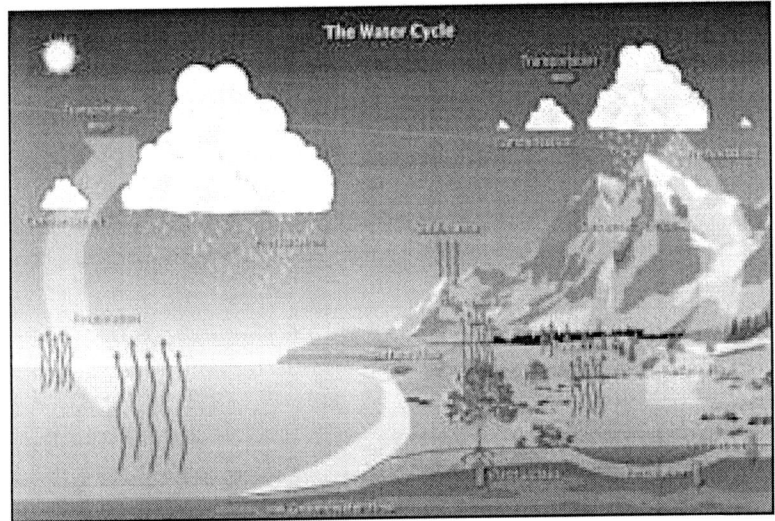

18. அலைகள் சீற்றம்

இந்திய பெருங்கடல் அரபிக் கடலின் வடக்கு பகுதி மற்றும் மத்திய வங்கக் கடலில் வரும் காலங்களில் அலைகளின் சீற்றம் மிக அதிகமாக இருக்கக் கூடும் என்று சமீபத்திய ஆய்வு ஒன்று தெரிவிக்கிறது. இதன் மூலம் உரிய நேரத்தில் எச்சரிக்கை விடுக்கப்படுவதுடன், சரியான திட்டமிடலால் கடலோர பகுதிகளில் உயிர் மற்றும் உடைமைகளில் மிகப்பெரிய தாக்கம் ஏற்படுத்துவதிலிருந்து தடுக்க முடியும்.

பருவநிலை மாறி வரும் சூழலில், அண்மைக் காலங்களில் அடிக்கடி அலைகளின் சீற்றம் அதிகரித்து வருவது. கடலோர மக்களின் வாழ்வாதாரம் உள்கட்டமைப்பு மற்றும் கடல் சார்ந்த நடவடிக்கைகளில் பெரும் தாக்கத்தை ஏற்படுத்தக்கூடும்.

பருவநிலை மாற்றத்தால் ஏற்படும் அலைகளின் சீற்றம் மற்றும் அதன் பாதிப்பு பிராந்திய மற்றும் சர்வதேச அளவில் பாதிப்பை ஏற்படுத்தி வருகின்றது. எனவே உரிய நேரத்தில் எச்சரிக்கை விடுக்கவும், கடல்சார் திட்டமிடல் மற்றும் மேலாண்மைக்கும் எதிர்காலத்தில்

ஏற்படக்கூடிய மாற்றங்கள் குறித்த மேம்பட்ட புரிதல் அவசியமாகிறது.

தில்லி தேசிய தொழில்நுட்ப கழகத்தின் செயல்முறை அறிவியல் துறை கரக்பூர் இந்திய தொழில்நுட்பக் கழகம் மற்றும் ஐதராபாத்தின் பெருங்கடல் தகவல் சேவைகளுக்கான இந்திய தேசிய மையம் ஆகியவற்றின் விஞ்ஞானிகள் குழு இந்திய பெருங்கடலில் எதிர் காலத்தில் அலைகளின் சீற்றம் மிக அதிகமாக இருக்கக்கூடும் என்று கணித்துள்ளது. கிளைமேட் டைனமிக்ஸ் சஞ்சிகையில் விஞ்ஞானி களின் ஆராய்ச்சி வெளியிடப்பட்டுள்ளது.

இந்திய அரசின் அறிவியல் மற்றும் தொழில்நுட்பத் துறையின் கீழ் இயங்கும் அறிவியல் ஆராய்ச்சி மற்றும் பொறியியல் வாரியத்தின் ஆதரவோடு இந்த ஆய்வு மேற்கொள்ளப்பட்டிருப்பது குறிப்பிடத் தக்கது.

♦

## 19. நீர்க்கோளம்

பௌதிகப் புவியியலில் நீர்க்கோளம் (The hydrosphere ) என்பது பூமி மற்றும் பூமிக்கு கீழேயும் மேலேயும் ஒருங்கிணைந்து காணப் படும் நீரின் நிறையை விவரிக்கிறது.

பூமியில் 1386 மில்லியன் கன கிலோ மீட்டர்கள் தண்ணீர் உள்ளதாக உலக நீர் ஆதாரங்களின் இருப்புக் கணக்கெடுக்கும் பணிக்காக ஐக்கிய நாடுகள் அவை தேர்ந்தெடுத்த இகோர் சிக்லோமானோவ் மதிப்பிட்டுள்ளார். நிலத்தடி நீர், பனியாறுகள், கடல்கள், ஏரிகள் மற்றும் ஆறுகளில் திரவநிலையிலும் உறைந்த நிலையிலும் காணப் படும் நீரையும் இக்கணக்கீடு உள்ளடக்கியதாகும்.

இம்மொத்த நீரளவில் 97.5 சதவீதம் உப்பு நீராகும் என்றும் கணக்கீடு தெரிவிக் கிறது. எஞ்சியிருக்கும் 2.5 சதவீதம் தண்ணீரே தூய்மை யான நன்னீராகும். இந்நன்னீரின் 68.7 சதவீதம் அளவுள்ள நீர் ஆர்க்டிக், அண்டார்க்டிக்கா மற்றும் மலைப் பிரதேசங்களில் பனிக் கட்டியாகவும், நிலையான பனிப்போர்வையாகவும் காணப்படு கிறது. அடுத்து, 29.9 சதவீத நந்நீர் நிலத்தடி நந்நீராக உள்ளது.

பூமியில் நமக்குக் கிடைக்கப் பெற்றுள்ள மொத்த நன்னீரில் வெறும் 0.26 சதவீத நந்நீர் மட்டுமே ஏரிகள், நீர்த்தேக்கங்கள் மற்றும் ஆறுகள் மூலமாக அத்தியாவசியத் தேவைகளுக்காகவும் நீர் சுற்றுச்சூழலைப் பராமரிக்கவும் நம்மால் பயன் படுத்தப்படுகிறது. புவி நீர்கோளத்தின் மொத்த நிறை $1.4 \times 10^{18}$ டன்கள் ஆகும். பூமியின் மொத்த நிறையில் இந்த அளவு சுமார் 0.023% ஆகும். இதில் சுமார் $20 \times 10^{12}$ டன்கள் பூமியின் வளிமண்டலத்தில் உள்ளது. (ஒரு டன் அளவு தண்ணீர் என்பது சுமார் 1 கன மீட்டர் தண்ணீர் அளவைக் குறிக்கிறது) புவியின் மேற்பரப்பு தோராயமாக 75%, அதாவது 361 மில்லியன் சதுர கிலோமீட்டர் அல்லது 139.5 மில்லியன் சதுர மைல்கள் பகுதி கடலால் சூழப்பட்டுள்ளது. பூமியில் உள்ள கடல் களின் சராசரி உவர்ப்புத் தன்மை ஒரு கிலோ கிராம் கடல் நீருக்கு 35 கிராம் உப்பாக உள்ளது.

### நீர் சுழற்சி

நீர் வளங்களின் சுழற்சி என்பது திட, திரவ வாயு நிலைகளில் காணப்படும் நீரை அதனுடைய ஒரு நிலையிலிருந்து மற்றொரு நிலைக்கு அல்லது ஒரு நீர்த் தேக்கத்திலிருந்து மற்றொரு நீர்த் தேக்கத்திற்கு மாற்றும் செயலாகும். வளிமண்டல ஈரப்பதம் (பனி, மழை மற்றும் மேகங்கள்) சமுத்திரங்கள், ஆறுகள், ஏரிகள், நிலத்தடி நீர், பூமிக்கு அடியிலுள்ள நீரோட்டங்கள், துருவ உறைபனிக்

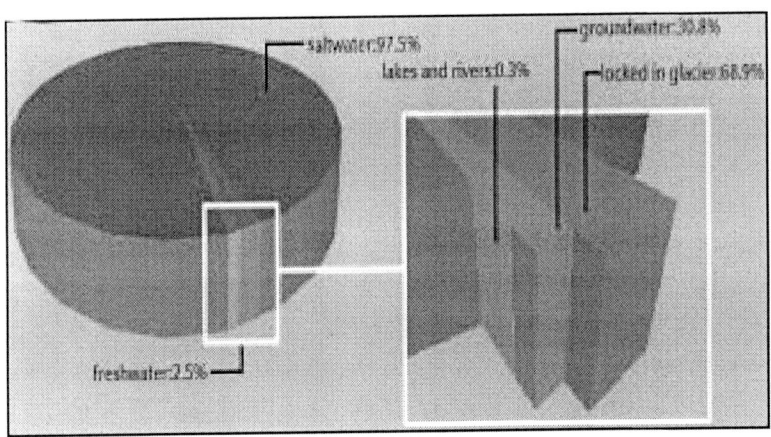

குன்றுகள் மற்றும் நிறைவுற்ற மண் ஆகியவை அனைத்தும் நீர்த்தேக்கமென்ற சொல்லில் அடங்கும்.

நீர் ஒரு நிலையிலிருந்து மற்றொரு நிலைக்கு மாறும் செயலானது சில நிமிடங்கள் தொடங்கி ஆயிரக்கணக்கான ஆண்டுகள் வரை நீடிக்கிறது. சூரியனின் ஒளி மற்றும் வெப்பத்தின் விளைவுகள் மற்றும் ஈர்ப்பு விசை முதலியன இந்நிலை மாற்றத்திற்கு காரணிகளாய் இருக்கின்றன. பெரும்பாலும் சமுத்திரங்களில் ஆவியாதல் நிகழ்ந்து விண்ணுக்குச் செல்லும் தண்ணீர் பனி அல்லது மழையாக பூமிக்குத் திரும்புகிறது. பனி அல்லது பனிக்கட்டி நேரடியாக ஆவியானால் அந்நிகழ்வு பதங்கமாதல் எனப்படுகிறது.

தாவரங்களின் நுண்ணிய இலைத்துளைகள் வழியாக நீர் ஆவியாகி மேற்செல்லும் செயலை நீராவிப்போக்கு என்கின்றனர். நீராவியாதல், ஆவியாதல் மற்றும் பதங்கமாதல் ஆகிய முச்செயல்களையும் இணைக்கும் சொல்லாக நீராவிப்போக்கு என்ற சொல்லை நீரியலாளர் பயன்படுத்துகிறார்கள்.

நீர்க்கோளம் என்பது ஒரு மூடிய அமைப்பு, அதற்குள்தான் நீர் இருக்கிறது என்று மார்கியு டி வில்லியர்ஸ் எழுதிய நீர் என்று தலைப்பிடப்பட்ட விருது பெற்ற புத்தகத்தில் விவரிக்கப்பட்டுள்ளது.

மேலும் இதில் நிலையானதாகவும், சிக்கலானதாகவும், தீர்வு காண முடியாததாகவும் வாழ்க்கையை கட்டுப்படுத்தும் நோக்கத்தில் எங்கும் பரவி இருக்கக்கூடியதாக நீர்க்கோளம் கட்டப்பட்டுள்ளது என்றும் கூறியுள்ளார்.

●

# 20. சூரியகாந்தி நட்சத்திர பேரழிவு

**கு**ளிர்ப் பிரதேசக் கடற்பகுதிகளில் மட்டுமே காணப்படுகிற கெல்ப் காடுகளைப் பற்றி, வெப்ப மண்டலத்தவர்களான நமக்கு அதிகம் தெரிந்திருக்க வாய்ப்பில்லை. கெல்ப் பாசிகள் அதிகம் வளரும் இடங்கள் கெல்ப் காடுகள் எனவும், குறைந்த அடர்த்தியில் பாசிகள் இருக்கும் இடங்கள் கெல்ப் படுகைகள் எனவும் அழைக்கப் படுகின்றன. இவை கடலுக்கடியில் இருக்கும் மழைக்காடுகள். காடு என்பது இங்கே உருவகம் அல்ல. நிஜமாகவே கடலுக்கடியில் ஒரு பிரம்மாண்ட மரகதக்காடு இருப்பதான தோற்றத்தைத் தரக் கூடியவை கெல்ப் காடுகள்.

பழுப்பு பாசி வகையைச் கெல்ப் பாசிகள் ஆறு முதல் பதினான்கு டிகிரி செல்சியஸ் வரை உள்ள குளிர் வெப்பநிலையில் செழித்து வளரக்கூடியவை. இவற்றின் வளர்ச்சி விகிதம் அதிவேகமானது. ஒரு கெல்ப் பாசியின் சராசரி உயரம் 200 அடி அதிகபட்சமாக இவை 250 அடி வரை கூட வளரக்கூடிய இயல்புடையவை. சில கடற்பகுதி களில், கடலின் தரையிலிருந்து கிளம்பி, மேற்பரப்பு வரை இவை நீள்கின்றன. சில சமயங்களில் சூரிய ஒளியைக் கூட விழுங்கி விடக்

கூடிய இந்த அடர்க்காடுகளில், கடல்நாய், ஊதா கடற்பரட்டை, சூரியகாந்தி கடல் நட்சத்திரம், செம்மறித்தலை மீன், கல்மீன் என நமக்கு அதிகம் பரிச்சயமில்லாத பல உயிரிகள் வசிக்கின்றன.

**சூரியகாந்தி நட்சத்திரங்களின் பேரழிவு**

சூரியகாந்தி நட்சத்திர மீன் (Sunflower star அல்லது sunstar) என்பது, இந்தக் கெல்ப் காடுகளில் பார்க்கிற இடத்திலெல்லாம் காணக்கிடைக்கும் உயிரியாக ஒரு காலத்தில் இருந்தது. ஒரு சைக்கிள் சக்கரத்தைப் போன்ற சுற்றளவு கொண்ட இந்தக் கடல் நட்சத்திரத்துக்கு சராசரியாக 16 முதல் 24 கைகள் வரை இருக்கும். கெல்ப் காடுகளில் டைவிங் செய்பவர்களைப் பொறுத்தவரை, சூரிய காந்தி நட்சத்திரங்களைப் பார்ப்பது என்பது, காட்டுக்குள் செல் பவர்கள் குரங்குகளைப் பார்ப்பதுபோன்ற சாதாரண நிகழ்வு.

2013 ஆம் ஆண்டு எல்லாவற்றையும் மாற்றியமைத்தது. வடகிழக்கு பசிபிக் கடலில், ப்ளாப் என்று அழைக்கப்பட்ட ஒரு கடல் வெப்ப மாதல் நிகழ்வு ஏற்பட்டது. கடல்நீரின் சராசரி வெப்பநிலை இரண்டு முதல் 4 டிகிரி செல்சியஸ் வரை உயர்ந்தது. மூன்று ஆண்டுகள், அதாவது கிட்டதட்ட 2015 ஆம் ஆண்டின் இறுதி வரை இது தொடர்ந்தது.

இந்த காலகட்டத்தில், அதிக வெப்பநிலை காரணமாக வைரஸ் ஒன்று சூரியகாந்தி நட்சத்திரங்களைத் தாக்கியது. சூரியகாந்தி நட்சத்திரங்கள் சுருங்கின, கைகளை இழந்தன, அப்படியே கரைந்து காணாமல் போயின! Sea star wasting disease என்று இதற்குப் பெயரிடப்பட்டது. சூரியகாந்தி நட்சத்திரங்களைப் பொறுத்தவரை இது ஒரு கடுமையான கொள்ளை நோய் எனலாம். இந்த நோயால் கெல்ப் காடுகளில் வசித்த 5.75 பில்லியன் சூரிய நட்சத்திரங்கள் அழிந்தன என்று அறிவியலாளர்கள் தெரிவிக்கிறார்கள். கொள்ளை நோய் முடிவுற்றபோது 90.6% நட்சத்திரங்கள் இறந்திருந்தன, வெறும் 9.4% கடல் நட்சத்திரங்கள் மட்டுமே மீதமிருந்தன.

**காலநிலை மாற்றத்தின் விளைவுகள்**

கடல் நட்சத்திரங்களை வைரஸ்கள் தாக்குவது இது முதல் முறையல்ல. 72 வருடங்களுக்கு முன்னால் டெஸ்மோவைரஸ் தாக்குதல் ஏற்பட்டது. 1978ல் சூரியகாந்தி நட்சத்திரங்கள் வைரஸால் தாக்கப் பட்டன. கடல்நீரின் வெப்பத்தை அதிகரிக்கும் எல் நினோ நிகழ்வு களின்போது (1980, 1997) வைரஸ் தாக்குதல் ஏற்பட்டிருக்கிறது. பொதுவாக இந்தத் தாக்குதல்களின்போதெல்லாம், இலையுதிர் காலத்தோடு தொற்று குறைந்துவிடும். நீரின் வெப்பநிலை குறையும் போது வைரஸ் வீரியம் இழந்துவிடும். ஆனால், 2013ல் ஏற்பட்ட ப்ளாப் நிகழ்வால், நீரின் வெப்பநிலை குறையாமலேயே இருந்திருக் கிறது. வைரஸ்கள் முழு வீரியத்தோடு சூரியகாந்தி நட்சத்திரங்களை அழித்துவிட்டன.

**சூழல்சார் மாறுபாடுகள்**

கெல்ப் காடுகளைப் பொறுத்தவரை, சூரியகாந்தி நட்சத்திரங்களே ஊதா கடற்பரட்டைகளுக்கு (Purple sea urchins) எதிராக இயங்கும் வேட்டையாடிகள். கடல் நாய்கள் (Sea otters) கடற்பரட்டைகளை உண்கின்றன என்றாலும், அவை அளவில் பெரிய கடற்பரட்டை களை மட்டுமே தேடித் தேடி உண்ணும் இயல்புடையவை. சூரிய காந்தி நட்சத்திரங்களின் வேட்டை, சிறிய கடற்பரட்டைகளைக் கட்டுக்குள் வைத்திருந்தது. வைரஸ் தொற்றால் சூரியகாந்தி நட்சத்திரங்கள் இறந்தபின்பு, கடற்பரட்டைகளின் எண்ணிக்கை

பெருமளவில் உயர்ந்தது. சூரியகாந்திகளைத் தாக்கிய கொள்ளை நோயின் முடிவில், கடற்பரட்டைகளின் எண்ணிக்கை 166%, அதாவது கிட்டத்தட்ட இரு மடங்கு அதிகரித்திருந்து.

கெல்ப் காடுகளில் வசிக்கும் கடற்பரட்டைகள், கெல்ப் பாசிகளை விரும்பி உண்ணும் இயல்புடையவை. கடற்பரட்டைகளின் எண்ணிக்கையில் ஏற்பட்ட பெருவெடிப்பால், கெல்ப் காடுகள் வேகமாக அழிந்தன, சூரியகாந்திகள் இறந்தபிறகு, கெல்ப் காடுகளின் அழிவு விகிதம் 30 சதவிகிதம் அதிகரித்தது.

**கடற்பரட்டைப் பாலைவனங்கள்**

வேட்டையாடி விலங்குகள் எதுவுமற்ற நிலையில், கடற்பரட்டைகளின் பெருக்கத்தைக் கட்டுப்படுத்துவது கடினம். இவை மிகவும் கடினமான சூழலையும் தாங்கக்கூடிய விலங்குகள். இரை கிடைக்காமல் இவை தொடர்ந்து பசியில் வாடும்போது, இவற்றின் தாடை மற்றும் பற்களில் உள்ள கால்சைட் சத்து அதிகரித்து, தாடைகள் கூடுதல் வலுப்பெறுகின்றன என்கிறது ஒரு ஆய்வு. ஆக, பட்டினியால் இவற்றின் வலு அதிகரிக்கவே செய்யும். தவிர, பசியில் இருக்கும் கடற்பரட்டைகள், நடத்தையிலும் கடும் மூர்க்கத்தை வெளிப்படுத்துகின்றன. வலுவேறிய பற்களால் பவளப்பாசிகளையும் நத்தை

ஓடுகளையும் கூட சுரண்டி உண்ணத் தொடங்குகின்றன. உண்டு வேகமாக வளர்கின்றன. கெல்ப் பாசிகளைத் தேடித் தேடி அழித் தொழிக்கின்றன. கடற்பரட்டைகள் ஒரு கெல்ப் காட்டை ஆக்கிர மித்து அதை வேரோடு அழிப்பதை Time lapse காணொலியில் பார்த்தால் அவற்றின் வீரியம் நமக்குப் புலப்படும்.

கெல்ப் காடுகள் அழியத் தொடங்கிய சில நாட்களிலேயே, கடற்பரட்டைகள் மட்டுமே நிரம்பிய பாலைவனமாக அந்த இடம் மாறிவிடுகிறது. உயிர்ச்சத்துக்கள் மிகவும் குறைவான இடம் இது. இங்கு உயிரிகளால் வசிக்க முடியாது. இதை வாழிடம் என்றுகூட சரியாக சொல்லி விடமுடியாது என்பதே நிதர்சனம். கடற் பரட்டைப் பாலைவனங்கள் எதையும் தாங்கும் திறன் கொண்டவை. ஒரு கெல்ப் காடு கடற்பரட்டைப் பாலைவனமாக மாறிவிட்டால், திரும்ப அந்த இடத்தில் பாசிகள் முளைப்பது கடினம். ஜப்பானின் ஹொக்கெய்டோ பகுதியில் 80 ஆண்டுகளுக்கு முன்பு உருவான ஒரு கடற்பரட்டைப் பாலைவனம், எந்த மாற்றமுமின்றி இப்போதும் அப்படியே இருக்கிறது!

சூரியகாந்தி நட்சத்திரங்களை இழந்து தவித்துக் கொண்டிருந்த கெல்ப் காடுகளுக்கு சிறு வெளிச்சம் அளிப்பவையாக இருக்கின்றன சில சமீபத்திய ஆய்வுகள். 2020ல் சூரியகாந்திக் கடல் நட்சத்திரங்கள் மிக வேகமாக அழிந்துவரக்கூடிய உயிரினங்கள் என்பது அதிகார பூர்வமாக அறிவிக்கப்பட்டது. பிறகு இதற்குத் தீர்வு காண்பதற்கான ஆராய்ச்சிகளுக்காக நிதி ஒதுக்கப்பட்டது. அறிவியலாளர்களின் கவனம் இந்த உயிரிகள் மேல் விழுந்தது.

2021ன் தொடக்கத்தில், அமெரிக்காவின் சான் ஜுவான் தீவு ஆய்வகத்தைச் சேர்ந்த சில விஞ்ஞானிகள், இந்த நட்சத்திரங்களை ஆய்வகத்திலேயே இனப்பெருக்கம் செய்ய வைத்து வெற்றி கண்டிருக்கிறார்கள். புதிதாகப் பிறந்துள்ள இந்தக் கடல் நட்சத்திரங்கள், வெப்பம் அதிகமான நீரிலும் நன்கு வாழக்கூடியவை என்பது கூடுதல் மகிழ்ச்சி. அதிவேகமாக அழிந்துவரும் விலங்குகள், ஆய்வகத்தில் உருவாக்கப்பட்டு மீண்டும் இயற்கை வாழிடங்களில் விடப்படுவது வழக்கம். இயற்கை சூழலுக்கு சென்ற பின்பு

வழக்கமான இனப்பெருக்க சுழற்சியின் மூலம் எண்ணிக்கை பழைய நிலைக்குத் திரும்ப வாய்ப்பு இருக்கிறது. ஆய்வின் முதற்கட்ட முடிவுகள், எதிர்காலத்தில் கடல் நட்சத்திரங்களின் எண்ணிக்கையும் இவ்வாறு அதிகரிக்கக்கூடும் என்ற நம்பிக்கையை விதைத்திருக்கிறது.

சூழலியலில், முகட்டுக்கல் உயிரிகள் என்ற ஒரு கருத்தாக்கம் உண்டு. ஒரு கட்டிட வளைவில் இருந்து முகட்டுக்கல்லை நீக்கி விட்டால் எப்படி அந்த வளைவே நிலைகுலையுமோ, முகட்டுக்கல் உயிரிகள் அழிந்துவிட்டால் அந்த சூழலே தடுமாறி சீர்குலையும். 1969ல் ராபர்ட் பெய்ன் என்கிற அறிவியலாளர், கடல் நட்சத்திரங் களை முன்வைத்தே இந்தக் கருத்தாக்கத்தை உருவாக்கினார். பொதுவாக முக்கிய விலங்குகள் என்று நாம் கருதும் பல பெரு விலங்குகளோடு ஒப்பிடும்போது, கடல் நட்சத்திரங்கள் சாதாரண மானவையாகத் தெரியலாம். ஆனால், கெல்ப் காடுகள் மட்டு மல்லாமல் பல வாழிடங்களில் அவைதான் அடிப்படை உயிரிகள். அவை அழிக்கப்பட்டால் சீட்டுக் கட்டு கோபுரத்தைப் போல சூழலே நிலைகுலைந்துவிடும். கடல் நட்சத்திரங்கள் அழிந்ததால் மட்டிக்கிளிஞ்சல்கள் அதிகரித்து, மற்ற விலங்குகள் அடியோடு அழிந்த பல நிகழ்வுகள் உண்டு.

வடகிழக்குப் பசிபிக் கடலில் சூரியகாந்தி நட்சத்திரங்களுக்கு இப்போது ஏற்பட்டிருப்பது குறுகிய இடத்துக்குள் ஒரு அழிவு மட்டுமே. இதுபோன்ற நிகழ்வுகள் அடுத்தடுத்த கடற்பகுதிகளிலும் ஏற்பட்டால் கடலில் எத்தனை பகுதிகள் பாலைவனங்களாக மாறும் என்று தெரியவில்லை. உலகளாவிய கடல்நட்சத்திர அழிவு கடல் சூழலை எப்படிவேண்டுமானாலும் பாதிக்கலாம்.

கடல்நீரின் சராசரி வெப்பநிலை அதிகரிப்பதால் பவளப்பாறை களுக்கும், கடல் பாலூட்டிகளுக்கும் வைரஸ் தாக்குதல்கள் அதிகரித்து வருகின்றன என்று பல ஆய்வுகள் சுட்டுகின்றன. பசிபிக் பெருங்கடலின் ப்ளாப் வெப்ப நிகழ்வு அடுத்தடுத்த வருடங்களில் தொடர்ந்து வரத் துவங்கியிருக்கிறது. காலநிலை மாற்றத்தால் நம் கண்ணுக்கும் அறிவுக்கும் புலனாகாத வகையில் பாதிக்கப்படுகிறது கடல் சூழல்.

## 21. பிரேசிலில் பெங்குயின்கள் இறப்பு

தென்னமெரிக்க நாடான பிரேசிலின் தெற்கே ரியோ கிராண்ட் டோ சுல் மாநிலக் கரைகளில் 300க்கும் அதிகமான பெங்குயின்கள் இறந்து கிடக்கக் காணப்பட்டதை அடுத்து இது குறித்தான விசாரணைகளை பிரேசில் அதிகாரிகள் ஆரம்பித்துள்ளனர்.

இறந்த பெங்குயின்களின் 30 மாதிரிகள் போர்ட்டோ அலெக்ரி பல்கலைக்கழகத்திற்கு கொண்டு செல்லப்பட்டுள்ளது.

இறந்த பெங்குயின்கள் அனைத்தும் நன்றாக உணவுண்டுள்ள தாகவும், அவற்றின் உடல்களில் காயங்களோ அல்லது எண்ணெய்த் தன்மையோ எதுவும் இருக்கவில்லை எனவும் ஆய்வாளர்கள் தெரிவித்துள்ளனர். இவை எவ்வாறு இறந்தன என்பது ஆச்சரிய மடைய வைக்கின்றது என அவர்கள் மேலும் தெரிவித்தனர்.

மகெலனியப் பெங்குயின்கள் என அழைக்கப்படும் இவ்வகைப் பறவைகள் தெற்கு அர்ஜென்டீனா மற்றும் சிலி ஆகியவற்றிற்கு இடையில் உள்ள பட்டகோனியாப் பிரதேசத்தைச் சேர்ந்தவை. இவை வழக்கமாக மார்ச் முதல் செப்டம்பர் மாதங்களுக்கு

இடையே தெற்குக் குளிர் காலங்களின் போது இடம்பெயர்ந்து பிரேசில் வரை செல்கின்றன. அண்டார்டிக் வட்டத்தில் இருந்தும் பெங்குயின்கள் இங்கு வருகின்றன.

இவை பொதுவாக சிறிய வகை மீன்களையே உண்கின்றன. தெற்குப் பகுதியின் கடல் சிங்கங்களே இவற்றின் முக்கிய எதிரிகளாகும்.

கடந்த வாரம் ரியோ ஜெனெய்ரோ கடற்கரைகளில் இருந்து பத்துக்கும் அதிகமான பெங்குயின்கள் மீட்கப்பட்டன. இவை தமது வழக்கமான எல்லைகளைத் தாண்டி வந்தவை ஆகும். இவற்றை மீண்டும் தென் பகுதிக்குக் கொண்டு செல்வதற்கு பிரேசில் அதிகாரிகள் முடிவு செய்துள்ளனர்.

## 22. ஈரான் எண்ணெய் கப்பல் மோதி 32 பேர் பலி

ஈரானிய எண்ணெய் கப்பல் கிழை சீனக்கடலில் சீன சரக்கு கப்பலுடன் மோதியதில் எண்ணெய் கப்பலைச் சேர்ந்த ஊழியர்கள் 32 பேரை காணவில்லை. காணாமல் போனவர்களில் 30 பேர் ஈரானியர் இருவர் வங்காள தேசத்தவர். இம்மோதலால் ஈரானிய எண்ணெய் கப்பல் எரிகிறது.

பனாமாவில் பதிவு செய்யப்பட்ட ஈரானிய கப்பல் ஜான்சி, ஈரானி லிருந்து தென் கொரியாவுக்கு 136,000 டன் பாறை எண்ணெயை ஏற்றிக் கொண்டு வந்தது. இந்த எண்ணெய் 1 மில்லியன் பீப்பாய் எண்ணெய்க்கு சமமானது.

உலக எண்ணெய் நிலவரப்படி இது 60 மில்லியன் அமெரிக்க டாலர் மதிப்புடையது. ஜான்சி 2008 ஆம் ஆண்டில் கட்டப்பட்டது.

ஜான்சி ஆங்காங்கைச் சேர்ந்த சிளப் கிரிசுடல் கப்பலுடன் சாங்காய் நகரக்கு 160 நாட்டிகல் மைல் தொலைவில் மோதியது என சீன போக்குவரத்து துறை அமைச்சகம் தெரிவித்தது.

காணாமல் போன 32 ஊழியர்களைப் பற்றி எத்தகவலும் இல்லை.

சரக்கு கப்பலில் இருந்த 21 பேரும் மீட்கப்பட்டு விட்டார்கள் என்றும் அவர்கள் அனைவரும் சீனர்கள் என்றும் சீன போக்குவரத்து துறை அமைச்சகம் தெரிவித்தது.

எட்டுக் கப்பல்களை மீட்பு பணியில் ஈடுப்படுத்தி உள்ளதாக சீன அரசு ஊடகம் தெரிவித்துள்ளது. தென் கொரியாவும் கடலோர காவல் கப்பல் ஒன்றையும், உலங்கு ஊர்தி ஒன்றையும் மீட்பு பணியில் ஈடுப்படுத்தி உள்ளது.

ஆங்காங்கில் பதிவு செய்யப்பட்ட சிஎப் கிரிசுடல் 64,000 டன் தானியங்களுடன் அமெரிக்காவிலிருந்து சீனாவின் குவாங்டோங் மாகாணத்துக்கு மோதலின் போது பயணித்துக் கொண்டிருந்தது.

இக்கப்பல் 2011லில் கட்டப்பட்டது. ஜான்சி ஈரானின் கார்க் தீவி லிருந்து தென் கொரியாவின் டாசன் நகருக்கு வந்து கொண்டிருந்தது.

இதற்கு முன்பு 2002இல் எசுப்பானியாவின் கடல் பகுதியில் 77,000 டன் பாறை எண்ணெய் ஏற்றி வந்த கப்பல் மோதியதே பெரிய விபத்தாக இருந்தது. இதனால் 63,000 டன் எண்ணெய் அட்லாண்டிக் கடலில் கலந்தது.

23. பனிச்சரிவு மீட்பும் பாதுகாப்பும்

பனிச்சரிவு மீட்பு என்பது பனிச்சரிவுகளில் புதையுண்டவர்களைக் கண்டுபிடித்து மீட்டெடுப்பதை உள்ளடக்கியது.

பனிச்சரிவுகளைத் தடுக்கவும் அவற்றின் சக்தி மற்றும் அழிவைக் குறைக்கவும் பல வழிகள் உள்ளன. பனிச்சரிவுகள் மக்களுக்கு கணிசமான அச்சுறுத்தலாக ஏற்படுத்தும் பனிச்சறுக்கு விடுதிகள் மற்றும் மலை நகரங்கள், சாலைகள் மற்றும் இரயில் பாதைகள் போன்ற பகுதிகளில் அவர்கள் பணிபுரிகின்றனர். பனிச்சரிவுகளைத் தடுக்க வெடிபொருட்கள் பரவலாகப் பயன்படுத்தப்படுகின்றன. குறிப்பாக மற்ற முறைகள் பெரும்பாலும் நடைமுறைக்கு மாறான ஸ்கை ரிசார்ட்களில். ஒரு பெரிய பனிச்சரிவை ஏற்படுத்துவதற்கு போதுமான பனி உருவாகும் முன், சிறிய பனிச்சரிவுகளைத் தூண்டுவதற்கு வெடிப்புக் கட்டணங்கள் பயன்படுத்தப்படுகின்றன. பனி வேலிகள் மற்றும் ஒளி சுவர்கள் பனி இடத்தை இயக்குவதற்கு பயன்படுத்தப்படலாம். வேலியைச் சுற்றி பனி உருவாகிறது.

குறிப்பாக நிலவும் காற்றை எதிர்கொள்ளும் பக்கம் வேலியின் கீழ்க் காற்றில், பனி கட்டுவது குறைகிறது. இது வேலியில் படிந்திருக்கும்

பனியை இழப்பதாலும், வேலியில் பனி குறைந்துவிட்ட காற்றினால் ஏற்கனவே இருக்கும் பனியை எடுப்பதாலும் ஏற்படுகிறது. மரங்களின் அடர்த்தி போதுமானதாக இருக்கும் போது, அவை பனிச்சரிவுகளின் வலிமையை வெகுவாகக் குறைக்கும். அவை பனியை இடத்தில் வைத்திருக்கின்றன மற்றும் பனிச்சரிவு ஏற்பட்டால், மரங்களுக்கு எதிரான பனியின் தாக்கம் அதை மெது வாக்குகிறது. பனிச்சரிவுகளின் வலிமையைக் குறைக்க, மரங்களை நடலாம் அல்லது பனிச்சறுக்கு விடுதியின் கட்டிடம் போன்ற வற்றைப் பாதுகாக்கலாம்.

பனிச்சரிவு சேதத்தை குறைப்பதில் செயற்கை தடைகள் மிகவும் பயனுள்ளதாக இருக்கும். பல வகைகள் உள்ளன. ஒரு வகையான தடை (பனிவலை) துருவங்களுக்கு இடையில் கட்டப்பட்ட வலையைப் பயன்படுத்துகிறது. அவை அவற்றின் அடித்தளத்துடன் கூடுதலாக பைக் கம்பிகளால் நங்கூரமிடப்பட்டுள்ளன. இந்த தடைகள் பாறை சரிவுகளுக்கு பயன்படுத்தப்படுவதைப் போலவே இருக்கும். மற்றொரு வகையான தடையானது கடினமான வேலி போன்ற அமைப்பு (பனி வேலி) மற்றும் எஃகு, மரம் அல்லது முன் அழுத்தப்பட்ட கான்கிரீட்டால் கட்டப்படலாம். அவை வழக்கமாக விட்டங்களுக்கு இடையில் இடைவெளிகளைக் கொண்டிருக்கின்றன மற்றும் சாய்வுக்கு செங்குத்தாக கட்டப்பட்டுள்ளன.

கீழ்நோக்கிய பக்கத்தில் வலுவூட்டும் விட்டங்கள் உள்ளன. கடுமையான தடைகள் பெரும்பாலும் கூர்ந்து பார்க்க முடியாததாகக் கருதப்படுகின்றன, குறிப்பாக பல வரிசைகள் கட்டப்பட வேண்டும். அவை விலை உயர்ந்தவை மற்றும் வெப்பமான மாதங்களில் பாறைகள் விழுந்து சேதமடையக்கூடியவை. இறுதியாக, பனிச்சரிவு களை அவற்றின் எடை மற்றும் வலிமையுடன் நிறுத்த அல்லது திசை திருப்பும் தடைகள் உள்ளன. இந்த தடைகள் கான்கிரீட், பாறைகள் அல்லது பூமியால் செய்யப்பட்டவை. அவை பொதுவாக அவர்கள் பாதுகாக்க முயற்சிக்கும் கட்டமைப்பு, சாலை அல்லது இரயில் பாதைக்கு மேலே வைக்கப்படுகின்றன, இருப்பினும் அவை பனிச் சரிவுகளை மற்ற தடைகளுக்குள் அனுப்பவும் பயன்படுத்தப் படலாம். எப்போதாவது, பனிச்சரிவின் பாதையில் மண் மேடுகள் வைக்கப்படுகின்றன.

நிலப்பரப்பு மேலாண்மை - நிலப்பரப்பு மேலாண்மை என்பது பனிச்சரிவு நிலப்பரப்பில் பயணிப்பதால் ஏற்படும் அபாயங்களுக்கு ஒரு தனிநபரின் வெளிப்பாட்டைக் குறைப்பதன் மூலம் சரிவுகளின் எந்தப் பகுதிகளில் பயணிக்க வேண்டும் என்பதை கவனமாகத் தேர்ந்தெடுப்பது. கவனிக்கப்பட வேண்டிய அம்சங்கள், சரிவு களைக் குறைக்காமல் இருப்பது (பனிப் பொதியின் உடல் ஆதரவை அகற்றுதல்), குவிந்த ரோல்களில் பயணிக்காமல் இருப்பது (பனிப் பொதி பதற்றத்தில் இருக்கும் பகுதிகள்), வெளிப்படும் பாறை போன்ற பலவீனங்களிலிருந்து விலகி இருப்பது மற்றும் சரிவுகளின் பகுதிகளைத் தவிர்ப்பது. நிலப்பரப்பு பொறிகளுக்கு ஒருவரை வெளிப்படுத்துங்கள் (நிரப்பக்கூடிய பள்ளங்கள், பாறைகள் மீது ஒருவர் துடைக்கப்படலாம் அல்லது கனமான மரக்கட்டைகளில் ஒன்றை எடுத்துச் செல்லலாம்).

குழு மேலாண்மை - குழு மேலாண்மை என்பது ஒரு குழுவில் உறுப்பினராக இருப்பதற்கான அபாயத்தைக் குறைப்பது அல்லது அடுத்தவர் பாதுகாப்புக் கவசத்தை விட்டு வெளியேறும் முன் பனிச் சரிவு அபாயத்தைக் குறைப்பது ஆகும். பாதைக்கு மேலேயும் கீழேயும் என்ன ஆபத்துகள் உள்ளன என்பதையும், எதிர்பாராத பனிச்சரிவின் விளைவுகள் (அதாவது, நிகழ வாய்ப்பில்லை, ஆனால் அது நடந்தால் அது ஆபத்தானது) என்பதையும் பாதை தேர்வு கருத்தில் கொள்ள வேண்டும். பாதுகாப்பான இடங்களில் மட்டும் நிறுத்தவும் அல்லது முகாமிடவும். புதைக்கப்பட்டால் தாழ்வெப்ப நிலையை தாமதப்படுத்த சூடான கியர் அணியுங்கள். தப்பிக்கும் வழிகளைத் திட்டமிடுங்கள். குழுவின் அளவை நிர்ணயிப்பதில், அபாயங்களை பாதுகாப்பாக நிர்வகிக்க குழுவில் அதிகமான உறுப்பினர்களைக் கொண்டிருப்பதால், மீட்புப் பணியை திறம்பட செயல்படுத்த போதுமான ஆட்கள் இல்லாததால் ஏற்படும் ஆபத்து. தனியாகப் பயணம் செய்ய வேண்டாம் என்று பொதுவாக பரிந்துரைக்கப்படுகிறது, ஏனென்றால் உங்கள் அடக்கம் மற்றும் மீட்புப் பணியைத் தொடங்க யாரும் இருக்க மாட்டார்கள். கூடுதலாக, பனிச்சரிவு ஆபத்து பயன்பாடு அதிகரிக்கிறது; அதாவது, பனிச்சறுக்கு வீரர்களால் ஒரு சாய்வு எவ்வளவு தொந்தரவு

செய்யப்படுகிறதோ, அவ்வளவு அதிகமாக பனிச்சரிவு ஏற்படும். பாதுகாப்பான இடங்கள், தப்பிக்கும் வழிகள் மற்றும் சாய்வுத் தேர்வுகள் பற்றிய முடிவுகளைத் தெளிவாகத் தொடர்பு கொள்வது மற்றும் பனிப் பயணம், பனிச்சரிவு மீட்பு மற்றும் வழியைக் கண்டறிதல் ஆகியவற்றில் ஒவ்வொரு உறுப்பினர்களின் திறமையையும் தெளிவாகப் புரிந்து கொள்வது உட்பட ஒரு குழுவிற்குள் நல்ல தகவல் தொடர்பு பயிற்சி மிகவும் முக்கியமானது.

இடர் காரணி விழிப்புணர்வு - பனிச்சரிவு பாதுகாப்பில் ஆபத்து காரணி விழிப்புணர்வு, பகுதியின் வானிலை வரலாறு, தற்போதைய வானிலை மற்றும் பனி நிலைமைகள் மற்றும் குழுவின் சமூக மற்றும் உடல் குறிகாட்டிகள் போன்ற பலதரப்பட்ட தகவல்களை சேகரித்தல் மற்றும் கணக்கிடுதல் தேவைப்படுகிறது.

தலைமை - பனிச்சரிவு நிலப்பரப்பில் தலைமைத்துவத்திற்கு கவனிக்கப்பட்ட ஆபத்து காரணிகளைப் பயன்படுத்தும் நன்கு வரையறுக்கப்பட்ட முடிவெடுக்கும் நெறிமுறைகள் தேவை. இந்த முடிவெடுக்கும் கட்டமைப்புகள் ஐரோப்பா மற்றும் வட அமெரிக்காவில் உள்ள தேசிய பனிச்சரிவு வள மையங்களால் வழங்கப்படும் பல்வேறு படிப்புகளில் கற்பிக்கப்படுகின்றன.

பனிச்சரிவு நிலப்பரப்பில் தலைமைத்துவத்திற்கு அடிப்படையானது புறக்கணிக்கப்பட்ட அல்லது கவனிக்கப்படாத தகவல்களை நேர்மையாக மதிப்பிடுவதும் ஆகும். பனிச்சரிவு ஈடுபாட்டிற்கு வழிவகுக்கும் வலுவான உளவியல் மற்றும் குழு இயக்கவியல் தீர்மானிப்பாளர்கள் இருப்பதாக சமீபத்திய ஆராய்ச்சி காட்டுகிறது.

சிறிய பனிச்சரிவுகள் கூட உயிருக்கு கடுமையான ஆபத்தை ஏற்படுத்துகின்றன, பனிச்சரிவைத் தவிர்க்கும் சரியான பயிற்சி பெற்ற மற்றும் பொருத்தப்பட்ட தோழர்களுடன் கூட. திறந்த வெளியில் புதைக்கப்பட்ட பாதிக்கப்பட்டவர்களில் 55 முதல் 65 சதவீதம் பேர் கொல்லப்படுகிறார்கள், மேலும் மேற்பரப்பில் எஞ்சியிருக்கும் பாதிக்கப்பட்டவர்களில் 80 சதவீதம் பேர் மட்டுமே உயிர் பிழைக்கிறார்கள்.

422 புதைக்கப்பட்ட பனிச்சறுக்கு வீரர்களின் அடிப்படையில் சுவிட்சர்லாந்தில் மேற்கொள்ளப்பட்ட ஆராய்ச்சி உயிர் வாழ்வதற்கான வாய்ப்புகள் எவ்வாறு குறைகின்றன என்பதைக் குறிக்கிறது.

மிக விரைவாக 15 நிமிடங்களுக்குள் 92 சதவீதத்திலிருந்து 35 நிமிடங்களுக்குப் பிறகு 30 சதவீதத்திற்கு மட்டுமே (பாதிக்கப்பட்டவர்கள் மூச்சுத் திணறலால் இறக்கின்றனர்)

இரண்டு மணி நேரத்திற்குப் பிறகு பூஜ்ஜியத்திற்கு அருகில் (பாதிக்கப்பட்டவர்கள் காயங்கள் அல்லது தாழ்வெப்பநிலை காரணமாக இறக்கின்றனர்)

(வரலாற்று ரீதியாக, உயிர் பிழைப்பதற்கான வாய்ப்புகள் 15 நிமிடங்களுக்குள் 85%, 30 நிமிடங்களுக்குள் 50%, ஒரு மணி நேரத்திற்குள் 20% என மதிப்பிடப்பட்டுள்ளது).

இதன் விளைவாக, பனிச்சரிவில் இருந்து தப்பிய அனைவரும் உதவி வரும் வரை காத்திருக்காமல், உடனடி தேடல் மற்றும் மீட்பு நடவடிக்கையில் பயன்படுத்தப்படுவது இன்றியமையாதது. உடனடித் தேடலுக்குப் பிறகும் (அதாவது குறைந்தது 30 நிமிட தேடலுக்குப் பிறகு) யாரேனும் பலத்த காயம் அடைந்திருந்தால் அல்லது இன்னும் கணக்கில் வரவில்லையா என்பதைத் தீர்மானிக்க முடிந்தவுடன் கூடுதல் உதவியை அழைக்கலாம். பிரான்ஸ் போன்ற ஒரு நல்ல வசதியுள்ள நாட்டில் கூட, ஹெலிகாப்டர் மீட்புக் குழு வருவதற்கு பொதுவாக 45 நிமிடங்கள் ஆகும். அந்த நேரத்தில் பாதிக்கப்பட்டவர்களில் பெரும்பாலோர் இறந்திருக்க வாய்ப்புள்ளது.

சில சமயங்களில் பனிச்சரிவில் பாதிக்கப்பட்டவர்கள் வசந்த காலத்தில் பனி உருகும் வரை அல்லது பல ஆண்டுகளுக்குப் பிறகு பனிப்பாறையிலிருந்து பொருட்கள் வெளிவரும் வரை இருப்ப தில்லை.

ஒரு குழுவில் உள்ள அனைவரும் நிலையான பனிச்சரிவு உபகரணங் களை எடுத்துச் செல்லும்போதும் பயன்படுத்தும்போதும், அதை எவ்வாறு பயன்படுத்துவது என்பது குறித்து பயிற்சியளித்தாலும் புதைக்கப்பட்ட பாதிக்கப்பட்டவர் உயிருடன் கண்டுபிடிக்கப் பட்டு மீட்கப்படுவதற்கான வாய்ப்புகள் அதிகரிக்கின்றன. ஒரு கலங்கரை விளக்கம், மண்வெட்டி மற்றும் ஆய்வு ஆகியவை துணை மீட்புக்காக எடுத்துச் செல்ல வேண்டிய குறைந்தபட்ச உபகரண மாகக் கருதப்படுகிறது. ஒழுங்கமைக்கப்பட்ட மீட்பு என்பது பனிச்சறுக்கு ரோந்து மற்றும் மலை மீட்புக் குழுக்களை உள்ளடக் கியது. மீட்புக் கருவிகள் மாற்றத்தை ஏற்படுத்தலாம், மேலும் 2010 ஆம் ஆண்டில் பனி மற்றும் பனிச்சறுக்கு பற்றிய ஆய்வுக்கான பிரெஞ்சு தேசிய சங்கம் (ANENA) அனைத்து ஆஃப்-பிஸ்ட் ஸ்கீயர் களும் பீக்கான்கள், ஆய்வுகள், மண்வெட்டிகள் மற்றும் ரெக்கோ பிரதிபலிப்பாளர்களை எடுத்துச் செல்ல வேண்டும் என்று பரிந்துரைத்தது.

பனிச்சரிவு கயிறுகளின் பயன்பாடு 20 ஆம் நூற்றாண்டின் முற்பகுதி யில் உள்ளது மற்றும் யூஜென் ஓர்டெல் என்ற பவேரிய மலையேறு பவர். யுனைடெட் ஸ்டேட்ஸில் 1908 ஆம் ஆண்டிலேயே கொலராடோ செய்தித்தாளில் - ஓரே ஹெரால்டில் (நவம்பர் 13) இந்த கருத்து பரிந்துரைக்கப்பட்டது - சான் ஜுவான் மலைகளில் உள்ள சுரங்கத் தொழிலாளர்கள் தங்கள் பயணங்களைப் பாதுகாப் பதற்காக 'பனிச்சரிவு ரிப்பன்களை' ஏற்றுக்கொள்வார்கள் என்ற பரிந்துரையை ஆசிரியர் திரும்பத் திரும்பச் சொன்னபோது. சுரங்கங்கள். கொள்கை எளிமையானது. பாதுகாக்கப்பட வேண்டிய நபரின் பெல்ட்டில் தோராயமாக 15 மீட்டர் நீளமுள்ள சிவப்பு வடம் (பாராசூட் தண்டு போன்றது) இணைக்கப்பட்டுள்ளது. அவர்கள் பனிச்சறுக்கு, பனிச்சறுக்கு அல்லது நடைபயிற்சி செய்யும்

போது, தண்டு அவர்களுக்குப் பின்னால் இழுக்கப்படுகிறது. நோக்கம் என்னவென்றால், ஒரு நபர் பனிச்சரிவில் புதைக்கப் பட்டால், ஒளி வடம் பனியின் மேல் இருக்கும். நிறம் காரணமாக, தண்டு தோழர்களுக்கு எளிதாகத் தெரியும். வணிக ரீதியான பனிச் சரிவு வடங்கள் பாதிக்கப்பட்டவரின் திசை மற்றும் நீளத்தைக் குறிக்கும் ஒவ்வொரு ஒன்று முதல் மூன்று மீட்டர் வரை உலோக அடையாளங்களைக் கொண்டுள்ளன.

பீக்கான்கள் கிடைப்பதற்கு முன்பு பனிச்சரிவு வடங்கள் பிரபலமாக இருந்தன, மேலும் வடங்கள் பயனுள்ள குறிப்பான்கள் என்று கருதப்பட்டாலும் அவற்றின் செயல்திறனுக்கான எந்த ஆதாரமும் இல்லை. 1970களில் Swiss Federal Institute for Snow and Avalanche Research (SLF) மெல்ச்சியர் சில்ட், 1944/45 முதல் 1973/74 வரையிலான 30 ஆண்டுகால சுவிஸ் பனிச்சரிவு விபத்துகள் மற்றும் மீட்புகளை மதிப்பாய்வு செய்தார். 2042 பனிச்சரிவு பாதிக்கப்பட்ட வர்களில், பனிச்சரிவு வடங்கள் பயன்படுத்தப்பட்ட ஏழு நிகழ்வு களை மட்டுமே அவர் கண்டறிந்தார் (மேலே குறிப்பிடப்பட்ட 2 உட்பட). ஐந்து நிகழ்வுகளில் வடத்தின் ஒரு பகுதி மேற்பரப்பில் தெரியும், ஆனால் பாதிக்கப்பட்டவரின் ஒரு பகுதியும் கூட. ஆறாவது வழக்கில் பாதிக்கப்பட்டவர் முற்றிலும் புதைக்கப் பட்டார், ஆனால் வடத்தின் ஒரு பகுதி தெரியும்; இந்த பாதிக்கப் பட்டவர் அதிர்ச்சியால் இறந்தார். ஏழாவது வழக்கில், முற்றிலும் புதைக்கப்பட்ட பனிச்சரிவு தண்டு ஒரு பனிச்சரிவு மீட்பு நாய் மூலம் கண்டுபிடிக்கப்பட்டது, இருப்பினும், தண்டு பாதிக்கப்பட்டவரிட மிருந்து பிரிக்கப்பட்டது. மேலும் அவரது உடல் மிகவும் பின்னர் கண்டுபிடிக்கப்பட்டது.

நாக்ஸ் வில்லியம்ஸ் மற்றும் பெட்ஸி ஆம்ஸ்ட்ராங்கின் 1986 ஆம் ஆண்டு 'தி அவலாஞ்ச் புக்' இல், 1970களின் முற்பகுதியில் ஒரு ஆய்வை மேற்கோள் காட்டியுள்ளனர், அதில் பனிச்சரிவு வடங்கள் மணல் மூட்டை டம்மிகளில் சோதிக்கப்பட்டன. பனிச்சரிவுகளைத் தூண்டுவதற்கு வெடிபொருட்கள் பயன்படுத்தப்பட்ட செங்குத்தான சரிவுகளில் டம்மிகள் வைக்கப்பட்டன. தண்டுகளின் ஒரு பகுதி 40%

நேரம் மட்டுமே மேற்பரப்பில் இருந்ததாக சோதனைகள் காட்டுகின்றன. மற்ற 60% நேரம் டம்மியுடன் தண்டு முழுவதுமாக புதைக்கப்பட்டது. பொதுவாக தண்டு டம்மியைச் சுற்றி வளைந்திருக்கும். 1975 ஆம் ஆண்டில், சர்வதேச அறக்கட்டளை வன்னி ஐஜென்மேன் நடத்திய பனிச்சரிவு மீட்பு நிபுணர்களின் கருத்தரங்கில், 'இந்த முடிவுகளின் அடிப்படையில் பனிச்சரிவு தண்டு இனி நம்பகமானதாக கருத முடியாது' என்று ஷில்ட் முடித்தார்.

யுனைடெட் ஸ்டேட்ஸில் இரண்டு விபத்துக்கள் நடந்துள்ளன. ஐந்து பேர் புதைக்கப்பட்ட பாதிக்கப்பட்டவர்கள், அனைவரும் பனிச்சரிவு கயிறுகளை அணிந்திருந்தனர். ஒரு விபத்தில், ஒரு பனிச்சரிவு தண்டு மேற்பரப்பில் இருந்தது. இரண்டாவது விபத்தில் ஐந்து பனிச்சறுக்கு மலையேறுபவர்கள் கயிறுகள் பொருத்தப்பட்டதால் பனிச்சரிவு ஏற்பட்டது. ஒரு சறுக்கு வீரர் ஓரளவு புதைக்கப்பட்டார், ஆனால் அவரது நான்கு நண்பர்கள் மற்றும் கயிறுகள் முற்றிலும் புதைக்கப்பட்டன. மிதமான பனி மற்றும் உயிர் பிழைத்தவரின் கண்கண்ணாடிகள் இழப்பு நிலைமையை மோசமாக்கியது. சில நாட்களில் தேடுதல் பணி நிறுத்தப்பட்டது. நால்வரும் பல மாதங்களுக்குப் பிறகு, இணைக்கப்பட்ட கயிறுகளுடன் கூடிய அவர்களின் உடல்கள் பனியில் இருந்து உருகிய பின்னர் கண்டுபிடிக்கப்பட்டன. ஒரு பாதிக்கப்பட்டவரின் உடலில் தண்டு இறுக்கமாகச் சுற்றியிருந்தது.

கட்சியின் ஒவ்வொரு உறுப்பினருக்கும் அவை சாதாரண பயன்பாட்டில் 457kHz ரேடியோ சிக்னல் வழியாக 'பீப்' ஒலியை வெளியிடுகின்றன. ஆனால் 80 மீட்டர் தொலைவில் புதைக்கப்பட்ட பாதிக்கப்பட்டவரைக் கண்டறிய ரிசீவ் மோடுக்கு மாறலாம். அனலாக் ரிசீவர்கள் கேட்கக்கூடிய பீப்களை வழங்குகின்றன, அவை பாதிக்கப்பட்டவரின் தூரத்தை மதிப்பிடுவதற்காக மீட்புப் பணியாளர்கள் விளக்குகின்றன. ரிசீவரை திறம்பட பயன்படுத்த வழக்கமான பயிற்சி தேவை. பீப்பர்களின் சில பழைய மாடல்கள் வேறு அதிர்வெண்ணில் (2.275 kHz) இயக்கப்படுகின்றன. மேலும் இவை இனி பயன்பாட்டில் இல்லை என்பதை ஒரு குழுத் தலைவர் உறுதிப்படுத்த வேண்டும்.

ஏறக்குறைய 2000 ஆம் ஆண்டிலிருந்து கிட்டத்தட்ட அனைத்து பனிச்சரிவு மீட்பு டிரான்ஸ்ஸீவர்களும் பாதிக்கப்பட்டவர்களுக்கு திசை மற்றும் தூரத்தின் காட்சி அறிகுறிகளை வழங்க டிஜிட்டல் டிஸ்ப்ளேக்களைப் பயன்படுத்துகின்றன. பெரும்பாலான பயனர்கள் இந்த பீக்கான்களைப் பயன்படுத்துவதை எளிதாகக் காண்கிறார்கள், ஆனால் பயனுள்ளதாக இருக்க இன்னும் பயனரின் கணிசமான பயிற்சி தேவைப்படுகிறது. பீக்கான்கள் துணை மீட்புக்கான முதன்மை மீட்புக் கருவியாகும். மேலும் அவை செயலில் உள்ள சாதனங்களாகக் கருதப்படுகின்றன, ஏனெனில் பயனர் தங்கள் சாதனத்தைப் பயன்படுத்தவும் பராமரிக்கவும் கற்றுக்கொள்ள வேண்டும்.

பனிச்சரிவு டிரான்ஸ்ஸீவர்கள் இருவழி தொடர்பு தொழில்நுட்பங் களைப் பயன்படுத்தி ஸ்மார்ட்போன் பனிச்சரிவு தேடல் பயன் பாடுகள் என்று தங்களை அழைக்கும் பல ஸ்மார்ட்போன் பயன் பாடுகளுடன் குழப்பமடையக்கூடாது. கட்சியின் ஒவ்வொரு

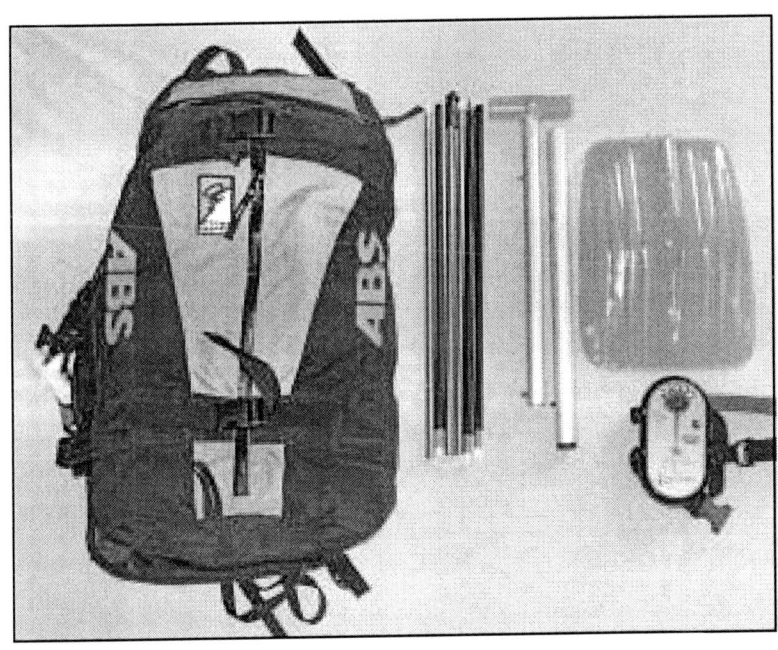

உறுப்பினரும் பனிச்சரிவு டிரான்ஸ்ஸீவர் பொருத்தப்பட்டிருக்க வேண்டும்.

பல கெஜங்கள் / மீட்டர் ஆழத்தில் பாதிக்கப்பட்டவரின் சரியான இடத்தைக் கண்டறிய, போர்ட்டபிள் (மடிக்கக்கூடிய) ஆய்வுகள் பனியில் ஆய்வு செய்ய நீட்டிக்கப்படலாம். பல பாதிக்கப்பட்ட வர்கள் புதைக்கப்படும்போது, மீட்பு வரிசையை தீர்மானிக்க ஆய்வுகள் பயன்படுத்தப்பட வேண்டும், அவர்கள் உயிர் பிழைப்பதற்கான மிகப்பெரிய வாய்ப்பு இருப்பதால், ஆழம் குறைந்தவை முதலில் தோண்டி எடுக்கப்படுகின்றன.

ஒரு கலங்கரை விளக்கமின்றி பாதிக்கப்பட்டவரை ஒரு முழுமை யான தேடுதல் மேற்கொள்ளப்பட்டால், ஆய்வு மிகவும் நேரத்தை எடுத்துக் கொள்ளும் செயல்முறையாக இருக்கும். அமெரிக்காவில், ஆய்வு மூலம் கண்டுபிடிக்கப்பட்ட 140 பாதிக்கப்பட்டவர்களில் 86% பேர் (1950 முதல்) ஏற்கனவே இறந்து விட்டனர். 2 மீட்ட ருக்கும் அதிகமான ஆழத்தில் உயிர் வாழ்வது / மீட்பது அரிது (சுமார் 4%). பீக்கான் தேடலுடன் ஒருங்கிணைந்து, மேற்பரப்பு துப்புகளுக் கான காட்சி தேடலுக்குப் பிறகு உடனடியாக ஆய்வுகள் பயன் படுத்தப்பட வேண்டும்.

ஸ்னோபேக் தளர்வான தூள் கொண்டதாக இருந்தாலும், பனிச் சரிவு குப்பைகள் கடினமாகவும், அடர்த்தியாகவும் இருக்கும். பனிச்சரிவின் ஆற்றல் பனி உருகுவதற்கு காரணமாகிறது, மேலும் அது நின்றவுடன் குப்பைகள் உடனடியாக உறைகின்றன.

பாதிக்கப்பட்டவருக்கு பனியை தோண்டுவதற்கு மண்வெட்டிகள் அவசியம், ஏனெனில் பனி பெரும்பாலும் கைகள் அல்லது ஸ்கிஸ் மூலம் தோண்டுவதற்கு மிகவும் அடர்த்தியாக இருக்கும். ஒரு பெரிய வலுவான ஸ்கூப் மற்றும் உறுதியான கைப்பிடி முக்கியம். பிளாஸ்டிக் பாரம்பரிய பனி மண்வெட்டிகள் அடிக்கடி உடைக்கப் படுகின்றன, அதே சமயம் உலோகம் தோல்விக்கு குறைவாகவே உள்ளது.

பனிச்சரிவு பாதிக்கப்பட்டவரின் அகழ்வாராய்ச்சி மிகவும் நேரத்தை எடுத்துக் கொள்ளும் மற்றும் பல புதைக்கப்பட்ட பாதிக்கப்

பட்டவர்கள் அடைவதற்கு முன்பே மூச்சுத் திணறல் ஏற்படுவதால், திணிப்பு நுட்பம் மீட்புக்கு இன்றியமையாத அங்கமாகும்.

பெரிய சுமைகளைத் தாங்கும் பலவீனமான அடுக்குகள் போன்ற மறைந்திருக்கும் ஆபத்துக்களுக்கான பனிப்பொதியை மதிப்பிடுவதன் ஒரு பகுதியாக, மண்வெட்டிகள் பனிக்குழிகளைத் தோண்டுவதற்கும் பயனுள்ளதாக இருக்கும்.

உலகெங்கிலும் உள்ள ஒழுங்கமைக்கப்பட்ட மீட்பு சேவைகளால் ரெக்கோ அமைப்பு பயன்படுத்தப்படுகிறது. ரெக்கோ அமைப்பு என்பது இரண்டு-பகுதி அமைப்பாகும், இதில் மீட்புக் குழு ஒரு சிறிய கையடக்க டிடெக்டரைப் பயன்படுத்துகிறது. டிடெக்டர் ஒரு திசை சமிக்ஞையைப் பெறுகிறது, இது ஒரு சிறிய, செயலற்ற, டிரான்ஸ்பாண்டரில் இருந்து பிரதிபலிக்கிறது, இது வெளிப்புற ஆடைகள், பூட்ஸ், ஹெல்மெட்கள் மற்றும் உடல் பாதுகாப்பு ஆகிய வற்றில் சேர்க்கப்பட்டுள்ளது. ரெக்கோ பிரதிபலிப்பான்கள் பனிச்சரிவு பீக்கான்களுக்கு மாற்றாக இல்லை. ரெக்கோ சிக்னல் பீக்கான் களில் தலையிடாது. உண்மையில், தற்போதைய ரெக்கோ டிடெக்டரில் ஒரு பனிச்சரிவு பீக்கான் ரிசீவர் (457 வகூழிகு) உள்ளது, எனவே ஒரு மீட்பவர் ஒரே நேரத்தில் ரெக்கோ சிக்னலையும் பீக்கான் சிக்னலையும் தேடலாம்.

சமீபத்தில், பனிச்சரிவு நிலப்பரப்பில் பயன்படுத்த Avalung என்ற சாதனம் அறிமுகப்படுத்தப்பட்டது. சாதனம் ஒரு வாய் துண்டு, ஒரு மடல் வால்வு, ஒரு வெளியேற்ற குழாய் மற்றும் ஒரு காற்று சேகரிப்பான் ஆகியவற்றைக் கொண்டுள்ளது. Avalung இன் பல மாதிரிகள் ஒருவரின் மார்பில் ஏற்றப்படும் அல்லது தனியுரிம முதுகுப் பையில் ஒருங்கிணைக்கப்படும்.

ஒரு பனிச்சரிவு புதைக்கப்படும் போது, அதிர்ச்சியால் கொல்லப் படாத பாதிக்கப்பட்டவர்கள் பொதுவாக மூச்சுத் திணறலால் பாதிக்கப்படுகின்றனர். ஏனெனில் பாதிக்கப்பட்டவரின் சுவாசத்தின் வெப்பத்தால் அவர்களைச் சுற்றியுள்ள பனி உருகி பின்னர் உறைந்து, பாதிக்கப்பட்டவருக்கு ஆக்ஸிஜன் ஓட்டத்தை தடை செய்து, $CO_2$ இன் நச்சு அளவுகளை குவிக்க அனுமதிக்கிறது. Avalung இந்த

நிலைமையை சீர்படுத்துகிறது, முன்னால் ஒரு பெரிய பரப்பளவில் மூச்சை இழுத்து, சூடான வெளியேற்றப்பட்ட கார்பன் டை ஆக்சைடை பின்னால் தள்ளுகிறது. இது பாதிக்கப்பட்டவரை தோண்டி எடுப்பதற்கு மீட்பவர்களுக்கு கூடுதல் நேரத்தை வாங்கு கிறது.

பனிச்சரிவு காற்றுப்பைகள் ஒரு நபரை புதைப்பதைத் தவிர்க்க உதவுகின்றன, இது பயனரை நகரும் பனியுடன் ஒப்பிடும்போது இன்னும் பெரிய பொருளாக மாற்றுகிறது, இது நபரை மேற்பரப்பை நோக்கித் தள்ளுகிறது. பனிச்சரிவு ஏர்பேக்குகள் தலைகீழ் பிரித்தல் (சிறுமணி வெப்பச்சலனம்) கொள்கையில் வேலை செய்கின்றன. பனிச்சரிவுகள், கலந்த கொட்டைகள் மற்றும் காலை உணவு தானியங்கள் சிறுமணிப் பொருட்களாகக் கருதப்படுகின்றன மற்றும் திரவம் போன்ற (ஆனால் திரவங்கள் அல்ல) நடந்து கொள்கின்றன, அங்கு சிறிய துகள்கள் ஓட்டத்தின் அடிப்பகுதியில் குடியேறுகின்றன மற்றும் பெரிய துகள்கள் மேலே எழுகின்றன. ஏர்பேக் சரியாக பயன்படுத்தப்பட்டால், முழுமையாக அடக்கம் செய்யப்படுவதற் கான வாய்ப்புகள் கணிசமாகக் குறைக்கப்படுகின்றன.

சமீபத்திய ஆண்டுகளில் ஃப்ரீரைடிங் மிகவும் பிரபலமாகி வருவ தால், பனிச்சரிவு ஏர்பேக்குகள் (ஒப்பீட்டளவில்) பொதுவாகப் பயன்படுத்தப்படும் உபகரணங்களாக மாறிவிட்டன, ஒரு ஜெர்மன் தயாரிப்பாளர் 2012/13 குளிர்காலத்தில் 20,000 க்கும் மேற்பட்ட விற்பனையைப் புகாரளித்தார். ஒரு சிக்கல் என்னவென்றால், சிறிய வெடிமருந்துகள் அல்லது காற்றுப்பையை நிலைநிறுத்தக்கூடிய சுருக்கப்பட்ட காற்று குப்பிகள் ஒரு வணிக விமானத்தில் பறப்பதற் காக வெறுமையாக்கப்பட வேண்டும் அல்லது செலவழிக்கப்பட வேண்டும்.

சர்வதேச விமானப் போக்குவரத்துக் கழகம் சார்ஜ் செய்யப்பட்ட சாதனங்களை எடுத்துச் செல்வதற்கு ஒப்புதல் அளித்திருந்தாலும், அமெரிக்க போக்குவரத்து பாதுகாப்பு நிர்வாகம் அவற்றை வெளி யேற்ற வேண்டும் என்று கோருகிறது. இந்த காரணத்திற்காக, விமானத்தில் பயணம் செய்யும் சில பயனர்கள் ஒரு புதிய

டப்பாவை வாங்குகிறார்கள் அல்லது வந்த பிறகு காலியானதை நிரப்புகிறார்கள்.

2014 ஆம் ஆண்டில், ஒரு நிறுவனம் தனது 200-லிட்டர் (7.1 கியூ அடி) பையை சுமார் 3.5 வினாடிகளில் உயர்த்துவதற்கு பேட்டரியில் இயங்கும் விசிறியைப் பயன்படுத்தும் ஏர்பேக் அமைப்பை அறிமுகப்படுத்தியது. சுருக்கப்பட்ட வாயுவைப் பயன்படுத்துவதைத் தவிர்ப்பது பயணக் கட்டுப்பாடுகளில் உள்ள சிக்கல்களைத் தவிர்ப் பதற்காகக் கூறப்படுகிறது. உற்பத்தியாளர் கணினிக்கு பல நன்மை களைக் கூறுகிறார், அதாவது எளிதாகவும் மீண்டும் மீண்டும் சோதிக்கும் திறன், தொடர்ந்து இயங்கும் விசிறியின் திறன், காற்றுப் பையில் பஞ்சர் அல்லது சிறிய கிழிந்தாலும் கூட அதை உயர்த்தாமல் வைத்திருக்கும் திறன் மற்றும் பை எளிதாக நீக்கி மீண்டும் பேக் செய்ய முடியும், தேவைப்பட்டால் இரண்டாவது வரிசைப்படுத்த லுக்கு கணினி கிடைக்கும்.

மேலும் பல பின்நாடு சாகசக்காரர்கள் சேட்டிலைட் எலக்ட்ரானிக் அறிவிப்பு சாதனங்களையும் எடுத்துச் சென்று, சிக்கலைக் காப்பாற்று பவர்களை விரைவாக எச்சரிக்கின்றனர். இந்தச் சாதனங்களில் ஸ்பாட் மெசஞ்சர், எமர்ஜென்சி பொசிஷன்-இன்டிகேட்டிங் ரேடியோ பெக்கான் (ஈபிஆர்பி) அல்லது குளோபல் பொசிஷனிங் சிஸ்டம் (ஜிபிஎஸ் ) உள்ள பர்சனல் லோகேட்டிங் பீக்கான்கள் (பிஎல்பி) ஆகியவை அடங்கும். இந்தச் சாதனம் அவசரநிலை மற்றும் பொதுவான இருப்பிடம் (100 கெஜங்களுக்குள்) தேடுதல் மற்றும் மீட்புக்கு விரைவாகத் தெரிவிக்கும். ஆனால் EPIRB உடைய நபர் பனிச்சரிவில் இருந்து தப்பித்து சாதனத்தைச் செயல்படுத்தினால் மட்டுமே. உயிர் பிழைத்தவர்கள் அவசரகால பணியாளர்களுக்குத் தெரிவிக்க மொபைல் ஃபோனைப் பயன்படுத்த முயற்சிக்க வேண்டும். மேலே குறிப்பிட்டுள்ள மற்ற சாதனங்களைப் போலன்றி, மொபைல் ஃபோன் (அல்லது செயற்கைக்கோள் தொலைபேசி) மீட்பவர்களுடன் இருவழித் தொடர்புகளை வழங்குகிறது.

ஆன்-சைட் மீட்பர்கள் (பொதுவாக துணைவர்கள்) புதைக்கப்பட்ட பாதிக்கப்பட்டவரை காப்பாற்ற சிறந்த நிலையில் உள்ளனர்.

இருப்பினும், புதைக்கப்பட்ட பாதிக்கப்பட்டவரைத் தேடுவதில் உதவ ஒழுங்கமைக்கப்பட்ட மீட்புக் குழுக்கள் சில நேரங்களில் மிக விரைவாக பதிலளிக்கலாம். விரைவில் ஒழுங்கமைக்கப்பட்ட மீட்பு அறிவிக்கப்படும், அவர்கள் விரைவில் பதிலளிக்க முடியும், மேலும் இந்த வேறுபாடு மோசமாக காயமடைந்த நோயாளியின் வாழ்க்கை அல்லது இறப்பதில் உள்ள வித்தியாசத்தைக் குறிக்கும்.

அல்பைன் மீட்புக்கான சர்வதேச ஆணையம் பரிந்துரைக்கிறது, முன்கூட்டியே அறிவிப்பு அவசியம், எ.கா. மொபைல் போன், செயற்கைக்கோள் தொலைபேசி அல்லது வானொலி மூலம், முடிந்தவரையில் பனிச்சரிவு பந்துகள், உள்ளாடைகள் மற்றும் ஏர்பேக்குகள் போன்ற பிற மீட்பு சாதனங்கள் முன்மொழியப்பட்டு, உருவாக்கப்பட்டு பயன்படுத்தப்படுகின்றன, புதைக்கப்பட்ட இடத்தின் ஆழம் குறைவது உயிர்வாழ்வதற்கான வாய்ப்புகளை அதிகரிக்கிறது என்பதைக் குறிக்கும் புள்ளி விவரங்களின் அடிப்படையில்.

திறமையற்றதாக இருந்தாலும், சில மீட்பு உபகரணங்களை ஆயத்தமில்லாத தரப்பினரால் மேம்படுத்தலாம். ஸ்கை துருவங்கள் குறுகிய ஆய்வுகளாக மாறலாம், ஸ்கைஸ் அல்லது ஸ்னோபோர்டுகளை மண்வெட்டிகளாகப் பயன்படுத்தலாம். முதலுதவி பெட்டி மற்றும் உபகரணங்கள், தாழ்வெப்பநிலைக்கு கூடுதலாக, வெட்டுக்கள், உடைந்த எலும்புகள் அல்லது பிற காயங்கள் உள்ள உயிர் பிழைத்தவர்களுக்கு உதவுவதற்கு பயனுள்ளதாக இருக்கும்.

சுய மீட்பு என்பது பனிச்சரிவில் சிக்கியவர்கள் தங்களைத் தாங்களே தோண்டி அல்லது பனி உருகிய பிறகு தப்பிக்கும் செயல்முறை யாகும். பாதிக்கப்பட்டவர் பொதுவாக பனியால் 'சமாதியில்' இருப்பதாலும் நகரவே முடியாமல் இருப்பதாலும் சுய-மீட்பு அரிதானது.

இருப்பினும், பனிச்சரிவு சிறியதாக இருந்தால், அல்லது பாதிக்கப் பட்டவர் மேற்பரப்புக்கு அருகில் புதைக்கப்பட்டிருந்தால், அல்லது பனிச்சரிவு குப்பைகள் மென்மையாக இருந்தால், பாதிக்கப்பட்ட வர்கள் தங்களைத் தாங்களே தோண்டி எடுக்க முடியும். தங்களைத்

தாங்களே தோண்டி எடுக்க முயற்சிக்கும்போது, பாதிக்கப் பட்டவர்கள் பொதுவாக எந்த வழியைக் கண்டறிவது கடினம்.

ஒரு பொதுவான கட்டுக்கதை என்னவென்றால், பனியில் மூடி யிருக்கும்போது எச்சில் துப்புவது பாதிக்கப்பட்டவருக்கு மேல் நோக்கி செல்லும் திசையை தீர்மானிக்க உதவும். பனி மூடியிருக்கும் போது எச்சில் துப்புவது உதவாது, ஏனெனில் பனி படிந்தவுடன், அது திடமாகிறது மற்றும் இயக்கம் பெரும்பாலும் சாத்தியமில்லை. சில சந்தர்ப்பங்களில், பனி உருகத் தொடங்கும், மேலும் அது கரைந்த பிறகு பாதிக்கப்பட்டவர் பனியிலிருந்து விடுவிக்கப்படலாம்.

தோழமை மீட்பு என்பது பாதிக்கப்பட்டவர்களை அவர்களது குழுவின் மற்ற உறுப்பினர்களால் காப்பாற்றப்படும்போது தொழில் முறை மற்றும் தன்னார்வ மீட்புக் குழுக்கள் ஈடுபடும்போது, செயல்முறை ஒழுங்கமைக்கப்பட்ட மீட்பு என்று குறிப்பிடப்படு கிறது. ஒழுங்கமைக்கப்பட்ட மீட்பு விஷயத்தில், புதைக்கப்பட்ட பாதிக்கப்பட்டவர்களைக் கண்டுபிடித்து வெளிக்கொணர முதல் குழுக்கள் வேகமாகவும் இலகுவாகவும் பயணிக்கின்றன.

இந்த குழுக்கள் மீட்பு நாய்கள் மற்றும் RECCO டிடெக்டர்கள் மற்றும் அவசரகால பராமரிப்பு கருவிகள் உட்பட அடிப்படை மீட்பு உபகரணங்களை கொண்டு செல்கின்றன. இந்த மீட்பவர்கள் பொதுவாக நீண்டகால நடவடிக்கைகளுக்குத் தகுதியற்றவர்கள்.

பனிச்சரிவு சம்பவத்தின் முதல் எச்சரிக்கையின் பேரில், மீட்புத் தலைவர், மீட்புப் பணியாளர்கள் மற்றும் நோயாளிகள் இருவருக்கும் போக்குவரத்தை ஏற்பாடு செய்ய ஒரு குழுவை நியமிப்பார். மீட்புத் தலைவர்கள் தேடுதல் மற்றும் மீட்பு நடவடிக்கையின் சிக்கலான தன்மையை மதிப்பிட்டு, ஆதரவின் தேவைகளைத் தீர்மானிப்பார்கள்.

பாதிக்கப்பட்டவர்களின் எண்ணிக்கை, பனிச்சரிவு ஆபத்து, வானிலை, நிலப்பரப்பு, அணுகல், மீட்பவர்களின் இருப்பு போன்ற வற்றைப் பொறுத்து ஒவ்வொரு சம்பவமும் வேறுபட்டது. மக்கள் மற்றும் உபகரணங்களின் பொருத்தமான ஆதாரங்களைப் பெறுதல், வளங்களைக் கொண்டு செல்வது, மீட்பவர்களைக் கவனிப்பது மற்றும் மாற்றுவது ஆகியவை ஆதரவில் அடங்கும்.

யுனைடெட் ஸ்டேட்ஸில், சம்பவ கட்டளை அமைப்பின் (ICS) கீழ் பனிச்சரிவு உட்பட தேடல் மற்றும் மீட்பு நடவடிக்கைகளை நிர்வகிக்க அனைத்து நிறுவனங்களும் கட்டாயப்படுத்தப்பட்டுள்ளன.

பனிச்சரிவுகள் மற்றும் பனிச்சரிவு பாதைகள் பொதுவான கூறு களைப் பகிர்ந்து கொள்கின்றன: பனிச்சரிவு உருவாகும் தொடக்க மண்டலம், பனிச்சரிவு பாயும் ஒரு பாதை மற்றும் பனிச்சரிவு ஓய் வெடுக்கும் ஒரு ரன்அவுட் மண்டலம். குப்பைகள் வைப்புத் தொகையானது, ரன்-அவுட் மண்டலத்தில் ஓய்வெடுக்க வந்தவுடன் பனிச்சரிவு பனியின் திரட்டப்பட்ட வெகுஜனமாகும். இந்த பனிச்சரிவு பாதையில் ஒவ்வொரு ஆண்டும் பல சிறிய பனிச்சரிவுகள் உருவாகின்றன. ஆனால் இந்த பனிச்சரிவுகளில் பெரும்பாலானவை பாதையின் முழு செங்குத்து அல்லது கிடைமட்ட நீளத்தை இயக்கு வதில்லை. ஒரு குறிப்பிட்ட பகுதியில் பனிச்சரிவுகள் உருவாகும் அதிர்வெண் திரும்பும் காலம் என அழைக்கப்படுகிறது.

பனிச்சரிவின் தொடக்கப் பகுதியானது, ஒருமுறை இயக்கத்தில் பனியை துரிதப்படுத்த அனுமதிக்கும் அளவுக்கு செங்குத்தானதாக இருக்க வேண்டும், கூடுதலாக குவிந்த சரிவுகள், பனி அடுக்குகளின் இழுவிசை வலிமைக்கும் அவற்றின் அழுத்த வலிமைக்கும் இடையே உள்ள ஏற்றத்தாழ்வு காரணமாக குழிவான சரிவுகளைக் காட்டிலும் குறைவான நிலையானதாக இருக்கும். ஸ்னோ பேக்கிற்கு அடியில் உள்ள தரை மேற்பரப்பின் கலவை மற்றும் அமைப்பு ஸ்னோ பேக்கின் நிலைத்தன்மையை பாதிக்கிறது, இது வலிமை அல்லது பலவீனத்தின் ஆதாரமாக உள்ளது. பனிச்சரிவுகள் மிகவும் அடர்ந்த காடுகளில் உருவாக வாய்ப்பில்லை. ஆனால் கற்பாறைகள் மற்றும் அரிதாக விநியோகிக்கப்பட்ட தாவரங்கள் வலுவான வெப்பநிலை சாய்வுகளை உருவாக்குவதன் மூலம் பனிப்பொழிவுக்குள் ஆழமான பலவீனமான பகுதிகளை உருவாக்கலாம். புல் அல்லது பாறைப் பலகைகள் போன்ற மென்மையான தரையுடன் கூடிய சரிவுகளில் முழு ஆழமான பனிச்சரிவுகள் (பனி மூடிய சரிவைத் துடைக்கும் பனிச்சரிவுகள்) மிகவும் பொதுவானவை.

பொதுவாக, பனிச்சரிவுகள் வடிகால்களை கீழ்நோக்கி பின்தொடர் கின்றன, அடிக்கடி வடிகால் அம்சங்களை கோடைகால நீர்நிலை களுடன் பகிர்ந்து கொள்கின்றன. மரக் கோட்டிற்கு கீழே மற்றும் வடிகால் வழியாக பனிச்சரிவு பாதைகள் டிரிம் கோடுகள் எனப்படும் தாவர எல்லைகளால் நன்கு வரையறுக்கப்படுகின்றன. பனிச் சரிவுகள் மரங்களை அகற்றி, பெரிய தாவரங்கள் மீண்டும் வளர் வதைத் தடுக்கின்றன. கிக்கிங் ஹார்ஸ் பாஸில் உள்ள ஸ்டீபன் மலையில் பனிச்சரிவு அணை போன்ற பொறிக்கப்பட்ட வடிகால், பனிச்சரிவுகளின் ஓட்டத்தைத் திருப்பி விடுவதன் மூலம் மக்களை யும் சொத்துக்களையும் பாதுகாக்க கட்டப்பட்டுள்ளன. பனிச்சரிவு களிலிருந்து வரும் ஆழமான குப்பைகள், பள்ளங்கள் மற்றும் ஆற்றுப் படுகைகள் போன்ற ரன் அவுட்டின் டெர்மினஸில் உள்ள நீர்ப் பிடிப்புகளில் சேகரிக்கப்படும்.

25 டிகிரிக்கு மேல் தட்டையான அல்லது 60 டிகிரிக்கு மேல் செங்குத் தான சரிவுகளில் பொதுவாக பனிச்சரிவுகள் குறைவாக இருக்கும்.

பனியின் கோணம் 35 முதல் 45 டிகிரி வரை இருக்கும் போது மனிதனால் தூண்டப்படும் பனிச்சரிவுகள் மிகப்பெரிய நிகழ்வுகளைக் கொண்டிருக்கின்றன. முக்கியமான கோணம், மனிதனால் தூண்டப்படும் பனிச்சரிவுகள் அடிக்கடி நிகழும் கோணம் 38 டிகிரி ஆகும். மனிதனால் தூண்டப்படும் பனிச்சரிவுகளின் நிகழ்வுகள் பொழுதுபோக்கு பயன்பாட்டின் விகிதங்களால் இயல்பாக்கப்படும் போது, ஆபத்து சாய்வு கோணத்துடன் ஒரே மாதிரியாக அதிகரிக்கிறது. மேலும் கொடுக்கப்பட்ட வெளிப்பாடு திசையில் ஆபத்தில் குறிப்பிடத்தக்க வேறுபாட்டைக் காண முடியாது.

பனிப்பொழிவு குளிர்காலத்தில் குவிந்து கிடக்கும் தரை-இணை அடுக்குகளால் ஆனது. ஒவ்வொரு அடுக்கிலும் பனிக்கட்டிகள் உள்ளன, அவை பனி உருவாகி டெபாசிட் செய்யப்பட்ட தனித்துவமான வானிலை நிலைகளின் பிரதிநிதிகளாகும். ஒருமுறை படிந்த பிறகு, படிந்த பிறகு நிலவும் வானிலை நிலைமைகளின் செல்வாக்கின் கீழ் ஒரு பனி அடுக்கு தொடர்ந்து உருவாகிறது.

ஒரு பனிச்சரிவு ஏற்படுவதற்கு, ஒரு பனிப் பொதியானது ஒரு பலமான பனி அடுக்குக்கு கீழே பலவீனமான அடுக்கு (அல்லது உறுதியற்ற தன்மை) இருப்பது அவசியம். நடைமுறையில் ஸ்னோ பேக் உறுதியற்ற தன்மையுடன் தொடர்புடைய முறையான இயந்திர மற்றும் கட்டமைப்பு காரணிகள் ஆய்வகங்களுக்கு வெளியே நேரடியாகக் காணப்படுவதில்லை, எனவே பனி அடுக்குகளின் (எ.கா. ஊடுருவல் எதிர்ப்பு, தானிய அளவு, தானிய வகை, வெப்பநிலை) மிக எளிதாகக் காணக்கூடிய பண்புகள் குறியீட்டு அளவீடுகளாகப் பயன்படுத்தப்படுகின்றன. பனியின் இயந்திர பண்புகள் (எ.கா. இழுவிசை வலிமை, உராய்வு குணகங்கள், வெட்டு வலிமை மற்றும் நீர்த்துப்போகும் வலிமை). இது பனி கட்டமைப்பின் அடிப்படையில் ஸ்னோ பேக் நிலைத்தன்மையை தீர்மானிப்பதில் நிச்சயமற்ற இரண்டு முக்கிய ஆதாரங்களை விளைவிக்கிறது: முதலாவதாக, பனி நிலைத்தன்மையை பாதிக்கும் காரணிகள் மற்றும் ஸ்னோபேக்கின் குறிப்பிட்ட பண்புகள் ஆகியவை சிறிய பகுதிகள் மற்றும் நேர அளவீடுகளுக்குள் பரவலாக வேறுபடுகின்றன. இதன் விளைவாக பனியின் புள்ளி அவதானிப்பு

களை விரிவுபடுத்துவதில் குறிப்பிடத்தக்க சிரமம் ஏற்படுகிறது. இடம் மற்றும் நேரத்தின் வெவ்வேறு அளவுகளில் அடுக்குகள். இரண்டாவ தாக, உடனடியாகக் காணக்கூடிய ஸ்னோபேக் பண்புகள் மற்றும் ஸ்னோபேக்கின் முக்கியமான இயந்திர பண்புகளுக்கு இடையே யான தொடர்பு முழுமையாக உருவாக்கப்படவில்லை.

ஸ்னோபேக் குணாதிசயங்கள் மற்றும் ஸ்னோபேக் நிலைத் தன்மை ஆகியவற்றுக்கு இடையேயான உறுதியான உறவு இன்னும் விஞ்ஞான ஆய்வுக்கு உட்பட்டது என்றாலும், பனிச்சரிவு ஏற்படு வதற்கான சாத்தியக்கூறுகளை பாதிக்கும் பனி கலவை மற்றும் படிவு பண்புகள் பற்றிய அனுபவ ரீதியான புரிதல் உள்ளது. புதிதாக விழும் பனி அதன் அடியில் உள்ள பனி அடுக்குகளுடன் பிணைக்க நேரம் தேவை என்று கவனிப்பு மற்றும் அனுபவம் காட்டுகிறது, குறிப்பாக புதிய பனி மிகவும் குளிர் மற்றும் வறண்ட நிலையில் விழுந்தால். சுற்றுப்புறக் காற்றின் வெப்பநிலை போதுமான அளவு குளிராக இருந்தால், பாறைகள், தாவரங்கள் மற்றும் சரிவில் உள்ள பிற இடை நிறுத்தங்களுக்கு மேலே அல்லது சுற்றி ஆழமற்ற பனி, ஒரு முக்கிய மான வெப்பநிலை சாய்வு முன்னிலையில் ஏற்படும் விரைவான படிக வளர்ச்சியிலிருந்து பலவீனமடைகிறது. பெரிய, கோண பனி படிகங்கள் பலவீனமான பனியின் குறிகாட்டிகளாகும். ஒருங் கிணைக்கப்பட்ட பனியானது தளர்வான தூள் அடுக்குகள் அல்லது ஈரமான சமவெப்ப பனியை விட மந்தமாக இருக்கும். இருப்பினும், ஸ்லாப் பனிச்சரிவுகள் ஏற்படுவதற்கு ஒருங்கிணைக்கப்பட்ட பனி ஒரு அவசியமான நிபந்தனையாகும்.

மேலும் ஸ்னோபேக்கிற்குள் இருக்கும் நிலையான உறுதியற்ற தன்மைகள் நன்கு ஒருங்கிணைக்கப்பட்ட மேற்பரப்பு அடுக்கு களுக்கு கீழே மறைந்துவிடும். பனி நிலைத்தன்மையை பாதிக்கும் காரணிகளின் அனுபவப்பூர்வ புரிதலுடன் தொடர்புடைய நிச்சய மற்ற தன்மை, தற்போதைய ஸ்னோபேக் உறுதியற்ற தன்மையுடன் ஒப்பிடும்போது பனிச்சரிவு நிலப்பரப்பின் பழமைவாத பயன் பாட்டைப் பரிந்துரைக்க பெரும்பாலான தொழில்முறை பனிச்சரிவு தொழிலாளர்கள் வழிவகுக்கிறது.

பனிச்சரிவுகள் நிற்கும் பனிப்பகுதியில் மட்டுமே ஏற்படும். பொதுவாக குளிர்காலத்தில் அதிக அட்சரேகைகள், அதிக உயரங்கள் அல்லது இரண்டும் பருவநிலை பனிப்பொழிவில் குவியும் பனிப் பொழிவு போதுமான அளவு அமைதியற்ற மற்றும் குளிர்ச்சியாக இருக்கும். கான்டினென்டலிட்டி, பனிப்பொழிவுகள் அனுபவிக்கும் வானிலை உச்சநிலைகளில் அதன் ஆற்றல்மிக்க செல்வாக்கின் மூலம், உறுதியற்ற தன்மைகளின் பரிணாம வளர்ச்சியில் ஒரு முக்கிய காரணியாகும்.

மேலும் பனிச்சரிவுகளின் விளைவாக புயல் சுழற்சிகளுக்குப் பிறகு பனிப்பொழிவு வேகமாக உறுதிப்படுத்தப்படுகிறது. ஸ்னோ பேக்கின் பரிணாமம், குறுகிய அளவிலான வானிலை நிலைமை களுக்குள் ஏற்படும் சிறிய மாறுபாடுகளுக்கு மிகவும் உணர்திறன் கொண்டது, இது பனிப் பொதியில் பனியை குவிக்க அனுமதிக் கிறது. ஸ்னோபேக் பரிணாமத்தைக் கட்டுப்படுத்தும் முக்கியமான காரணிகள்: சூரியனால் வெப்பமடைதல், கதிரியக்க குளிர்ச்சி, நிற்கும் பனியில் செங்குத்து வெப்பநிலை சாய்வு, பனிப்பொழிவு அளவுகள் மற்றும் பனி வகைகள். பொதுவாக, மிதமான குளிர்கால வானிலை பனிப்பொழிவின் தீர்வு மற்றும் உறுதிப்படுத்தலை

ஊக்குவிக்கும். மாறாக, மிகவும் குளிர், காற்று அல்லது வெப்பமான வானிலை பனிப்பொழிவை பலவீனப்படுத்தும்.

நீரின் உறைநிலைக்கு நெருக்கமான வெப்பநிலையில் அல்லது மிதமான சூரிய கதிர்வீச்சு காலங்களில், ஒரு மென்மையான உறைதல்-கரை சுழற்சி நடைபெறும். பனியில் நீர் உருகுதல் மற்றும் உறைதல் ஆகியவை உறைபனி கட்டத்தில் பனிப்பொழிவை பலப் படுத்துகிறது மற்றும் கரைக்கும் கட்டத்தில் பலவீனமடைகிறது. வெப்பநிலையில் விரைவான அதிகரிப்பு, நீரின் உறைபனி புள்ளியை விட கணிசமாக மேலே ஒரு புள்ளியில், ஆண்டின் எந்த நேரத்திலும் பனிச்சரிவு உருவாகலாம்.

நிலையான குளிர் வெப்பநிலை புதிய பனியை நிலைப்படுத்துவதி லிருந்து தடுக்கலாம் அல்லது இருக்கும் பனிப்பொழிவை சீர்குலைக் கலாம். பனி மேற்பரப்பில் குளிர்ந்த காற்றின் வெப்பநிலை பனியில் வெப்பநிலை சாய்வை உருவாக்குகிறது, ஏனெனில் ஸ்னோபேக்கின் அடிப்பகுதியில் தரை வெப்பநிலை பொதுவாக $0°C$ ஆக இருக்கும், மேலும் சுற்றுப்புற காற்றின் வெப்பநிலை மிகவும் குளிராக இருக்கும். பனியின் செங்குத்து மீட்டருக்கு $10°C$க்கும் அதிகமான வெப்பநிலை சாய்வு ஒரு நாளுக்கு மேல் நீடித்தால், வெப்பநிலை சாய்வுடன் விரைவான ஈரப்பதம் கொண்டு செல்வதால், ஆழமான ஹார் அல்லது முகங்கள் எனப்படும் கோண படிகங்கள் பனிப் பொழிவில் உருவாகத் தொடங்குகின்றன. இந்த கோண படிகங்கள், ஒன்றுக்கொன்று மற்றும் சுற்றியுள்ள பனியுடன் மோசமாக பிணைக்கப்படுகின்றன, அவை பெரும்பாலும் பனிப்பொழிவில் ஒரு நிலையான பலவீனமாக மாறும்.

ஒரு தொடர்ச்சியான பலவீனத்தின் மேல் கிடக்கும் ஒரு ஸ்லாப், ஸ்லாப்பின் வலிமையை விட அதிகமான விசையினாலும், தொடர்ந்து பலவீனமான அடுக்கினாலும் ஏற்றப்படும் போது, தொடர்ந்து பலவீனமான அடுக்கு தோல்வியடைந்து பனிச்சரிவை உருவாக்கலாம்.

லேசான காற்றை விட வலுவான எந்த காற்றும் கீழ்க்காற்றின் பாது காப்பான சரிவுகளில் பனி விரைவாக குவிவதற்கு பங்களிக்கும்.

காற்றின் அடுக்குகள் விரைவாக உருவாகின்றன. ஸ்லாப்க்கு கீழே பலவீனமான பனி இருந்தால், புதிய சுமைக்கு சரிசெய்ய நேரம் இருக்காது. ஒரு தெளிவான நாளில் கூட, காற்று ஒரு இடத்தில் இருந்து மற்றொரு இடத்திற்கு பனியை வீசுவதன் மூலம் பனியுடன் கூடிய சரிவை விரைவாக ஏற்றும்.

ஒரு சாய்வின் உச்சியில் இருந்து காற்று பனியை வைப்பதால் மேல்-ஏற்றுதல் ஏற்படுகிறது. சாய்வுக்கு இணையாக காற்று பனியை வைப்பதால் குறுக்கு ஏற்றுதல் ஏற்படுகிறது. ஒரு மலையின் உச்சியில் ஒரு காற்று வீசும்போது, மலையின் லீவர்ட் அல்லது கீழ்க்காற்று, அந்த லீ சாய்வின் மேலிருந்து கீழாக, மேல் ஏற்றத்தை அனுபவிக்கிறது. மலையை நோக்கிச் செல்லும் முகடு ஒன்றின் குறுக்கே காற்று வீசும்போது, முகட்டின் லீவர்ட் பக்கம் குறுக்கு ஏற்றத்திற்கு உட்பட்டது. குறுக்கு-ஏற்றப்பட்ட காற்று அடுக்குகள் பொதுவாக பார்வைக்கு அடையாளம் காண்பது கடினம்.

பனிப்புயல் மற்றும் மழைப்பொழிவு பனிச்சரிவு அபாயத்திற்கு முக்கிய பங்களிப்பாகும். கடுமையான பனிப்பொழிவு, கூடுதல் எடையின் காரணமாகவும், புதிய பனிக்கு அடிப்படையான பனி அடுக்குகளுடன் பிணைக்க போதுமான நேரம் இல்லாததாலும், தற்போதுள்ள பனிப்பொழிவில் உறுதியற்ற தன்மையை ஏற்படுத்தும். மழையும் இதேபோன்ற விளைவைக் கொண்டுள்ளது. குறுகிய காலத்தில், மழையானது உறுதியற்ற தன்மையை ஏற்படுத்துகிறது. ஏனெனில், கடுமையான பனிப்பொழிவைப் போல, அது பனிப்பொழிவின் மீது கூடுதல் சுமையை ஏற்படுத்துகிறது மற்றும் மழைநீர் பனியின் வழியாக இறங்கியவுடன், ஒரு மசகு எண்ணெய் போல செயல்படுகிறது, பனி அடுக்குகளுக்கு இடையே உள்ள இயற்கை உராய்வைக் குறைக்கிறது. பெரும்பாலான பனிச்சரிவுகள் புயலின்போது அல்லது அதற்குப் பிறகு நிகழ்கின்றன.

சூரிய ஒளியானது பனியை உருக்கும் அளவுக்கு வலுவாக இருந்தால், அதன் கடினத்தன்மையைக் குறைத்து, சூரிய ஒளியை பகல் நேர வெளிப்பாடு பனிப்பொழிவின் மேல் அடுக்குகளை விரைவாக சீர்குலைக்கும். தெளிவான இரவுகளில், நீண்ட அலை கதிர்வீச்சு

குளிரூட்டல் அல்லது இரண்டின் மூலம் சுற்றுப்புறக் காற்றின் வெப்பநிலை உறைபனிக்குக் கீழே குறையும் போது பனிப் பொதி மீண்டும் உறைந்துவிடும். கதிரியக்க வெப்ப இழப்பு இரவு காற்று பனிப்பொழிவை விட கணிசமாக குளிராக இருக்கும்போது ஏற்படுகிறது, மேலும் பனியில் சேமிக்கப்படும் வெப்பம் வளி மண்டலத்தில் மீண்டும் கதிர்வீச்சு செய்யப்படுகிறது.

ஒரு ஸ்லாப் பனிச்சரிவு உருவாகும்போது, பனி கீழ்நோக்கி பயணிக்கும்போது, பலகை பெருகிய முறையில் சிறிய துண்டுகளாக சிதைகிறது. துண்டுகள் போதுமான அளவு சிறியதாக இருந்தால், பனிச்சரிவின் வெளிப்புற அடுக்கு, உப்பு அடுக்கு என்று அழைக்கப் படுகிறது, இது ஒரு திரவத்தின் பண்புகளை எடுக்கும். போதுமான நுண்ணிய துகள்கள் இருக்கும் போது அவை காற்றில் பரவும் மற்றும் போதுமான அளவு வான்வழிப் பனியைக் கொடுக்கும்போது, பனிச்சரிவின் இந்தப் பகுதியானது பனிச்சரிவின் பெரும்பகுதியி லிருந்து பிரிக்கப்பட்டு, தூள் பனி பனிச்சரிவாக அதிக தூரம் பயணிக்கலாம்.

1999 கால்டூர் பனிச்சரிவு பேரழிவைத் தொடர்ந்து, ரேடாரைப் பயன்படுத்தி அறிவியல் ஆய்வுகள், பனிச்சரிவின் மேற்பரப்புக்கும் வான்வழி கூறுகளுக்கும் இடையில் உப்பு அடுக்கு உருவாகிறது என்ற கருதுகோளை உறுதிப்படுத்தியது, இது பனிச்சரிவின் பெரும்பகுதியி லிருந்தும் பிரிக்கப்படலாம்.

ஒரு பனிச்சரிவை ஓட்டுவது என்பது சரிவுக்கு இணையான பனிச் சரிவின் எடையின் கூறு ஆகும்; பனிச்சரிவு முன்னேறும்போது, அதன் பாதையில் உள்ள எந்த நிலையற்ற பனியும் ஒன்றிணைந்து, ஒட்டு மொத்த எடையை அதிகரிக்கும். சாய்வின் செங்குத்தான தன்மை அதிகரிக்கும் போது இந்த விசை அதிகரிக்கும், மேலும் சரிவு தட்டை யானதும் குறையும். இதை எதிர்க்கும் பல கூறுகள் ஒன்றுடன் ஒன்று தொடர்புகொள்வதாக கருதப்படுகிறது: பனிச்சரிவுக்கும் கீழே உள்ள மேற்பரப்புக்கும் இடையே உராய்வு; திரவத்திற்குள் காற்று மற்றும் பனி இடையே உராய்வு; பனிச்சரிவின் முன்னணி விளிம்பில் திரவ-டைனமிக் இழுவை; பனிச்சரிவுக்கும் அது கடந்து செல்லும்

காற்றுக்கும் இடையே வெட்டு எதிர்ப்பு, மற்றும் பனிச்சரிவில் உள்ள துண்டுகளுக்கு இடையே வெட்டு எதிர்ப்பு. எதிர்ப்பானது முன்னோக்கி விசையை மீறும் வரை பனிச்சரிவு தொடர்ந்து துரிதப் படுத்தப்படும்.

பனிச்சரிவு நடத்தை மாதிரிக்கான முயற்சிகள் 20 ஆம் நூற்றாண்டின் முற்பகுதியில் இருந்து வருகின்றன. குறிப்பாக 1924ஆம் ஆண்டு சாமோனிக்ஸ் குளிர்கால ஒலிம்பிக்கிற்கான தயாரிப்பில் பேராசிரியர் லகோடலாவின் பணி. அவரது முறை A.Voellmy என்பவரால் உருவாக்கப்பட்டது மற்றும் 1955 இல் அவரது Ueber die Zerstoerungskraft von Lawinen (பனிச்சரிவுகளின் அழிவுப் படையில்) வெளியானதைத் தொடர்ந்து பிரபலமடைந்தது.

வோல்மி ஒரு எளிய அனுபவ சூத்திரத்தைப் பயன்படுத்தினார், பனிச்சரிவை அதன் ஓட்டத்தின் வேகத்தின் சதுரத்திற்கு விகிதாசார மாக இழுக்கும் விசையுடன் நகரும் பனியின் நெகிழ்த் தொகுதி யாகக் கருதினார்.

அவரும் பிறரும் பிற காரணிகளை கணக்கில் எடுத்துக் கொண்ட பிற சூத்திரங்களைப் பெற்றனர், Voellmy-Salm-Gubler மற்றும் Perla-Cheng-McClung மாதிரிகள் பாயும் (தூள் பனிக்கு மாறாக) பனிச்சரிவுகளை மாதிரிக்கு எளிய கருவிகளாக மிகவும் பரவலாகப் பயன்படுத்தப் பட்டன.

1990 களில் இருந்து இன்னும் பல அதிநவீன மாதிரிகள் உருவாக்கப் பட்டுள்ளன. ஐரோப்பாவில் சமீபத்திய வேலைகளில் பெரும் பாலானவை SATSIE (ஐரோப்பாவில் பனிச்சரிவு ஆய்வுகள் மற்றும் மாதிரி சரிபார்த்தல்) ஆராய்ச்சி திட்டத்தின் ஒரு பகுதியாக மேற் கொள்ளப்பட்டது, இது ஐரோப்பிய ஆணையத்தால் ஆதரிக்கப் பட்டது. இது முன்னணி-முனை MN2L மாடலைத் தயாரித்தது, இப்போது சேவை ரெஸ்டாரேஷன் உடன் பயன்படுத்தப்படுகிறது.

பனிச்சரிவுகள், பனிச்சறுக்கு விடுதிகள் , மலை நகரங்கள், சாலைகள் மற்றும் ரயில்வே போன்ற மக்களுக்கு குறிப்பிடத்தக்க அச்சுறுத்தலை ஏற்படுத்தும் பகுதிகளில் தடுப்பு நடவடிக்கைகள் பயன்படுத்தப்படு

கின்றன. பனிச்சரிவுகளைத் தடுப்பதற்கும், அவற்றின் சக்தியைக் குறைப்பதற்கும் பல வழிகள் உள்ளன மற்றும் பனிச்சரிவின் கட்டமைப்பை சீர்குலைப்பதன் மூலம் பனிச்சரிவுகளின் சாத்தியக் கூறு மற்றும் அளவைக் குறைக்க தடுப்பு நடவடிக்கைகளை உருவாக்குகின்றன. எளிமையான செயலில் உள்ள நடவடிக்கை யானது, பனிப்பொழிவுகள் குவியும் போது, மீண்டும் மீண்டும் பனி மூட்டத்தில் பயணிப்பது; இது பூட்-பேக்கிங், ஸ்கை-கட்டிங் அல்லது மெஷின் க்ரூமிங் மூலமாக இருக்கலாம்.

பனிச்சரிவில் உள்ள உறுதியற்ற தன்மைகளை உடைக்கும் சிறிய பனிச்சரிவுகளைத் தூண்டுவதன் மூலமும், பெரிய பனிச்சரிவுகளை ஏற்படுத்தக்கூடிய அதிக சுமையை அகற்றுவதன் மூலமும், பனிச்சரிவு களைத் தடுக்க வெடிபொருட்கள் பரவலாகப் பயன்படுத்தப்படு கின்றன. வெடிகுண்டு கட்டணங்கள் கையால் தூக்கி எறியப்பட்ட கட்டணங்கள், ஹெலிகாப்டரில் வீசப்பட்ட குண்டுகள், Gazex மூளையதிர்ச்சிக் கோடுகள் மற்றும் வான் பீரங்கிகள் மற்றும் பீரங்கிகளால் ஏவப்படும் பாலிஸ்டிக் எறிகணைகள் உட்பட பல முறைகள் மூலம் வழங்கப்படுகின்றன. பனி வேலிகள் மற்றும் ஒளி சுவர்கள் போன்ற செயலற்ற தடுப்பு அமைப்புகள் பனியின் இடத்தை இயக்குவதற்கு பயன்படுத்தப்படலாம். வேலியைச் சுற்றி பனி உருவாகிறது. குறிப்பாக நிலவும் காற்றை எதிர்கொள்ளும் பக்கம். வேலியின் கீழ்க்காற்றில், பனி கட்டுவது குறைகிறது. இது வேலியில் படிந்திருக்கும் பனியை இழப்பதாலும், வேலியில் பனி குறைந்து விட்ட காற்றினால் ஏற்கனவே இருக்கும் பனியை எடுப்பதாலும் ஏற்படுகிறது.

மரங்களின் அடர்த்தி போதுமானதாக இருக்கும்போது, அவை பனிச்சரிவுகளின் வலிமையை வெகுவாகக் குறைக்கும். அவை பனியை இடத்தில் வைத்திருக்கின்றன மற்றும் பனிச்சரிவு ஏற்பட்டால், மரங்களுக்கு எதிரான பனியின் தாக்கம் அதை மெது வாக்குகிறது. பனிச்சரிவுகளின் வலிமையைக் குறைக்க, மரங்களை நடலாம் அல்லது பனிச்சறுக்கு விடுதியின் கட்டிடம் போன்ற வற்றைப் பாதுகாக்கலாம்.

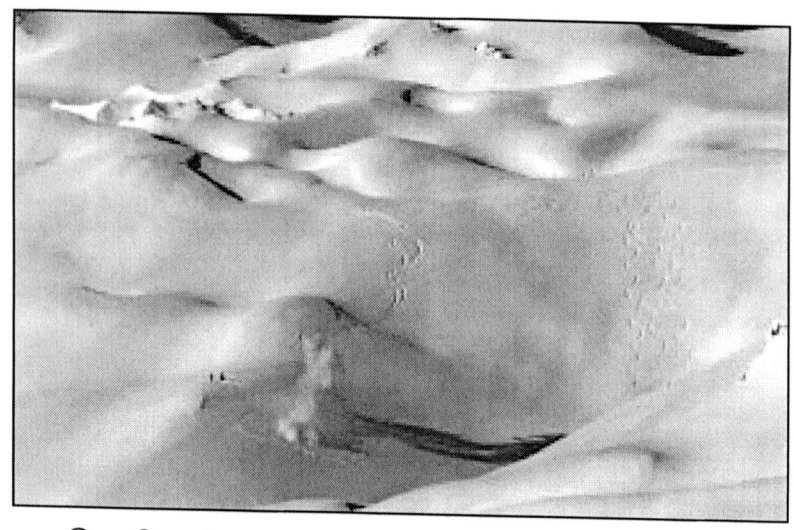

இதையொட்டி, சமூக-சுற்றுச்சூழல் மாற்றங்கள் சேதமடையும் பனிச்சரிவுகள் நிகழ்வை பாதிக்கலாம்: சில ஆய்வுகள் நிலப் பயன்பாடு/நிலப்பரப்பு வடிவங்களில் ஏற்படும் மாற்றங்கள் மற்றும் நடு அட்சரேகை மலைகளில் பனி பனிச்சரிவு சேதத்தின் பரிணாமம் ஆகியவை தாவரங்களின் உள்ளடக்கத்தின் முக்கியத்துவத்தைக் காட்டுகின்றன.

பாதுகாப்பு காடுகள் காடழிக்கப்படும் போது ஏற்படும் சேதம் அதிகரிப்பதற்கு இதுவே காரணமாகும் (மக்கள்தொகை வளர்ச்சி, தீவிர மேய்ச்சல் மற்றும் தொழில்துறை அல்லது சட்டப்பூர்வமானது காரணங்கள்), மற்றும் அதிகப்படியான சுரண்டலை அடிப்படை யாகக் கொண்ட பாரம்பரிய நில மேலாண்மை அமைப்பு, நிலத்தை ஓரங்கட்டுதல் மற்றும் மீண்டும் காடுகளை அழித்தல் ஆகியவற்றின் அடிப்படையிலான அமைப்பாக மாற்றப்பட்டதன் காரணமாக, 20ஆம் நூற்றாண்டின் நடுப்பகுதியில் இருந்து மலைச் சூழல்களில் முக்கியமாக நிகழ்ந்தது.

# 24. படகு விபத்துகள்

**எகிப்து கடற்கரை படகு விபத்து 100 பேர் பலி**

550 மக்களை ஏற்றிக்கொண்டு சட்டவிரோதமாக ஐரோப்பா வுக்கு புறப்பட்ட படகு எகிப்து கடற்கரையிலிருந்து 12 கி.மீ. தொலைவில் கவிழ்ந்ததில் நூற்றுக்கும் அதிகமானோர் பலியாகி இருக்கலாம் என அஞ்சப்படுகிறது.

படகு விபத்தில் தப்பித்தவர்கள் புதன்கிழமை படகு கவிழ்ந்ததாக கூறினர். இதுவரை துறைமுக நகரான ரோசட்டாவுக்கு அருகி லிருந்து 163 பேரை அதிகாரிகள் காப்பாற்றி உள்ளனர். 42 உடல்களை மீட்டுள்ளனர். காப்பாற்றபட்டவர்களில் நூறு பேருக்கும் அதிகமானவர்கள் எகிப்தியர்கள்.

நான்கு கடத்தல்காரர்களை காவல்துறை கைது செய்துள்ளது. அவர்கள் மீது கொலை, மக்களை கடத்துதல் போன்றவற்றில் ஈடுபட்டதாக குற்றம் சாட்டப்பட்டுள்ளது. 2014க்கு பிறகு 10,000 மக்கள் ஐரோப்பாவுக்கு சட்டவிரோதமாக செல்லும் முயற்சியில் மத்திய தரைக் கடலில் இறந்துள்ளதாக ஐ.நா கூறியுள்ளது.

அதிக மக்களை ஏற்றும் பொருட்டு இப்படகு ஐந்து நாட்கள் கடற்கரைக்கு அருகிலேயே நிறுத்தப்பட்டிருந்தது என தப்பிய வர்கள் கூறினர்.

பாதுகாப்பு உடை அணிய வேண்டுமென்றால் அதிக பணம் தர வேண்டும் என தெரிவிக்கப்பட்டுள்ளது. இறுதியாக 150 பேரை ஏற்றியதால் தான் படகு பாரம் தாங்காமல் கவிழ்ந்தது என தெரிகிறது. காப்பாற்றபட்டவர்கள் அனைவரும் உள்ளூர் மீன்பிடி படகுகளாலேயே காப்பாற்றப்பட்டனர் என மீனவர் அப்துல் ரகுமான் அல் முகமதி கூறினார்.

இதுவரை இறந்தவர்களில் 10 பெண்கள், 31 இளைஞர்கள், 1 குழந்தை என அதிகாரிகள் தெரிவித்தனர். இப்படகில் எகிப்தியர்கள், சிரியர்கள், சூடானியர்கள், சோமாலியர்கள், எரித்திரியர்கள் இருந்தனர்.

பன்னாட்டு புலம்பெயர்வோர் அமைப்பு இவ்வாண்டில் 3,000 பேர் புலம் பெயரும்போது மத்திய தரைக் கடலில் இறந்திருப்பதாக கூறியுள்ளது. ஐரோப்பிய ஒன்றிய எல்லைப் பாதுகாப்பு அமைப்பு இவ்வாண்டு எகிப்திலிருந்து 12,000 பேர் இத்தாலிக்கு வந்துள்ளதாக கூறியுள்ளது. 2015இல் 7,000 பேரே வந்தனர்.

**கொங்கோவில் பயணிகள் படகு விபத்து**

கொங்கோ மக்களாட்சிக் குடியரசில் கொங்கோ ஆற்றின் ஒரு கிளையான கசாய் ஆற்றில் பயணிகள் படகொன்று கவிழ்ந்ததில் குறைந்தது 140 பேர் உயிரிழந்ததாக அதிகாரிகள் தெரிவித்தனர்.

பண்டுண்டு என்ற மேற்கு மாகாணத்தில் இந்த விபத்து நடந்துள்ளது. 80 பேர் உயிரிழந்தது உறுதிப்படுத்தப்பட்டுள்ளதாகவும், பலரைக் காணவில்லை எனவும் தகவல் துறை அமைச்சர் லாம்பேர்ட் மெண்டே செய்தியாளர்களிடம் தெரிவித்தார்.

அளவுக்கதிகமான பயணிகளை ஏற்றிச் சென்ற படகு சேற்றுடன் மோதியதிலேயே இவ்விபத்து நடந்துள்ளதாக அவர் தெரிவித்தார். 76 பேர் உயிருடன் மீட்கப்பட்டுள்ளனர்.

பல தசாப்தங்களாக இங்கு இடம்பெற்று வரும் மோதல் களினால் தரைவழிப் போக்குவரத்து மிகவும் குறைந்த அளவிலேயே காணப்படுகிறது. பெரும்பாலானோர் படகுகளிலேயே பயணிக் கின்றனர்.

இதே மாகாணத்தில் கடந்த ஆண்டு படகு ஒன்று கவிழந்ததில் 73 பேர் உயிரிழந்தனர்.

**சீனாவில் யாங்சி ஆற்றில் உல்லாசப் படகு கவிழ்ந்து 456 பேர் பலி**

சீனாவிலுள்ள யாங்சி ஆற்றில் உல்லாச படகு சவாரி செய்ய 456 பேர் ஈசுடர்ன் இசுடார் என்ற கப்பலில் பயணித்த போது குபாய் மாகாணத்தின் சியான்லி கவுண்டியிலுள்ள யாங்சி ஆற்றில் அது கவிழ்ந்ததில் அனைவரும் மூழ்கினர்.

இதுவரை 14 பேர் மட்டுமே மீட்கப்பட்டுள்ளனர். கப்பலின் தலைவரும், தலைமை பொறியாளரும் மீட்கப்பட்டவர்களில் அடங்குவர். அவர்கள் கைது செய்யப்பட்டுள்ளனர். கப்பல் எச்சரிக்கை சமிக்ஞையை அனுப்பவில்லை என்றும் அது புயலில் மூழ்கியது என்றும் தெரிவித்தனர். இரவு முழுவதும் மீட்புப்பணி மோசமான வானிலை நிலவிய போதும் தொடர்ந்தது. மீட்புப் பணியில் 150 படகுகளும், 4000 ஊழியர்களும் ஈடுபட்டுள்ளனர்.

கப்பலில் 405 சீன சுற்றுலா பயணிகளும், 46 கப்பலின் ஊழியர்களும், 5 சுற்றுலா முகவர்களும் பயணித்தனர்.

முதலில் இவ்விபத்தில் 15 மீட்கப்பட்டதாகவும் 458 பேர் (406 சீன சுற்றுலா பயணிகள், 47 கப்பலின் ஊழியர்கள் & 5 சுற்றுலா முகவர்கள்) இக்கப்பலில் பயணம் செய்ததாகவும் சீன அரசின் அதிகாரபூர்வ செய்தி நிறுவனம் சின்குவா தெரிவித்தது.

கப்பல் சில நிமிடங்களில் மூழ்கியதாக படகின் தலைவன் தெரிவித்ததாக சீன ஊடகங்கள் தெரிவித்தன. இதில் பயணம் செய்தவர்கள் 50-80 வயதுக்கு உட்பட்டவர்கள். பெரும்பாலானவர்கள் வேலையிலிருந்து ஓய்வு பெற்றவர்கள். இக்கப்பல் கிழக்கில் உள்ள நகரமான நான்சிங்கிலிருந்து தென் மேற்கிலுள்ள சோங்குயிங் வரை 1500 கி.மீ அனைவரும் இப்படகில் பயணம் செய்ய திட்டமிட்டிருந்தார்கள். கப்பல் யாங்கி ஆற்றின் நீர்வழியான டாமாசு அருகே மூழ்கியது. அருகிலுள்ள நகரம் சியான்லி.

மீட்புப்பணிக்காக மூன்று பள்ளத்தாக்கு அணையிலிருந்து நீர் குறைவாக திறக்கப்பட்டுள்ளது. சீன பிரதமர் லி விபத்து நடந்த இடத்துக்கு விரைந்துள்ளார். 1994ஆம் ஆண்டு கட்டப்பட்ட இக்கப்பல் 76 மீட்டர் நீளமும், 2,200 டன் எடையும் உள்ளது. அதிகபட்சமாக 534 பேரை சுமந்து செல்லக் கூடியது.

உள்ளூர் நேரம் 21.30 மணிக்கு இக்கப்பல் மூழ்கியது. (ஒசநே 13.30) மீட்புக் குழுவினர் படகு மூழ்கி இரண்டரை மணி நேரம் கழித்தே அவ்விடத்துக்கு வந்து தேடுதலை தொடங்கினர். சாங்காய் நகரிலுள்ள சிகி சுற்றுலா முகமை மூலமாக பயணம் செய்தவர்களில் பெரும்பாலோரை அனுப்பியிருந்தது.

25. தெற்காசிய பெருவெள்ளம் 2022

தெற்காசிய வெள்ளம், 2022 (2022 South Asian floods) என்பது மே 2022 முதல், தெற்காசிய நாடுகளான ஆப்கானிஸ்தான், வங்காளதேசம், இந்தியா, நேபாளம், பாகிஸ்தான் மற்றும் இலங்கை ஆகிய நாடுகளில் பரவலாகப் பெய்த மழை காரணமாக ஏற்பட்ட வெள்ளத்தினைக் குறிக்கின்றது.

தென்னாசியாவை ஒவ்வொரு ஆண்டும் இந்திய துணைக் கண்டத் தினைப் பருவமழை தாக்குகிறது. பெரும்பாலும் ஜூன் மற்றும் செப்டம்பர் மாதங்களில் இம்மழை பொழிகின்றது. ஒவ்வொரு ஆண்டும், இந்தியத் துணைக்கண்டத்தில் வெள்ளத்தால் கட்டிடங்கள் இடிந்து விழுந்து நிலச்சரிவு ஏற்படுகிறது. தெற்காசியாவில் ஏற்பட்டுள்ள காலநிலை மாற்றம் இந்தப் புயல்களை அதிகப்படுத்தி யுள்ளது.

### பாகிஸ்தான்

ஜூன் 2022 முதல், பாகிஸ்தானின் பெரும்பகுதியை வெள்ளம் பாதித்தது. இந்த வெள்ளத்தின் காரணமாக சுமார் 33 மில்லியன் மக்கள் அல்லது நாட்டின் மக்கள் தொகையில் 12% பேர் பாதிக்கப்

பட்டுள்ளனர். இரண்டு மில்லியனுக்கும் அதிகமான வீடுகள் வெள்ளத்தால் சேதமடைந்துள்ளன அல்லது அழிக்கப்பட்டன. இது அமெரிக்க டாலரில் $10 பில்லியன் மதிப்பிலான சேதம் எனக் கணக்கிடப்பட்டுள்ளது. இந்த வெள்ளத்தின் காரணமாகக் குறைந்தது 1,136 பேர் கொல்லப்பட்டனர். இவர்களில் பாதிப் பேர் சிந்து மற்றும் பலூசிஸ்தான் மாகாணங்களில் உள்ளனர்.

### ஆப்கானிஸ்தான்

மே 2022 முதல், வெள்ளம் ஆப்கானிஸ்தானின் பெரும் பகுதியைப் பாதித்துள்ளது. தலைநகர் காபூல் உட்பட நாட்டின் கிழக்குப் பகுதிகளில் மே மாதம் ஏற்பட்ட வெள்ளத்தில் 400 பேர் கொல்லப்பட்டனர். ஜூன் மாதம், கோஸ்ட் மாகாணத்தில் ஏற்பட்ட நிலநடுக்கத்திலிருந்து நாடு மீண்டு வந்த நிலையில், மீண்டும் வெள்ளம் ஏற்பட்டு 19 பேர் உயிரிழந்தனர். ஜூலை மற்றும் ஆகஸ்ட் முழுவதும் வெள்ளம் தொடர்ந்தது, முறையே 40 மற்றும் 200 பேர் கொல்லப்பட்டனர்.

### இந்தியா

இந்தியாவில் மே 23 முதல், இந்திய மாநிலங்களான அசாம் மற்றும் பீகாரில் ஏற்பட்ட பெருமழையின் காரணமாக 4,000க்கும் மேற் பட்ட கிராமங்கள் வெள்ளத்தால் பாதிக்கப்பட்டுள்ளன. இதில் சுமார் 186 பேர் உயிரிழந்துள்ளனர். ஆகஸ்ட் 18 முதல், நாட்டின் வடமேற்கு மாநிலங்களிலும் வெள்ளப் பாதிப்பு ஏற்பட்டது. இதில் குறைந்தது 40 பேர் கொல்லப்பட்டனர். இந்திய மாநிலங்களான உத்தராகண்டம் மற்றும் இமாச்சலப் பிரதேசத்தினைச் சார்ந்த 13 பேரைக் காணவில்லை. ஒடிசா மாநிலமும் வெள்ளத்தால் பாதிக்கப் பட்டது.

குஜராத்தில், ஜூன் மாதத்திலிருந்து இதுவரை 61 பேர் வெள்ளத்தில் சிக்கி உயிரிழந்துள்ளனர். ஜூன் 30 அன்று, மணிப்பூரின் நோனி மாவட்டத்தில் ஏற்பட்ட நிலச்சரிவில் 58 பேர் இறந்தனர். 3 பேர் காணவில்லை மற்றும் 18 பேர் காயமடைந்தனர். ஜூலை 8ஆம் தேதி, ஜம்மு காஷ்மீரில் உள்ள இந்துக் கோயிலை வெள்ளம் சூழ்ந்து

மூழ்கடித்ததில் 16 பக்தர்கள் உயிரிழந்தனர். மேலும் 40 பேரைக் காணவில்லை.

**வங்களாதேசம்**

மே 17 முதல், வங்காளதேசத்தின் சில பகுதிகளை வெள்ளம் பாதித்துள்ளது. குறைந்தது 141 பேர் கொல்லப்பட்டனர். இவர்களில் பெரும்பாலோர் சில்ஹெட் கோட்டப் பகுதியில் உள்ளவர்கள்.

**நேபாளம்**

இந்த ஆண்டு ஆகஸ்ட் 23 முதல், நேபாளத்தில் உள்ள கோசி ஆற்றில் ஏற்பட்ட வெள்ளத்தில் குறைந்தது ஏழு பேர் உயிரிழந்துள்ளனர்.

**இலங்கை**

இலங்கையில் ஏற்பட்ட வெள்ளம் காரணமாக 3 பேர் உயிரிழந் துள்ளதாகவும், நூற்றுக்கணக்கான வீடுகள் சேதமடைந்துள்ள தாகவும் தெரிவிக்கப்பட்டுள்ளது.

26. வானிலை வரலாறும் தாக்கமும்

**வா**னிலை என்பது ஒரு குறிப்பிட்ட நேரத்தில் வளி மண்டலத்தின் நடப்பு நிலையைக் குறிக்கிறது. புவியைப் பொறுத்த வரை, வானிலையை பாதிக்கும் பெரும்பாலான தோற்றப்பாடுகள் வளி மண்டலத்தின் கீழ் நிலைகளில் உருவாகின்றன. இது நீண்ட கால அடிப்படையிலான சராசரி வளிமண்டல நிலைமைகளைக் குறிக்கப் பயன்படும் தட்பவெப்பநிலை என்பதிலிருந்து வேறு பட்டது. வானிலைத் தோற்றப்பாடுகள் அன்றைய வெப்பநிலை, காற்று, முகில், மழை, பனி, மூடுபனி, தூசிப் புயல்கள் போன்ற பொது வானிலைத் தோற்றப்பாடுகளையும், அரிதாக நிகழும் இயற்கை அழிவுகள், சூறாவளி, பனிப்புயல் போன்றவற்றையும் உள்ளடக்கியது.

வானிலை இடத்துக்கிடம் வேறுபடுகின்றது. இது காற்றழுத்தம், வெப்பநிலை மற்றும் ஈரப்பதம் போன்ற காரணிகளையொட்டி அமைகின்றது. இவ்வேறுபாடுகள், குறிப்பிட்ட இடத்தில் உள்ள சூரியனுடைய கோணத்தினால் உண்டாகிறது. சூரியனுடைய கோணம் குறித்த இடத்தின் நிலநேர்க்கோடு அமைவிடத்தைப்

பொறுத்து வேறுபடுகின்றது. புவி தானே சுற்றும் போது, சற்றே சாய்வான கோணத்தில் சுற்றுவதால், சூரிய ஒளியானது வருடத்தின் வெவ்வேறு காலங்களில் வெவ்வேறு கோணங்களில் விழுகிறது. புவியின் மேற்பரப்பில், வெப்பநிலை பொதுவாக ஆண்டுதோறும் ±40 °C (40 °F முதல் 104 °F) வரை இருக்கும். புவியின் மேற்பரப்பில் நிகழும் வெப்பநிலை வேறுபாடுகள் காற்றழுத்தத்தை பாதிக் கின்றன. ஆயிரக்கணக்கான ஆண்டுகளாக, பூமியின் சுற்றுப்பாதை யில் ஏற்படும் மாற்றங்கள், புவியால் பெறப்படுகின்ற சூரிய ஆற்றலின் அளவை பாதிப்பதனால், நீண்ட கால காலநிலை உருவாகிறது.

புவியின் வளிமண்டலம் சிக்கலானதென்பதால் அதில் ஏற்படும் சிறிய மாற்றங்களும் பெரிய விளைவுகளை ஏற்படுத்தலாம். வானிலை புவிக்கு மட்டுமல்லாமல் வெள்ளி, செவ்வாய், வியாழன் போன்ற மற்ற கோள்களிலும், நட்சத்திரம் போன்ற மற்ற விண்வெளி அமைப்புகளிலும் நிலவுகின்றது. வியாழனில் உள்ள பெரும் சிவப்புப் புள்ளி எனப்படும் எதிர்-சூறாவளி அமைப்பானது ஒரு குறிப்பிடத்தக்க வானிலையமைப்பாகும். வானிலை முன்னறிவிப்பு என்பது தொழில்நுட்பத்தின் உதவியுடன் வானிலையை கணிக்கும் ஓர் விஞ்ஞான அறிவியலாகும்.

புவியில் காற்று, மேகம், மழை, பனி, மூடுபனி மற்றும் புழுதிப் புயல் ஆகியவை பொதுவான நிகழ்வுகளில் அடங்கும். சூறாவளி, வெப்ப மண்டல சூறாவளி, மற்றும் பனிப்புயல் போன்ற இயற்கை பேரழிவுகள் அரிதான வானிலை நிகழ்வுகளில் அடங்கும். வலி மண்டலத்தின் மேற்பகுதிகளில் நடக்கும் மாற்றங்கள் கீழ்நிலையில் வானிலையை எவ்வாறு பாதிக்கின்றன என்ற வழிமுறைகள் இதுவரை ஆராய்ச்சியாளர்களால் சரியாகப் புரிந்து கொள்ளப்பட வில்லை. வளிமண்டலமானது ஒரு ஒழுங்கின்மை அமைப்பாகும். இதன் விளைவாக வளிமண்டல அமைப்பில் ஒரு பகுதியில் ஏற்படும் சிறிய மாற்றங்கள் கூட மொத்த அமைப்பிலும் பெரும் மாற்றமாக தீவிரமடையக்கூடும். இதனால் வானிலையை முன்கூட்டியே துல்லியமாகக் கணிப்பதில் சிக்கல்கள் உள்ளன. ஆயினும் வானிலை

முன்கணிப்பாளர்கள் தினமும் அறிவியல் முறையான கணக்கீடு களால் ஓரளவு துல்லியத்துடன் வானிலையை கணிக்கின்றனர்.

புவியின் அடிப்படை செயல்முறைகளில் வானிலையும் ஒன்றாகும். பாறைகள் காலநிலையின் தாக்கத்தால் அரிப்படைந்து மண்ணாக உருவாகி பின்னர் கனிமங்களாக மாறுகிறது. வானிலை காரணி களால் பாறை படிப்படியாகச் சிதைவடைந்து மண் மற்றும் கனிமங்கள் தோன்றும் செயற்பாட்டுத் தொடர் வானிலையா லழிதல் எனப்படும். மழை பொழியும் போது, காற்றில் இருந்து கார்பன் டை ஆக்சைடு நீர்த்துளிகளால் உறிஞ்சப்பட்டு கரைகின்றது. இது மழைநீரில் அமிலத்தன்மையை ஏற்படுத்தி அதற்கு அரிப்பு பண்புகளை அளிக்கிறது.

வானிலையாலழிதல் வளிமண்டலத்தின் பௌதீகக் காரணிகள், வேதியியல் காரணிகள் மற்றும் உயிரியல் காரணிகளால் நிகழலாம். மண்ணரிப்பு நிகழும்போது, துணிக்கைகள் அரித்து வேறு இடத்துக்கு எடுத்துச் செல்லப்படும். ஆனால் வானிலையாலழிதலில் துணிக்கைகள் இடம்பெயர்வதில்லை. பாறைகளில் அல்லது மண்ணில் ஏற்படும் வானிலையாலழிதலானது, பௌதீக வானிலையாலழிதல் மற்றும் வேதியியல் வானிலையாலழிதல் என இரண்டு வகைப்படுத்தப் படும். வானியல் காரணிகளான வெப்பம், நீர், பனிக்கட்டி மற்றும் அமுக்கம் என்பன நேரடியாக தாக்கம் செலுத்துவதால் பௌதீக வானிலையாலழிதல் நிகழ்கிறது. அமில மழை போன்ற நேரடி வேதியல் காரணிகளால் சிதைவுகளின் வேதியியல் தாக்கங்களாலும் வேதியியல் வானிலையாலழிதல் நிகழும். அமில மழையின் காரண மாக சோடியம் மற்றும் குளோரைடு (உப்புகள்) போன்றவை கடல்களில் படிவுகளாகத் தேங்குகின்றன. இப்படிவுகள் கால மாற்றத்தாலும் புவியியல் விசைகளாலும் வேறு வகைப்பாறை களாகவோ, மண் வகைகளாகவோ மாறுபாடு அடையக்கூடும். காலநிலை புவியின் மேற்பரப்பு அரிப்புகளை ஏற்படுத்துவதில் முக்கியப் பங்காற்றுகின்றன.

வானிலை முன்னறிவிப்பு என்பது எதிர்காலத்தில் ஒரு குறிப்பிட்ட நேரம் மற்றும் குறிப்பிட்ட இடத்திற்கு, புவியின் வளிமண்டலத்தின்

நிலையை கணிக்க அறிவியல் மற்றும் தொழில்நுட்பத்தின் பயன்பாடு ஆகும். மனிதர்கள் ஆயிரக்கணக்கான ஆண்டுகளாக பல்வேறு முறைகளில் வானிலையை கணிக்க முயன்றனர். பத்தொன்பதாம் நூற்றாண்டிலிருந்து இது ஒரு முறையாக அறிவியல் துறையாக உருவானது. வளிமண்டலத்தின் தற்போதைய நிலையைப் பற்றி தரவுகளை சேகரித்து, பின்னர் வளிமண்டல செயல்முறைகள் பற்றிய அறிவியல் புரிதலைப் பயன்படுத்தி வளிமண்டலம் எவ்வாறு மாறும் என்பதைக் கணித்து வானிலை முன்னறிவிப்புகள் செய்யப்படு கின்றன.

முதலில் பெரும்பாலும் முழு மனித முயற்சியாக இருந்த இந்த கணிப்புகள், தற்காலத்தில் கணினிகளைக் கொண்டு முன்னறிவிப்பு மாதிரிகளைப் பயன்படுத்தி எதிர்கால நிலைமைகள் தீர்மானிக்கப் படுகின்றன. முன்னறிவிப்பை அடிப்படையாகக் கொண்ட சிறந்த முன்னறிவிப்பு மாதிரியைத் தேர்வு செய்ய மனித உள்ளீடு தேவைப் படுகிறது. வளிமண்டலத்தின் குழப்பமான தன்மை, வளி மண்டலத்தை விவரிக்கும் சமன்பாடுகளைத் தீர்க்க தேவையான பெருவாரியான கணக்கீட்டுச் சக்தி, ஆரம்ப நிலைகளை அளவிடு வதில் உள்ள பிழை மற்றும் வளிமண்டல செயல்முறைகளின் முழுமையற்ற புரிதல் ஆகியவை முன்னறிவிப்புகளின் குறைவான துல்லியத்திற்கு காரணிகளாகும்.

புவியில் வெப்பநிலை பொதுவாக ஆண்டுதோறும் ±40 °C (100°F முதல் -40°F) வரை இருக்கும். தட்பவெப்ப நிலைகள் இந்த வரம் பிற்கு வெளியேயும் தீவிர வெப்பநிலைகளை சில சமயங்களில் உருவாக்குகின்றன. 1983 சூலை 21 அன்று அண்டார்டிகாவில் உள்ள வோசுடாக் பகுதியில், இதுவரை பதிவு செய்யப்படாத குளிரான வெப்பநிலையான -89.2 °C (128.6 °F) பதிவானது. இதுவரை பதிவு செய்யப்பட்ட அதிகமான வெப்பநிலை 1922 செப்டம்பர் 13, அன்று லிபியாவில் உள்ள அசிசியாவில் பதிவான 57.7 °C (135.9 °F) ஆகும். எத்தியோப்பியாவில் உள்ள தலோல் என்ற இடத்தில் ஆண்டின் அதிகபட்ச வெப்பநிலையான 34.4°C (93.9 °F) பதிவாகியுள்ளது. அண்டார்டிகாவின் வொசுடோக்கில் ஆண்டின் குளிரான சராசரி வெப்பநிலையான -55.1 °C (67.2 °F) பதிவாகியுள்ளது.

மற்ற கோள்களில் வானிலை எவ்வாறு செயல்படுகிறது என்பதைப் படிப்பது, புவியில் அது எவ்வாறு செயல்படுகிறது என்பதைப் புரிந்து கொள்வதற்கு உதவியாகக் இருக்கின்றது. மற்ற கிரகங்களின் வானிலை புவியின் வானிலையைப் போன்றே பல இயற்பியல் கோட்பாடுகளைப் பின்பற்றுகிறது. ஆனால் அவை வெவ்வேறு அளவுகளில் மற்றும் வெவ்வேறு இரசாயன அமைப்புகள் கொண்ட வளிமண்டலங்களில் நிகழ்கிறது. புயலால் உருவாக்கப்பட்ட வியாழனின் பெரிய சிவப்புப் புள்ளி, சூரியக் குடும்பத்தில் மிகவும் பிரபலமான வானிலை அடையாளங்களில் ஒன்றாகும்.

பெரிய கோள்களில் மேற்பரப்பில் குறைவான ஈர்ப்பு காரணமாக காற்று அபரிமிதமான வேகத்தை அடைகின்றது. வானிலை சூரிய ஆற்றலால் உருவாக்கப்படுகிறது என்பது அறிந்ததே. நெப்டியூன் போன்ற தொலைதூர கோள்கள் பெரும் சூரிய ஆற்றலின் அளவு புவியை ஒப்பிடும் போது மிகக்குறைவே, இருப்பினும் நெப்டியூனில் வானிலை நிகழ்வுகளின் தீவிரம் புவியை விட மிக தீவிரமாக உள்ளது. இது விஞ்ஞானிகளுக்கு ஒரு புரியாத புதிராக உள்ளது. இதுவரை கண்டுபிடிக்கப்பட்டதில், HD 189733பி என்ற கோளில் காற்றின் வேகம் 9,600 km/h (6,000 mph) வரை இருப்பதாக பதிவு செய்யப் பட்டுள்ளது.

வானிலை என்பது கோள்களுக்கு மட்டும் உரித்தானவை அல்ல. கோள்களை போலவே நட்சத்திரங்களுக்கும் வளிமண்டலம் மற்றும் வானிலை இருக்கலாம். நட்சத்திரங்களில் ஒன்றான சூரியனின் கதிர்கள் சூரிய குடும்பம் முழுவதும் மிக மெல்லிய வளி மண்டலத்தை உருவாக்குகிறது. சூரியனில் இருந்து வெளியேற்றப் படும் இவை சூரியக் காற்று என்று அழைக்கப்படுகிறது.

27. இயற்கை பேரழிவும் பேரிடர் மீட்பும்

**நோ**ய் கட்டுப்பாடு மற்றும் தடுப்பு மையங்களின்படி, 11 முதன்மை இயற்கை பேரழிவுகள் உள்ளன: பூகம்பங்கள், நிலச் சரிவுகள், மண்சரிவுகள், எரிமலை வெடிப்புகள், மின்னல்கள், காட்டுத்தீ, வெள்ளம், சூறாவளி, சுனாமிகள், தீவிர வெப்பம் மற்றும் கடுமையான குளிர்கால வானிலை. இந்த பேரழிவுகள் அனைத்தும் ஒரு தரவு மையத்தை சேதப்படுத்தலாம் அல்லது அழிக்கலாம், மேலும் பலர் தரவு மையத்தை பணியாளர்களுக்கு பாதுகாப்பற்ற தாக மாற்றலாம்.

தேசிய சூறாவளி மையம் போன்ற ஏஜென்சிகள் சூறாவளியின் தீவிரம் மற்றும் பாதையை கணிக்க முடியும் என்றாலும், இந்த வகையான நிகழ்வுகளுக்கான தயாரிப்பு கடினமாக உள்ளது. 2017இல் மரியா சூறாவளி தாக்கிய பிறகு, பேரிடர்களைத் தொடர்ந்து தகவல் தொடர்பு சேவைகளை சரிசெய்வதில் கவனம் செலுத்தும் ஒரு இலாப நோக்கற்ற நிறுவனமான ஃபெடரல் எமர்ஜென்சி, மேனேஜ்மென்ட் ஏஜென்சி, அமெரிக்க செஞ் சிலுவைச் சங்கம், சிஸ்கோ தந்திரோபாய செயல்பாடுகள் மற்றும்

நெட்ஹோராப் ஆகியவை புயலில் இருந்து கற்றுக் கொண்ட DR பாடங்களைத் தொகுத்துள்ளன.

ஒரு சூறாவளியிலிருந்து மீள்வதற்குத் தயாராகும் முக்கிய கூறுகள், DR உத்திகளைச் செயல்படுத்துதல், உபகரண இருப்புக்கள், DR திட்டத்தில் பணிநீக்கத்தை உருவாக்குதல் மற்றும் கிளவுட் தொழில்நுட்பங்களைப் பயன்படுத்துதல் ஆகியவை அடங்கும். DR திட்டத்தின் கூறுகளுக்கு முன்னுரிமை அளிப்பதன் மூலம், குழப்ப மான சூழ்நிலைகளில் ஒழுங்கு தீர்மானிக்கப்படுகிறது. பணிநீக்கம், காப்புப் பிரதி ஜெனரேட்டர்கள் மற்றும் செயற்கைக்கோள்கள் போன்ற உபகரண இருப்புக்கள் மற்றும் கிளவுட் அடிப்படை யிலான தொழில்நுட்பங்கள் காப்புப் பிரதி பாதுகாப்பு மற்றும் ஒரு நிறுவனத்தை மீண்டும் அதன் காலடியில் கொண்டு வரக்கூடிய ஆதாரங்களை வழங்க முடியும்.

2005ஆம் ஆண்டில் வகை 5 கத்ரீனா சூறாவளியைத் தொடர்ந்து, அதே வானிலை மண்டலத்திற்கு வெளியே உள்ள DR தளங்களைத் தழுவுவது மட்டுமின்றி, வழக்கமான பயிற்சிகள் மற்றும் மீட்பு சோதனைகளை நடத்துவது மற்றும் வழக்கமான பராமரிப்பைச் செய்வது.

சூறாவளிகளை மனதில் கொண்டு விவாதிக்கும்போது, இந்த கோட்பாடுகள் மற்ற இயற்கை பேரழிவுகளுக்கும் உதவும்.

**இயற்கை பேரழிவுகள் எதிராக மனிதனால் ஏற்படும் பேரழிவுகள்**

மனிதனால் ஏற்படும் பேரழிவுகள் திட்டமிட்ட செயல்கள் மற்றும் அலட்சியம் அல்லது பிழையின் விளைவாக இருக்கலாம். தீ வைப்பு மற்றும் குண்டுவெடிப்பு போன்ற தீங்கிழைக்கும் செயல்கள் வேண்டு மென்றே செய்யப்படுகின்றன, அதே நேரத்தில் எண்ணெய் கசிவுகள் மற்றும் இரசாயன ஆலை வெடிப்புகள் மனிதனால் ஏற்படும் பேரழிவுகள். ஒரு இயற்கை பேரழிவைப் போலவே, இந்த வகை யான ஆபத்துகள் வசதிகளுக்கு உடல் சேதத்தை ஏற்படுத்தும் மற்றும் கணிக்க முடியாதவை.

இயற்கை பேரழிவுகளுக்கான இதேபோன்ற தயார்நிலை நடவடிக்கைகள் மனிதனால் ஏற்படும் பேரழிவுகளுக்கும் மற்றும் நேர்மாறாகவும் பொருந்தும். இருப்பினும், ransomware மற்றும் பிற வகையான தீம்பொருள்களும் மனிதனால் ஏற்படும் பேரழிவு களாகக் கருதப்படுகின்றன மற்றும் அவற்றின் சொந்த தேவைகள் மற்றும் அச்சுறுத்தல்களுடன் வருகின்றன.

மற்றும் நற்பெயரை இழப்பதன் மூலம் இழந்த வருமானம் மறைமுக இழப்புகளில் அடங்கும்.

எந்தவொரு இயற்கை பேரழிவு எதிர்வினையிலும் சமூக ஊடகங்கள் ஒரு முக்கிய அங்கமாக மாறியுள்ளன. பேரழிவைத் தொடர்ந்து தொடர்புகொள்வது ஒரு நிறுவனத்தின் நிலையைப் பற்றி ஊழியர் களுக்கும், பொது மக்களுக்கும் தெரிவிக்கும் அழைப்பு மரங்கள் மற்றும் பிற தகவல் தொடர்பு நெறிமுறைகள் விரைவாகவும், திறமை யாகவும் பணியாளர்கள் மற்றும் அத்தியாவசிய பணியாளர்களுக்கு பேரழிவு பற்றி தெரிவிக்க பயன்படும் கருவிகள், ஆனால் பொது மக்கள் கவலையாக இருந்தால், சமூக ஊடகங்கள் புதுப்பிப்புகளை அனுப்பவும், சேவைகள் செயலிழக்கும் போது நல்ல எண்ணத்தை பாதுகாக்கவும் உள்ளன.

வணிகத் தொடர்ச்சியை உறுதிப்படுத்த, ஆஃப்-சைட் தரவு காப்புப் பிரதிகள் மற்றும் ஆதாரங்களைப் பாதுகாத்தல் மற்றும் சோதனை செய்தல் வேண்டும். பரவலான பேரழிவு ஏற்பட்டால், அப்பகுதி யில் உள்ள பிற இயற்பியல் தரவு மையங்களுக்கு மாற்றாக கிளவுட் பேரழிவு மீட்பு ஆராயப்பட வேண்டும். டேப் காப்புப்பிரதிகள் தரவுகளை வேறொரு இடத்தில் பாதுகாப்பாக வைத்திருக்க முடியும் - சாத்தியமான இயற்கை போழிவுகளுக்கு எட்டாத ஒன்று.

### இயற்கை பேரிடர் மீட்பு என்றால் என்ன?

இயற்கை பேரழிவு மீட்பு என்பது இயற்கை பேரழிவைத் தொடர்ந்து தரவுகளை மீட்டெடுப்பது மற்றும் வணிக நடவடிக்கைகளை மீண்டும் தொடங்குவது ஆகும். இயற்கை பேரழிவுகளில் சூறாவளி, சூறாவளி, வெள்ளம் மற்றும் பிற கடுமையான புயல்கள் ஆகியவை தரவு மையத்தை பாதிக்கும் மற்றும் தரவு இழப்பை ஏற்படுத்தும்.

இயற்கை பேரழிவு மீட்புக்கு அதன் சொந்த திட்டமிடல் தேவைப்படுகிறது, ஏனெனில் பேரழிவுகள் பிராந்தியத்தின் அடிப்படையில் மாறுபடும் மற்றும் தகவல் தொழில்நுட்பம் சார்ந்த முயற்சிகளால் மட்டுமே மீட்டெடுக்க முடியாது. சூறாவளி அல்லது சூறாவளிக்கு வாய்ப்புள்ள இடங்களில் உள்ள வணிகங்கள் தொடக்கத்திலிருந்தே இத்தகைய புயல்களை கணக்கில் எடுத்துக் கொள்ளலாம். இருப்பினும், கடுமையான வானிலை நிகழ்வுகள் உங்கள் பகுதியில் அடிக்கடி நிகழாவிட்டாலும் கூட, இயற்கை பேரழிவு மீட்புத் திட்டம் சாத்தியமான சூழ்நிலைகளை கணக்கில் எடுத்துக் கொள்ள வேண்டும்.

சூறாவளி மற்றும் வெள்ளம் போன்ற இயற்கை ஆபத்துகள் தீவிர தன்மையில் வேறுபடுகின்றன, ஆனால் பேரழிவு தயார் நிலைக்கு வரும்போது, மோசமான நிலைக்குத் தயாராவது சிறந்தது.

ஒரு இடம் ஒரு குறிப்பிட்ட வகை இயற்கைப் பேரழிவுக்கு ஆளானால், அந்த பேரழிவை பேரிடர் மீட்பு (டிஆர்) திட்டமிடல் செயல்முறையில் செயல்படுத்துவது கட்டாயமாகும். எடுத்துக் காட்டாக, ஒரு தரவு மையம் அறியப்பட்ட சூறாவளி மண்டலத் தில் இருந்தால், அந்தத் தரவை அந்தப் பகுதிக்கு வெளியே அல்லது மேகக்கணியில் உள்ள இடத்திற்கு காப்புப் பிரதி எடுக்க முடியும். அந்த வகையில், முதன்மை தரவு மையம் புயலால் தாக்கப்பட்டால், தரவு காப்புப்பிரதிகள் பாதுகாக்கப்படுவது மட்டுமல்லாமல், விரைவான மீட்புக்கு பயன்படுத்தப்படலாம்.

இடம்பெயர்ந்த தொழிலாளர்கள், சேதமடைந்த வசதிகள் மற்றும் காயமடைந்த ஊழியர்களுக்கும் நெறிமுறைகள் வைக்கப்பட வேண்டும். ransomware தாக்குதல் போன்ற நிகழ்வுக்குத் தயாரிப்பதில் இருந்து வேறுபட்டது, இது பணியிடங்களைப் பயன்படுத்த முடியாததாக மாற்றும் உடல்ரீதியான சேதத்தை உள்ளடக்காது.

♦

28. பேரிடர்களை வெல்வது எப்படி?

- ஆண்டுதோறும் 21.5 மில்லியன் (ஒரு மில்லியன் என்பது 10 லட்சம்) மக்கள் அகதிகளாகி வருகின்றனர். இதில் இயற்கைப் பேரிடரால் அகதிகளாக மாறுபவர்களின் எண்ணிக்கை அதிகளவில் உள்ளதாக ஐ.நா. சபையின் அகதிகளுக்கான ஆணைய அறிக்கை தெரிவிக்கின்றது.

- கடந்த 2018-ஆம் ஆண்டில் மட்டும் உலகின் 125 நாடுகளிலிருந்து 17.2 மில்லியன் மக்கள் இயற்கைப் பேரிடரால் அகதிகளாக வெளியேறியுள்ளதாக புள்ளிவிவரங்கள் தெரிவிக்கின்றன. இயற்கைப் பேரிடர்கள் போரை விட பல மடங்கு பாதிப்பை ஏற்படுத்தக்கூடியவை.

- அகதிகளாக இடம் பெயர்பவர்களில் 18 வயதுக்குட்பட்டவர்களே அதிகளவில் உள்ளனர். ஐ.நா.சபையின் பேரிடர் அபாயத்தை குறைப்பதற்கான உலகளாவிய மதிப்பீட்டு அறிக்கை, உலகில் பேரிடர்களின் எண்ணிக்கை 2030 வாக்கில் இப்போதைவிட 30 மடங்கு உயரக்கூடுமென எச்சரிக்கிறது.

- 2022-இல் உலகில் ஏற்பட்ட பேரிடர்களால் 185 மில்லியன் மக்கள் பாதிக்கப்பட்டுள்ளனர். இந்த காலகட்டத்தில் பேரிடர்களால் ஏற்பட்ட பொருளாதார இழப்பீடு 223.8 மில்லியன் ஆகும். 2023 பிப்ரவரி 18-இல் பிரேஸில் நாட்டில் வெள்ளம் மற்றும் நிலச்சரிவு ஏற்பட்டது.

- இதற்கு காரணம், எதிர்பார்க்காத வகையில் அங்கு 24 மணி நேரத்தில் பெய்த 633 மி.மீ. மழைப்பொழிவே ஆகும். இந்தப் பேரிடர் சம்பவத்தில் 48 பேர் உயிரிழந்தனர். 59 பேர் காணாமல் போய் விட்டனர். 2022-இல் ஏற்பட்ட இயற்கைப் பேரிடரால் பிலிப்பின்ஸ் நாட்டிலிருந்து 5 மில்லியனுக்கும் மேலான மக்கள் வெளியேறியுள்ளனர்.

- 2023-இல் துருக்கி, ஆப்கானிஸ்தான் மால்வி, காங்கோ போன்ற நாடுகளில் அதிகளவு பேரிடர்கள் ஏற்பட்டுள்ளன. இதில் துருக்கியில் ஏற்பட்ட பூகம்பத்தால் சுமார் 14 மில்லியன் மக்கள் பாதிக்கப்பட்டனர். இது அந்நாட்டின் மக்கள்தொகையில் 16% ஆகும். அதே ஆண்டில் சிரியாவில் ஏற்பட்ட பூகம்பத்தில் சிக்கி 8,000 பேர் உயிரிழந்தனர்.

- லிபியாவில் ஏற்பட்ட திடீர் வெள்ளப்பெருக்கால் 4,000 பேர் இறந்தனர். 10,000 பேர் காணாமல் போயுள்ளனர். நேபாள நாட்டில் ஏற்பட்ட பூகம்பத்தில் 1,000 பேர் படுகாயமடைந்தனர்.

- பேரிடர்களில், வறட்சியின் தாக்கம் ஒரு நாட்டின் பொருளாதாரத்தை மிகவும் பாதிப்பதாக உள்ளது. பசி, பட்டினி உணவுப் பற்றாக்குறை என பல பிரச்சனைகளுக்கு வறட்சி அடித்தளமாக அமைகிறது.

- கடந்த ஆண்டு ஜூலை, ஆகஸ்ட் மாதங்களில் சீனாவின் ஒரு பகுதியில் ஏற்பட்ட கடும் வெப்பமும் மற்றொரு பகுதியில் ஏற்பட்ட குறைவான மழைப்பொழிவும் அந்நாட்டை தேசிய வறட்சி நாடாக அறிவிக்கும் நிலைக்கு கொண்டு சென்று விட்டன.

- அந்நாட்டில் ஏற்பட்ட கடும் வெப்பத்தால் 34 மாவட்டங்களில் உள்ள 66 ஆறுகள் வறண்டு விட்டன. ஐந்து மில்லியன் மக்கள் வேறு இடங்களுக்கு வெளியேறி விட்டதாக புள்ளிவிவரங்கள் தெரிவிக்கினறன. இத்துயரத்திற்கு, முக்கியக் காரணம் பூமியின் வெப்ப அலை உயர்வே ஆகும்.
- கடந்த 2022 ஆம் ஆண்டு உலகெங்கும் அதிக வெப்பஅலை தாக்கம் நிறைந்த ஆண்டாக இருந்தது குறிப்பிடத்தக்கது. 2023ஆம் ஆண்டில் உலகம் முழுவதும் 53,688 காட்டுத்தீ பேரிடர் நிகழ்வுகள் ஏற்பட்டுள்ளன. இதனால் 2.61 மில்லியன் ஹெக்டேர் நிலப்பரப்பு தீக்கிரையாகிவிட்டது என்று புள்ளி விவரங்கள் தெரிக்கின்றன.
- பேரிடர் என்பது முன்கூட்டியே கணிக்க முடியாத ஒன்று. அறிவியலையும் ஏமாற்றிவிடும் இயல்புடையது. கடந்த நூறு ஆண்டுகளில் இல்லாத அளவுக்கு ஒரே நாளில் 95 செ.மீ. அளவிலான மழைப்பொழிவு தமிழகத்தின் தென் மாவட்டங் களில் பொழிந்தது இதற்கு ஓர் எடுத்துக்காட்டாகும். தமிழகத்தின் தலைநகர் சென்னையிலும் இதே நிலை உருவானது.
- புவி வெப்ப நிலை உயர்ந்து வருவதால் 2050-ஆம் ஆண்டு வாக்கில் கடல் மட்டம் உயர்ந்து பல நாடுகள் கடலுக்குள் மூழ்கும் அபாயம் உள்ளது என்று விஞ்ஞானிகள் எச்சரித்து வருகின்றனர். கடல் மட்ட உயர்வு, தீவிரப் பேரிடர் வகையைச் சேர்ந்தது.
- கடல் மட்ட உயர்வால் வங்கதேசத்தின் 17% நிலப்பரப்பு கடலுக்குள் மூழ்கக்கூடும் என்றும், இதனால் 20 மில்லியன் மக்கள் அகதிகளாக மாறும் நிலை உருவாகும் என்றும் ஆய் வாளர்கள் கூறுகின்றனர். இதே போல் ஆஸ்திரேலியாவில் 1.2 மில்லியன் மக்கள் கடல் மட்ட உயர்வால் இடம்பெயர்வார்கள் என ஆய்வறிக்கைகள் தெரிவிக்கின்றன.

- காலநிலை மாற்றம் எனும் பேரிடர் தற்போது நம்மை அச்சுறுத்தி வருகின்றது. மிதமிஞ்சிய வெப்பம், மிதமிஞ்சிய குளிர், பருவம் தவறிப் பெய்யும் மழை போன்ற புதிய நிகழ்வு களை நாம் சந்தித்து வருகின்றோம். இதற்கு முக்கியக் காரணம் வளிமண்டல கரியமிலவாயு அதிகரிப்பே ஆகும்.

- சமீபத்தில் துபையில் நடந்த பருவநிலை மாநாட்டில் உலகளாவிய கார்பன் உமிழ்வை 2050-க்குள் பூஜ்ய நிலைக்கு கொண்டு வரவேண்டும் என்பதே முக்கியத் தீர்மானமாக அமைந்தது.

- ஐ.நா. சபையின் பேரிடர் அபாயக் குறைப்புக் குழுவின் உதவி தலைமைச் செயலர் மாமி மிக்டோரி, பேரிடர்களைக் குறைக்க வேண்டுமென்றால் இயற்கையை காக்க வேண்டும் என்ற உணர்வு மனிதர்களுக்கு ஏற்பட வேண்டும்.

- இயற்கைக்கு எதிரான செயல்களை செய்யாமல் இருப்பதும் ஒருங்கிணைந்த பேரிடர் மேலாண்மை தடுப்பு வழிமுறைகளை அனைவரும் அறிந்து வைத்திருப்பதும் மிகவும் அவசியமாகும் என்கிறார்.

- இதற்கேற்ப சென்ற ஆண்டு தமிழகத்தின் கடலோர மாவட்டங் களில், புயல், சுனாமி போன்ற இயற்கைப் பேரிடர்களின்போது ஏற்படும் பெருங்காற்று மற்றும் பெரிய அலைகளின் வேகத்தைத் தடுக்க ஒரு கோடி பனைவிதைகள் விதைக்கப்பட்டன.

- இவை வளர்ந்தபின் பனைமரங்கள் கடலோரப் பகுதிகளுக்குத் தடுப்பு அரணாக அமையக்கூடும். இது பேரிடரை எதிர்கொள்ள மேற்கொண்ட சிறப்பான மனித முயற்சியாகும். மேலும் இத்திட்டம் பேரிடர் மேலாண்மையின் பேரிடர் தணிப்பு நடவடிக்கையாகவும் உள்ளது.

- பேரிடர்களை குறைப்பதற்கான ஒரே வழி இயற்கையை காப்பதுதான். இதனை மனிதகுலம் உணர்ந்தால் இயற்கைப் பேரிடர் குறித்த அச்சத்திற்கு இடமில்லை.